தொ. பரமசிவன் நேர்காணல்கள்

தொ. பரமசிவன் நேர்காணல்கள்

தொ. பரமசிவன் (1950 – 2020)

தொ.ப. என்று அழைக்கப்பட்ட பேராசிரியர் தொ. பரமசிவன் தமிழகத்தின் முன்னணி ஆய்வாளர்களுள் ஒருவராகத் திகழ்ந்தார். இவருடைய ‘அழகர் கோயில்’ அது வரையிலான கோயில் ஆய்வு நூல்களின் எல்லைகளை விஸ்தரித்தது. பல குறுநூல்களையும் தொ.ப. எழுதியுள்ளார்.

மனோன்மணியம் சுந்தரனார் பல்கலைக்கழகத்தின் தமிழ்த் துறைத் தலைவராகப் பணியாற்றிய தொ.ப. தனது பணி காலத்திலேயே விருப்ப ஓய்வு பெற்றார்.

தொ.ப. டிசம்பர் 24, 2020 அன்று பாளையங்கோட்டையில் காலமானார்.

தொ. பரமசிவனின் பிற நூல்கள்

[காலச்சுவடு வெளியீடு]

கட்டுரைகள்

பண்பாட்டு அசைவுகள்

அறியப்படாத தமிழகம்

தெய்வம் என்பதோர்...

இதுவே சனநாயகம்!

மஞ்சள் மகிமை!

மரபும் புதுமையும்

நீராட்டும் ஆறாட்டும்

பாளையங்கோட்டை வரலாறு (ஆய்வு நூல்)

தொ. பரமசிவன்

தொ. பரமசிவன் நேர்காணல்கள்

காலச்சுவடு பதிப்பகம்

அன்பார்ந்த வாசகருக்கு,

வணக்கம்.

காலச்சுவடு நூலை வாங்கியமைக்கு நன்றி.

நூலின் உள்ளடக்கம், உருவாக்கம், அட்டைப்படம் இன்ன பிற அம்சங்கள் பற்றிய உங்கள் கருத்துகளையும் ஆலோசனைகளையும் காலச்சுவடு வரவேற்கிறது. தகவல், எழுத்து, வாக்கியப் பிழைகள் தென்பட்டால் கட்டாயம் தெரிவித்து உதவுங்கள். நூல் தயாரிப்பில் கடும் குறைபாடு இருப்பின் மாற்றுப் பிரதி உங்களுக்குக் கிடைக்கக் காலச்சுவடு ஏற்பாடு செய்யும்.

மின்னஞ்சல்: publisher@kalachuvadu.com

காலச்சுவடு நாகர்கோவில் தலைமையகத்துக்கும் கடிதம் அனுப்பலாம்.

தங்கள்
எஸ்.ஆர். சுந்தரம் (கண்ணன்)
பதிப்பாளர் — நிர்வாக இயக்குநர்

தொ. பரமசிவன் நேர்காணல்கள் ❖ நேர்காணல் ❖ ஆசிரியர்: தொ. பரமசிவன் ❖ © ப. இசக்கியம்மாள் ❖ முதல் பதிப்பு: ஜனவரி 2019, நான்காம் பதிப்பு: மார்ச் 2021 ❖ வெளியீடு: காலச்சுவடு பப்ளிகேஷன்ஸ் (பி) லிட்., 669, கே.பி. சாலை, நாகர்கோவில் 629001

to. paramasivan neerkaaNalkaL ❖ Interviews ❖ Author: Tho. Paramasivan ❖ © P. Isakkiyammal ❖ Language: Tamil ❖ First Edition: January 2019, Fourth Edition: March 2021 ❖ Size: Demy 1 x 8 ❖ Paper: 16 kg maplitho ❖ Pages: 160

Published by Kalachuvadu Publications Pvt. Ltd., 669 K.P. Road, Nagercoil 629001, India ❖ Phone: 91-4652-278525 ❖ e-mail: publications @kalachuvadu.com ❖ Printed at Mani Offset, Chennai 600077

ISBN: 978-93-88631-26-6

03/2021/S.No. 895, kcp 3003, 16 (4) urss

பொருளடக்கம்

பதிப்புரை

முன்னர் 'செவ்வி' என்ற பெயரில் வெளிவந்த தொகுப்பில் இடம் பெற்றிருந்த நேர்காணல்களுடன் *விகடன் தடம், தீராநதி, தமிழ் ஒப்புரவு, கூட்டாஞ்சோறு, பிள்ளைத் தமிழ்* இதழ்களில் வெளியானவற்றையும் இணைத்து விரிவாக்கம் செய்யப்பட்ட தொகுப்பு இது.

முன்னுரை

நண்பர்களே வணக்கம்.

இந்த முன்னுரையை மிகுந்த கூச்சத்துடனே நான் எழுதுகிறேன். இந்த நேர்காணல்களின்வழி நான் இயங்குகின்ற கருத்தியல்தளத்தை என்னுடைய சொற்களால் வெளிப்படுத்தி இருக்கிறேன். எனவே இவை ஆய்வுக் கட்டுரைகள் ஆகா.

என்னுடைய கருத்தியல்களம் பெரும்பாலும் மனிதவாசிப்பு சார்ந்தது. மனிதவாசிப்பு என்பது உரையாடல் மரபு சார்ந்தது. தமிழர்களின் அறிவுத்தொகுதி பெரும்பாலும் உரையாடல் மரபிலேயே வெளிப்படுகிறது. ஒரு மரத்தச்சரிடம் அறுகோணத்தின் சமன்பாடு பற்றிக் கேட்டால் அவருக்கு அதைச் சமன்பாட்டுவிதியாகச் சொல்லத் தெரியாது. ஆனால் 'நாலுக்கு மூனு நடுவுல பாதி' என்று உரையாடல் மரபிலே போகிற போக்கில் சொல்லிவிடுவார்.

தமிழர்களுடைய மரபுவழி அறிவுத் தொகுதியினை உரையாடல் மரபிலும் அதன் உள்ளீடாக விளங்கும் பழமொழிகள், சொல் அடைகள், கதைகள், சடங்குகள் இவற்றின் வழியாகவே மீட்டெடுக்க முடியும். அதையே நான் செய்திருக்கிறேன். என்னுடைய கண்டுபிடிப்பு

அல்லது பங்களிப்பு என்று சொல்லிக்கொள்வதற்கு வேறெதுவும் இல்லை. என்னை நேர்காணல் செய்த இதழாளர்களுக்கும் அவற்றை வெளியிட்ட இதழ்களுக்கும் என் அன்பு உரித்தாகுக. இந்த நேர்காணல்களைத் தேடித்தொகுத்த இரா. சித்தானை, பேராசிரியர் ச. நவநீதகிருஷ்ணன் ஆகியோருக்கு என் நன்றிகள்.

பாளையங்கோட்டை **தொ. பரமசிவன்**
10.06.2013

1

பார்ப்பனர்களுக்கு அதிகாரமே உணவு

உங்களைப் 'பெரியாரிஸ்ட்' என்று அழைக்கலாமா?

95 சதவிகிதம் நான் 'பெரியாரிஸ்ட்'தான். கலை, பண்பாடுகள் பற்றி அவர் புரிந்துகொண்டதில் எனக்குக் கருத்து வேறுபாடு உண்டு. எனினும், அவரது காலம் வேறு என்பதையும் நாம் கணக்கில் கொள்ளவேண்டும்.

மீதி ஐந்து சதவிகிதம் கருத்துவேறுபாட்டைப் பற்றி விரிவாகச் சொல்லுங்கள்.

அவர் வேலை தொடங்கியது 1925இல். அப்பொழுதிருந்த சூழ்நிலையே முற்றிலும் வேறு. அவருடைய மிகப்பெரிய பலம் அவருக்குப் பள்ளிப்படிப்பு இல்லாதது. அனுபவம் சார்ந்த சுயசிந்தனை மேலேயே அவர் நம்பிக்கை வைத்திருந்தார். பெரியார் ஒரு கோடீஸ்வரர். ஆனால் அப்பொழுதிருந்த சீனிவாச அய்யங்கார் அவரை வீட்டுக்கு வெளியே வைத்துதான் சாப்பாடு போட்டார். காங்கிரஸ் மாநாட்டில் பார்ப்பனர்களுக்குத் தனிப்பந்தி நடந்துகொண்டிருந்த காலம் அது.

சமூகத்தின் மேல்தட்டு மக்களுக்கும் அடித்தள மக்களுக்கும் எவ்விதத் தொடர்பும் இல்லாமலிருந்தது. அடித்தள மக்களின் பண்பாடு பற்றிய தகவல் பரிமாற்றமும் ஏதுமில்லை. ஐம்பதிற்குப் பிறகுதான் பெரியாரின் படமே கூட கிராமத்து மக்களின் வீடுகளுக்குள் நுழைகிறது. பண்பாட்டை மிகவும் *Crude* ஆகப் புரிந்துகொண்டார் பெரியார். அவரது அணுகுமுறை வேறு.

பார்ப்பனியம் கோலோச்சி நின்றபோது, 'பார்ப்பான்' என்ற சொல்லையே இழிசொல்லாக மாற்றிக்காட்டியதுதான் பெரியாரின் சாதனை. அவருடைய வெற்றி, அதிர்ச்சி மதிப்பீடு களைக் கொண்டிருந்தது.

'தாலி பொய்' 'தெய்வம் பொய்' என்று தெருவில் நின்று சொல்லும் தைரியம் வேறுயாருக்கும் இல்லை. தாலிக் கலாச்சாரத்தை முற்றிலும் நிராகரித்தார் பெரியார். முதல் தலைமுறை எழுத்தறிவு பெற்றோர் வீடுகளில் கூட, கைலி உடுத்துவது மதம் சார்ந்த விஷயமாக இருந்தது. அதுகூட கலாச்சார அதிர்ச்சியைக் கொண்டிருந்தது எனலாம். உயர்ந்த ஒழுக்கமுடைய எதார்த்தமான மனிதர் பெரியார். அவர் ஒரு காலத்திலும் *Cult Figure* ஆக மாறாததும் அவருடைய சாதனைதான்.

பெரியாரை, கம்யூனிஸ்டுகள் எப்படிப் புரிந்துகொண்டனர்?

1920 முதல் சிங்காரவேலர் செய்த பணிக்கு எதிர்விளைவுகள் இல்லை. பண்பாட்டுத்தளத்தில் சாதி ஏற்றத்தாழ்வுகளுக்கு எதிராகப் போராடிய பெரியாரைக் கம்யூனிஸ்டுகள் ஆதரிக்க வில்லை. அவரை 'பாசிஸ்ட்' என்று முத்திரை குத்தினார்கள். பார்ப்பனியத்தைச் சரியாகப் புரிந்துகொள்ளாமல் பெரியாரை எதிர்த்தார்கள்.

'பிராமணது வேஷம்' என்ற சொல்லை கம்யூனிஸ்டுகள்தான் உருவாக்கினார்கள். ஒட்டுமொத்த 'தமிழ் துவேஷ'த்தை இவர்கள் புரிந்துகொள்ளாததுதான் இதற்கெல்லாம் காரணம்.

நாட்டார் வழக்காற்றியல் ஆய்வுகளுக்கு நீங்கள் எப்பொழுது வருகிறீர்கள்?

1973இல் பெரியார் இறக்கிறார். 76இல் நெருக்கடிநிலை வருகிறது. அதன்பின் சிறுதேக்கம் நிலவுகிறது. அதற்குப்பிறகு நான் கள ஆய்வுகளில் ஈடுபடுகிறேன். மக்கள் வாழ்வியலிலிருந்து நிறைய கற்றுக்கொள்ள ஆரம்பித்தேன். விதவை மறுமணம் இன்றுகூட புரட்சிகரமாகத் திகழ்கிறது. ஆனால் உண்மையில் தமிழக மக்களின் பண்பாட்டில் 70 சதவிகிதம் மக்களிடம்

விதவை மறுமணம், மணமுறிவு இயல்பாகவே உண்டு. 30 சதவிகித மக்களுக்கு மட்டும்தான் இதெல்லாம் கிடையாது. நிறையப் பேருக்கு இது தெரியாது. உண்மையில் இதுதான் மூடநம்பிக்கை.

நாட்டார் மரபு, பார்ப்பனீயம் – விரிவாக விளக்குங்கள்.

நாட்டார் மரபு என்பது, எப்பொழுதுமே வைதீகமரபிற்கு எதிரானது. பார்ப்பனீயம் எப்பொழுதும் அதிகாரம் சார்ந்தது. அதிகாரத்தைத் தக்கவைத்துக் கொள்ளாதது நாட்டார் மரபு. எடுத்துக்காட்டாக, நகர்ப்புறமயமாதல் நடைபெறும்போது வேலையற்ற கிராமத்து மக்கள் நகரங்களைத் தேடிச் செல்கின்றார்கள். பார்ப்பனர்களோ நகரத்திற்குச் சென்றது அதிகார மையங்களைத் தேடித்தான். பழைய கோயில் சார்ந்த அதிகார மையங்கள், காலனிஆட்சிக்குப் பின், மாவட்ட ஆட்சியருக்கு மாறுகிறது.

எனவே பார்ப்பனர்கள் கல்கத்தா ராமகிருஷ்ணாபுரம், டெல்லி – சவுத் ப்ளாக், சென்னை – மாம்பலம் போன்றவற்றை உருவாக்குகிறார்கள். ஆன்மீக அதிகாரமில்லாமல் பார்ப்பனர்களால் உயிர்வாழ முடியாது. பார்ப்பனர்களுக்கு அதிகாரமே உணவு. குறிப்பாக பிற சாதியினரை உட்காரு, எழுந்திரு என்று சொல்லும் அதிகாரம். மண் சார்ந்த காதல் நம்மைப்போல் பார்ப்பனருக்கு இல்லை.

நம் வீட்டின் ஆடு, மாடு இறந்தால் கூட அத்துயரம் நம்மை விட்டு நீங்க நாளாகும். ‘இந்த சைக்கிள் அப்பாவுடையது’, ‘இந்த வாட்ச் தாத்தாவுடையது’ என்று மூத்த தலைமுறையின் மீதான பற்று நம்முள் வேரோடியிருக்கிறது. திராவிட நாகரிகம் இவ்விதமான கால, வெளி உறவுடன் பிணைக்கப்பட்டது.

ஆனால் பார்ப்பனர்களோ தலைமுறையாகத் தொட்டுத் தடவி பூசை செய்த விக்ரகங்களையும் வெறும் அதிகாரத்திற்காக விட்டுவிட்டுப் போவது, அவர்களுக்கு வெகு சாதாரணமாக வாய்த்திருக்கிறது. இன்று எல்லா அக்ரகாரங்களும் பூட்டிக் கிடப்பது இதனால்தான். ஆனால் எந்த அம்மன் கோயிலும் பாழடைவதில்லை. ஆண்டுக்கு ஒருமுறையாவது பங்குனி உத்திரத்தில் சாஸ்தா கோயில் உயிர் பெற்றுவிடுகிறது.

நாட்டார் வழிபாட்டு மரபில் ஆன்மீக அதிகாரம் எல்லோருக்கும் பகிர்ந்தளிக்கப்படுகிறது. தனித்த அதிகாரம் கொண்ட பூசாரி யாருமில்லை. நம்மோடு சாதாரணமாகப் பழகிக்கொண்டிருக்கும் ஒரு மனிதர், பூசை வேளையில் மட்டுமே நம்மைவிட்டுச் சற்று விலகியிருக்கிறார். பூசை முடிந்ததும் மீண்டும்

நம்மோடு இணைந்துகொள்கிறார். இங்கு அதிகாரமோ ஏற்றத் தாழ்வோ இல்லை.

தமிழகத்தில் நாட்டார் வழக்காற்றியல் ஆய்வுகளின் வரலாறு பற்றி...

நாட்டார் மரபுகளின் ஆய்வுகள், அயோத்திதாசப் பண்டிதரிலிருந்து தொடங்குகிறது எனலாம். இவர் வேதமில்லாத நாகரிகத்தைப்பற்றி ஆய்வு செய்யும்பொழுதும் தலித் மக்களின் வேர்களை ஆராயும் பொழுதும் நாட்டார் மரபுகளை உள்ளுணர்வுடன் கண்டுகொள்கிறார். அவரது தேடல் 1870 முதல் 1914 வரை, நாட்டார் மரபுகளில் சமண – பவுத்தக் கூறுகளை அடையாளம் காண்பதில் இருக்கிறது.

இதற்குப் பின்பு மயிலை சீனி வேங்கடசாமி, பேரா. நா. வானமாமலை, பேரா. லூர்து ஆகியோர் விரிவான ஆய்வுகளை மேற்கொள்கின்றனர். இவ்விதமான ஆய்வுகளின் விளைவுகளால் இன்றைக்கு 'இதுவும் மக்கள் பண்பாடுதான்' என்பது மாறி 'இதுவே மக்கள் பண்பாடு' என்ற இடத்துக்கு வந்தடைந்திருக்கிறோம். நாட்டார் மரபையும் பார்ப்பனர்கள் தங்களுடைய விஷயமாக ஆக்கிக்கொள்ளும் வேலையும் நடைபெற்று வருகிறது.

தலித் மக்கள் இவ்விதமான வழிபாட்டு முறைகளிலும் ஒடுக்குமுறைக்கு உள்ளாகிறார்களே? வழிபாட்டு முறை என்றதும் இந்து மதம் உள்ளே நுழைந்துவிடுகிறதே?

தலித் மக்கள் இந்துக்கள் அல்ல என்பது நமக்குத் தெரியும். இந்து என்பதற்கு ஒரு சாதாரண விளக்கம் – கிறித்துவரல்லாத, முஸ்லிம்கள் அல்லாதவர் என்றே இருக்கிறது. மீதி 80 சதவிகிதம் மக்களுமே தொல்சமயத்தைச் சார்ந்தவர்கள்தான். 'ஸ்மார்த்த பிராமணர்கள்' மட்டுமே இந்துக்கள். இவர்களைத் தவிர வேறு யாருமே இந்துக்கள் இல்லை. சைவர்கள், வைணவர்கள் யாரும் தங்களை இந்துக்கள் என்று சொல்லிக்கொள்ள மாட்டார்கள். நம்முடைய மதம் இந்து மதமாயிருந்தால் நம்முடைய அம்மா, அப்பாவிற்குச் சாதாரணமாக நான்கு வேதங்களையும் பற்றித் தெரிந்திருக்க வேண்டும்.

80 சதவிகித மக்களுக்கு நான்கு வேதங்களின் பெயர் கூடத் தெரியாது. பிறகு எப்படி இவர்கள் இந்துக்களாக இருக்க முடியும்? பவுராணிய மரபில் 18ஆம் நூற்றாண்டு வரை இந்தச் சொல்லே இல்லை. சங்கரமடம் மட்டும்தான் இதைப்பற்றிப் பேசுகிறது. விளக்கு என்பது திராவிட நாகரிகக் குறியீடு. இது ஒரு நாட்டார் மரபைச் சார்ந்தது. ஆனால் இன்று இந்துத்துவவாதிகள் திருவிளக்குப் பூசை என்ற பெயரில் எல்லா கோயில்களையும்

பிடித்துக்கொண்டார்கள், வைதீக மரபிற்கெதிரான நாட்டார் மரபை இன்று இந்துமதம் கையகப் படுத்திக்கொள்ள நினைக்கிறது.

சிறு தெய்வ வழிபாடு பற்றிய பண்பாட்டுரீதியான பார்வை – திராவிட இயக்கம், பகுத்தறிவு இயக்கம், பொதுவுடைமை இயக்கம் ஆகியவற்றிற்கு இல்லாததால் நாட்டார் மரபையும் அவர்கள் கவனிக்கத் தவறி விட்டனர். நம்பிக்கையையும் மூடநம்பிக்கையையும் வேறு விதமாகப் புரிந்துகொண்டார்கள். காட்டுச்சாமி மீதான நம்பிக்கை மூடநம்பிக்கை அல்ல. பார்ப்பனர் களுக்குப் பசுதானம் கொடுப்பதுதான் மூடத்தனம், மௌடீகம். நாட்டார் மரபில் தெய்வநம்பிக்கை என்பது, உற்பத்திமுறையோடு சம்பந்தப்பட்டது.

சாப்பாடு, சாராயம், மாமிசம் அனைத்தையும் கடவுளுக்குப் படைக்கிறார்கள். தெய்வங்களுக்கும் மனிதர்களுக்கும் உள்ள உறவானது, நாட்டார் மரபில் எதார்த்தமான உறவாக இருக்கிறது. நாட்டார் மரபில் இழிவு என்று ஒன்றில்லை. இறந்துபோன தந்தை, மகன் உருவில் வருகிறான். அப்பா, மகனாக வருகிறார். தந்தை பெயர்ந்து மகனாக வருவதால் பெயரன் (பேரன்) என ஆயிற்று. இறந்த உடல்கூட நாட்டார் மரபில் மரியாதைக்குரியதாக இருக்கிறது.

தீட்டு என்பது இங்கு இல்லை. பார்ப்பனிய மரபு இதற்கு நேர் எதிர். இறந்த உடல்களுக்குச் சடங்குகள் செய்வதற்கென்றே சவுண்டிப் பார்ப்பனர்கள் என்று வைத்திருக்கிறார்கள். பார்ப்பனர் களைப் பொருத்தவரை, இறந்த உடல் என்பது தீட்டுக்குரியது. அதிகார வேட்கையினால் உற்பத்தியிலிருந்து தங்களை அறுத்துக்கொண்டவர்கள் பார்ப்பனர்கள். உற்பத்தியிலிருந்து விடுபடும்போது இயல்பாகவே ஏற்றத் தாழ்வுகள் வந்துவிடுகின்றன.

தெய்வ நம்பிக்கை சாதியமைப்போடு, உற்பத்தியுறவோடு பார்க்கப்பட்டது. நாதசுரவித்வான் தோளில் துண்டு போடக்கூடாது; சாதி, மனிதனின் தோலோடு தைக்கப்பட்டிருக்கிறது. கர்ப்பப் பையிலிருக்கும்போதே சாதி உடலில் எழுதப்பட்டுவிடுகிறது. சாதி பற்றிய பார்வை, பொதுவுடைமைவாதிகள் கருத்துக்களோடு உடன்படாமலே நிற்கிறது. இன்னும் கீழ்வெண்மணி தியாகிகளைத் தொழிலாளிகள் என்கிறார்கள்; தலித்துகள் என்று பதிவுசெய்ய மறுக்கிறார்கள்.

தாமிரபரணியில் 17 பேர் கொல்லப்பட்டதற்கு மிகவும் பலவீனமான எதிர்ப்புதான் இருந்தது. இவர்கள் வேற்று சாதியினர் என்றால் சும்மா விடுவார்களா? இந்தக் குரூரமான யதார்த்தத்தை மார்க்சியவாதிகள் புரிந்துகொள்ள வேண்டும். இன்றும்

நாட்டார் திருவிழாக்களில் பார்ப்பனரல்லாத பிற்படுத்தப்பட்ட மக்களால் தலித்துகள் ஒடுக்கப்படுகின்றனர். திராவிட வளர்ச்சி, மேல்சாதி அதிகாரத்தைப் பறித்து பிற்படுத்தப்பட்ட மக்களிடம் ஒப்படைத்திருக்கிறது. பிற்படுத்தப்பட்ட மக்கள் மீண்டும் தலித்துகள் மீது, ஒடுக்குமுறையைப் பயன்படுத்துகின்றனர்.

எனவே, திராவிட, பொதுவுடைமை இயக்கங்களில் தலித்துகளுக்கு நம்பிக்கை இல்லாமல் போய்விட்டது. பிற்படுத்தப்பட்ட மக்களிடம் நேரடியாக மோதுவதுதான் தலித்துகளுக்கு இருக்கும் ஒரே வழி என்றாகிவிட்டது. இந்நிலையில், நாட்டார் மரபினையும் தலித் மக்கள் எழுச்சியினையும் பார்ப்பனீயத்தையும் விஞ்ஞானப்பார்வை கொண்டே பார்க்க வேண்டியிருக்கிறது.

பகுத்தறிவு இயக்கத்தின் தேவையையும் பார்ப்பனர்கள் பகுத்தறிவு இயக்கத்தை, நாட்டார் மரபினை முன்வைத்து விமர்சிப்பதையும் அதனுடைய அரசியலையும் நாம் புரிந்து கொள்ள வேண்டும். அவ்வாறு புரிந்துகொண்டால், சிறுதெய்வ வழிபாட்டுமுறையும் பகுத்தறிவும் – எல்லோரும் மேலோட்டமாய் நினைப்பதைப்போல எதிரெதிரானவை அல்ல என்பது தெரியும்.

நேர்காணல் செய்தவர்: ஆர். ஆர். சீனிவாசன்
***தலித்முரசு*, டிசம்பர், 2001**

2

ஒன்றே குலம், ஒருவனே தேவன் என்பது மக்கள் விரோதச் சித்தாந்தம்

தமிழகப் பண்பாட்டுச் சூழல், நாட்டுப்புறத் தெய்வங்கள், பெருந்தெய்வங்களின் சமூக மரபுகள் என்று நாம் பார்க்கத் தவறிய பல விஷயங்களைப் பற்றிய தொ.ப.வின் ஆய்வுகள் சலசலப்பை ஏற்படுத்தியிருக்கின்றன. டாக்டர் பட்டத்திற்காக இவர் ஆராய்ந்தெழுதிய 'அழகர் கோயில்' நூல் பல்கலைக்கழக வட்டாரங்களில் ஒருவித அதிர்வை ஏற்படுத்தியது.

'தெய்வங்களும் சமூக மரபுகளும்', 'அறியப்படாத தமிழகம்' ஆகிய நூல்களைத் தொடர்ந்து சமீபத்தில் வெளியான 'பண்பாட்டு அசைவுகள்' நூல் விசேஷக் கவனம் பெற்றது.

தொ. பரமசிவனிடமிருந்து தெறிக்கும் கருத்துகளும் சான்று மேற்கோள்களும் வாழ்ந்துபெற்ற பட்டறிவும் மலைப்பை ஏற்படுத்தக்கூடியவை என்கிறார் ஆய்வாளரான ஆ.இரா. வேங்கடாசலபதி.

மதுரை தியாகராயர் கல்லூரியின் தமிழ்த்துறைப் பேராசிரியராகப் பணிபுரிந்த இவர், தற்போது நெல்லையிலுள்ள மனோன்மணியம் சுந்தரனார் பல்கலைக்கழகத்தின் தமிழியல் துறைத்தலைவர். இலக்கியம், சமயம், கோயில் மரபு, பண்பாடு என்று எந்த விஷயத்தைத் தொட்டாலும் அற்புதமாக விவாதித்துக்கொண்டே போகும் இவரது

விமர்சனங்கள், சிறு பத்திரிகை வட்டாரத்தில் உன்னிப்பாகக் கவனிக்கப்பட்டிருக்கின்றன. இழந்துகொண்டிருக்கின்ற பல தொன்மையான மரபுகளைப் பற்றிய தன்னுணர்வை உருவாக்கு கின்றன இவரது எழுத்தும் பேச்சும்.

மதுரையில் தங்கும்விடுதியொன்றின் மேல்தளம். அங்குச் சந்தித்துப் பேசியபோது, பேச்சில் தன் அகங்காரமில்லை, தன்னுடைய கருத்து மட்டுமே சரி என்கிற பிடிவாதங்களில்லை. ஆனால் பேச்சினூடாகப் பிஞ்சுத்தீயாகப் பரவியிருக்கிறது கோபம். திராவிட இயக்கங்களின் மீது பரிவும் அவற்றின் தற்போதைய சரிவு குறித்த வருத்தமும் இழையோடப் பேசுகிறார். உரையாடலின்போது இறுக்கமில்லாமல் சரளமாக வரும் நெல்லைக்கே உரித்தான வட்டாரப் பேச்சு, அதில் வெளிப்படும் வாஞ்சை எல்லாமே பேசும்பொழுதை முக்கியமாக்கிவிடுகின்றன.

உங்களைப் பற்றி முதலில் சொல்லுங்களேன்...

என்னுடைய சொந்த ஊர் பாளையங்கோட்டை. அப்பா, அம்மா இருவருக்கும் இதே ஊர்தான். பெரும்பாலும் கிறிஸ்தவ நகரம் என்று அறியப்பட்டிருந்தது இவ்வூர். உண்மையில் ஒன்பதாம் நூற்றாண்டைச் சேர்ந்த வைஷ்ணவக் கோயிலெல்லாம் இங்குண்டு. இதன் பழைய பெயர் ஸ்ரீவல்லப மங்கலம். மதுரைக்குத் தெற்கே, பெரிய கோட்டையுள்ள நகரம் இது. பின்னாளில் தென்னிந்தியத் திருச்சபை இங்கிருந்ததால் இது கிறிஸ்தவ நகரமாகவும் வளர்ச்சி பெற்றது.

கல்வித் தரமுடைய நகரம் இது. நூறு ஆண்டுகளுக்கும் மேலாகக் கண் தெரியாதோர் பள்ளி இங்கிருக்கிறது; காது கேளாதோருக்கான பள்ளியும் இருக்கிறது; அவர்களாலும் படிக்க முடியும் என்கிற நம்பிக்கை ஊட்டின நகரம் இது. கைதிகளும் இங்குப் படிக்க முடிந்தது. நிறைய நூலகங்கள் இருந்ததால் வாசிப்புப் பழக்கமும் அதிகம்.

திராவிட இயக்கத்தால் உருவான வாசிப்பும் பயிற்சியும் முக்கியம். குறிப்பாக, பிற்படுத்தப்பட்ட சாதியிடம் அதிலும் முதல் தலைமுறையினரிடம் பாதிப்பை ஏற்படுத்திய காலம். அதனால் என்னைப் போன்றவர்களுக்கு விளையாட்டைப் போலவே, வாசிப்பும் பழக்கமானது; அதிலும் வாசிப்பு, அரசியல் வாசிப்பாக இருந்தது. 1969இல் நான் இளங்கலைப் பொருளாதாரம் படிக்கிறபோது வகுப்பில் இருந்த 63 மாணவர்களில் மூன்று பேர்களைத் தவிர மற்ற அனைவருக்கும் ஏதேனும் ஒரு கட்சிச் சார்பு இருந்தது. தன்னுடைய வீடு, தெரு, சாதி தாண்டி மாணவனுக்கென்று ஒரு பொதுஉலகம் இருந்தது. அவர்கள்

பேசுவதற்கும் சண்டை போடுவதற்கும் ஏதோ ஒரு தத்துவம் இருந்தது. பள்ளிகளிலேயே அப்போது திமுக மாணவர்களுக்கும் காங்கிரஸ் மாணவர்களுக்குமிடையே சச்சரவுகள், சண்டைகள் எல்லாம் வரும்.

என்னைப் போன்று முதல் தலைமுறையாகப் படிக்கிற குடும்பங்களிலிருந்து வருகிறவர்கள் தன்னுணர்வோடு சிந்திக்கிறபோது பெரியார், தி.மு.க என்றுதான் இருக்க முடியும். அப்படித்தான் எங்களில் பெரும்பாலானவர்கள் இருந்தோம். கல்விச் சூழல், இயக்கச் சூழல் இரண்டும் இருந்தன. அப்போது எல்லா மாணவர்களும் பாடப் புத்தகங்களுக்கு அப்பால் ஏதேனும் ஒரு புத்தகத்தையோ இதழையோ கையில் வைத்திருப்பார்கள். அது தரமான இதழாக இருக்கும். அந்த வாசிப்புப் பழக்கம் நாற்பதாண்டுகளில் கணிசமாகக் குறைந்துவிட்டது. தொலைக்காட்சிப் பாதிப்பு வந்தபிறகு இன்னும் குறைந்துவிட்டது; தொடர்ந்து வாசிப்பு இருந்தால்தானே சிந்தனை இருக்கும்.

அந்த இயக்க ஈடுபாடுதானே அப்போது மொழியுணர்வை உருவாக்கியது?

நிச்சயமாக. ஏனென்றால் மொழி என்பது மக்களை விட்டுத் தனித்து நிற்பதில்லையே. பெருவாரியான மக்கள் திரளின் மொழி எதுவோ, அது அப்போது அறிவுலக மொழி அல்ல. ஆங்கிலத்திற்கும் தமிழ்மொழிக்கும் ரொம்பக் காலமாக தொடர்பு இல்லை. அப்போது புதிதாக எழுத்தறிவு பெற்ற இளைய தலைமுறை எங்களது தாய்மொழியின் இடம் எங்கே என்று இயல்பாகக் கேள்வி கேட்டது. அவனுக்கு அம்பலம் என்றால் புரியும். நாட்டாமை என்றால் புரியும்.

சமஸ்கிருதம் கலந்த சொற்களை அவனால் புரிந்துகொள்ள முடியவில்லை. சமூக விடுதலை என்பது மொழி சார்ந்த தளத்திலும் இயங்குவது; தவிர்க்க முடியாதது. என்னுடைய மொழிக்கான இடம் எங்கே என்கிற தேடல் இருந்தபோது, திராவிட இயக்கத்தவர்களின் மொழியுணர்வு தனக்கானதாக இளைய தலைமுறைக்குத் தோன்றியது. அதுவும் விடுதலையின் ஓர் அம்சம்தானே!

அதற்கு இரைபோடுகிற மாதிரி ஐம்பதுகளிலும் அறுபதுகளிலும் திராவிட இயக்கத்தின் பெரிய தலைவர்களும் சிறிய தலைவர்களும் ஆளுக்கு ஒரு பத்திரிகையை நடத்திக்கொண்டிருந்தார்கள். ஒரே சமயத்தில் இருபது பத்திரிகைகளுக்கு மேல் வந்துகொண்டிருந்தன. அண்ணா, கலைஞர், நெடுஞ்செழியன் ஒவ்வொருவர் கையிலும் பத்திரிகைகள். பெரியார் வழி தனி. 1925இலிருந்து *குடியரசு*

தொடங்கிய பிறகு அதை விடுதலையாக மாற்றி நீண்டகாலம் இயங்கியவர். தமிழிதழியல் வரலாற்றில் நெடுங்காலம் இயங்கியவர் களாக அவரையும் டி.எஸ். சொக்கலிங்கத்தையும் சொல்ல வேண்டும். அதற்குப் பிறகு ஏ.என். சிவராமன். இப்படி அன்றைய இளைஞர்களுக்குத் தாக்கத்தை ஏற்படுத்தப் பலதரப்பட்ட சூழல் இருந்தது.

அந்தச் சமயத்தில் தனித்தமிழ் வாதத்தை முன்வைத்த மறைமலையடிகள் போன்றவர்களை நீங்கள் ஆதரிக்கவில்லையா?

மறைமலையடிகளைப் பொருத்தவரை அவருக்கு வேறொரு நோக்கமும் இருந்தது. சைவம் சார்ந்த தமிழியக்கத்தை அவர் முன்வைத்தார். ஆனால் திராவிட இயக்கங்களின் மொழி, எதுகை மோனையுடன் ஒலிநயத்தை உள்வாங்கிக்கொண்டதாக இருந்தது. எதைச் சொன்னாலும் ஒலிநயத்துடன் சொன்னார்கள், எழுதினார்கள். மக்களுக்கு அந்த மொழி நடை பிடித்துப்போனது. பழமொழிகளை, விடுகதைகளை, சொல்லடைகளை அவர்கள் பயன்படுத்தினார்கள். காங்கிரஸில் முக்கியமான தலைவர்களாக திரு.வி.க., டி.எஸ். சொக்கலிங்கம் போன்றவர்கள் இருந்தாலும் அவர்கள் சமூகத்தின் மேல்அடுக்கிலிருந்தது வந்தவர்கள். எளிய மக்களிடையே புழங்கிய பழமொழி, ஒலிநயம், விடுகதை, பேச்சுமொழி அவர்களுக்குக் கைவரவில்லை. திராவிட இயக்கத்துக்காரர்களுக்கு அது கைவந்தது.

உங்களுடைய டாக்டர் பட்டத்துக்கான ஆய்வை எங்கே செய்தீர்கள் அப்போதிருந்த சூழல் உகந்ததாக இருந்ததா?

ஆய்வுகள் அப்போது சிறிய அளவிலேயே இருந்தன. வேறு எந்த மொழி பேசுகிற தேசிய இனமும் செய்யாத தவறை நாம் செய்தோம். அப்போது தமிழகத்தில் இருந்தவர்கள் நான்கு கோடி மக்கள். இருந்தும் நூறு ஆண்டுகளுக்கு மேலாக சென்னைப் பல்கலைக்கழகத்தை வைத்துக்கொண்டிருந்த வேறு மாநிலம் எங்குமில்லை.

சென்னைப் பல்கலைக்கழகத்தில் தமிழ்மொழிக்கு இருந்த இடமே விசித்திரம். 1857இல் தொடங்கிய பல்கலைக்கழகத்தில் 1914 வரைக்கும் தமிழ்ப் பாடத்திட்டக் குழுவே கிடையாது. முதன்முதலாகத் தமிழில் பட்டம் வந்ததும் 1929இல்தான். ஆக ஒரு பல்கலைக்கழகம் தொடங்கப்பட்டு 75 ஆண்டுகளாகியும், அது எங்கே இருக்கிறதோ அந்த மாநிலத்தில் மொழிக்குப் போதுமான இடம் இல்லையென்றால் அது என்ன நியாயம்? ஆனால் அதை நாம் சகித்துக்கொண்டிருந்தோம். 1925இலேயே தமிழ்ப்பல்கலைக் கழகம் வேண்டும் என்கிற குரலுடன் முயற்சிகள் நடந்தன.

அப்போது எம்.எஸ். பூர்ணலிங்கம் பிள்ளை என்கிற தமிழறிஞர் சேலத்தில் தமிழன்பர்கள் மாநாட்டைக் கூட்டி மதுரையில் தமிழ்ப் பல்கலைக்கழகம் அமைய வேண்டும் என்று தீர்மானமே போட்டார். ஆனால் தஞ்சையில் தமிழ்ப் பல்கலைக்கழகம் உருவானது 1983இல். இதற்கு இவ்வளவு ஆண்டுகள் காத்திருக்க வேண்டியிருந்தது. தமிழ்க் கல்விச் சூழல் பெருவாரியான மக்களின் மொழிக்கு நெடுங்காலமாக நெருக்கமாக இல்லை. பல்கலைக்கழகங்களோ தமிழ் மொழியுடன் உறவு கொண்டதே கடந்த இருபத்தைந்து ஆண்டுகளாகத்தான்.

இந்தச் சூழலில் ஆறு ஆண்டுகள் கல்லூரி ஆசிரியராக வேலை பார்த்த பிறகு 1976இல் மதுரைப் பல்கலைக்கழகத்தில் ஆய்வுக்காகப் போய்ச் சேர்ந்தேன். கள ஆய்வு என்பதன் பெருமை அப்போதுதான் புலப்பட்டது. புத்தகங்களுக்குள்ளேயே, நூலகங்களுக்குள்ளேயே ஆராய்ச்சி என்ற நிலைமாறி, தெருவையும் ஆய்வையும் இணைக்கிற களஆய்வு சாத்தியமானது.

களஆய்வை எந்த அளவுக்கு மக்களுக்கு நெருக்கமாகக் கொண்டு போக முடிந்தது?

1960களின் கடைசிப்பகுதிவரை டாக்டர் பட்டத்திற்கான தமிழ் ஆய்வேடுகளை ஆங்கிலத்தில்தான் கொடுக்க வேண்டும். அறிஞர்களான மு.வ.வோ, வ.சுப மாணிக்கமோ ஆங்கிலத்திலேயே ஆய்வேடுகளைக் கொடுத்தார்கள். அதனால் அந்த ஆய்வுகள் எளிய மக்களைப் போய்ச் சேரவில்லை. அது அவர்களைப் பற்றியதாக இருந்தாலும்கூட, இதையடுத்தே தமிழ் ஆய்வுகள் தமிழியல் ஆய்வுகளாக மாறின. எழுத்தறிவில்லாத பெருவாரி மக்களின் மொழியை ஆராய, மொழியியல் என்கிற துறை உருவானது. இதன் ஆய்வாளர்கள் காடு மேடெல்லாம் அலைந்து சாதாரண மக்கள் மொழியைப் பதிவு செய்தபோது தொடங்கியது களஆய்வு. எழுபதுகளில் அதை முக்கியமாக வளர்த்தெடுத்தது நா. வானமாமலை நடத்திய *ஆராய்ச்சி* என்கிற ஏடு. அப்புறம்தான் தமிழ் ஆய்வுகள் தமிழியல் ஆய்வுகளாக வளர ஆரம்பித்தன.

அறிவு என்பதும் ஆராய்ச்சி என்பதும் புத்தகங்களுக்குள் ளாகவும் நூலகங்களுக்குள்ளாகவும் மட்டுமே இருக்கமுடியாது. தெருக்களுக்குப் போய் மக்களைச் சந்தித்து மக்களிடமிருந்து கற்றுக்கொள்வதற்கு நிறைய விஷயங்கள் இருக்கின்றன என்கிற தன்னுணர்ச்சி வந்த பிறகே, புதுப்புது ஆய்வுகள் பிறந்தன. எளிய மக்களிடமிருந்து கற்றுக்கொள்வதற்கு எவ்வளவு விஷயங்கள் இருக்கின்றன? அவர்களுக்கு எழுதத் தெரியாவிட்டாலும், அவர்கள் அறிஞர்கள் இல்லை என்று யாரும் சொல்ல முடியாது.

மக்களிடமிருந்து கற்பது, கற்றுக்கொடுப்பது என்கிற இருமுனைப் போக்குடையதாகப் பிறகு மாறின ஆய்வுகள்.

அழகர்கோயிலைப் பற்றி நான் களஆய்வு செய்தேன். அதைச் சமூகவியல் பார்வையுடன் செய்தேன். அதற்கு முன்பு கோயில் ஆய்வுகள் என்றால் கட்டட ஆய்வுகள், கலை ஆய்வுகளாகவே இருந்தன. அதைவிட்டுக் கோயிலுக்கும் மக்களுக்கும் உள்ள உறவைப் பற்றிச் சொல்லப்படவில்லை. என்னுடைய ஆய்வு முழுக்க முழுக்க அதிலேயே மையம் கொண்டது.

வங்காளத்தைச் சேர்ந்த பி.கே. சர்க்கார் என்பவரின் புத்தகம் எனக்கு உந்துதலாக இருந்தது. மக்களுக்கும் சமூக நிறுவனங்களுக்குமான உறவை ஆராய்கிறது அந்தப் புத்தகம். நம் நாட்டில் மிகப்பெரிய சமூக நிறுவனம் என்பது கோயில்தான். மற்ற சமூக நிறுவனங்கள் எல்லாம் அழிந்துபோய்விட்டன. காலனி ஆட்சியில் அழிந்ததுபோக மிஞ்சியது கோயிலும் சாதியும் தான். இந்த இரண்டு சமூக நிறுவனங்களுக்கிடையே உள்ள தொடர்பைப் பற்றியதுதான் என்னுடைய ஆய்வு. குறிப்பிட்ட நான்கு சாதிகளுக்கும் அழகர்கோயிலுக்கும் உள்ள உறவையே அந்த ஆய்வில் விவரித்திருக்கிறேன்.

சாதிகளுக்குக் கோயிலுடன் அந்த அளவுக்கு நெருக்கம் இருந்ததாக உணர்ந்தீர்களா?

சாதி என்பது குரூரமான யதார்த்தம். சமூகம் என்பதே இங்குச் சாதியின் அடுக்குகளாகத்தான் இருக்கிறது. இதை மாற்ற வேண்டும் என்பது வேறு விஷயம். ஆனாலும் இதைத் தவிர்க்க முடியவில்லை. இங்கே தனிநபர்கள் என்று யாருமில்லை. எல்லோர் மீதும் விரும்பியோ விரும்பாமலோ சாதி போர்த்தப்பட்டிருக்கிறது. சிலருக்குப் பச்சை குத்தியதுபோல தோலோடு சேர்த்துக் குத்தப்பட்டிருக்கிறது. சாதியைச் சமூகத்தின் முக்கியமான அலகாக எடுத்துக் கொண்டே எல்லா ஆய்வுகளையும் செய்கிறோம், அது அல்லாத ஆய்வுகள் அனைத்தும் முழுமையில்லாத ஆய்வுகள் என்று நினைக்கிறேன்.

அழகர்கோயிலைப் பற்றிய உங்களுடைய ஆய்வேடு வந்தபோது அது கவனிப்பிற்கு உள்ளானதா?

ஆய்வேட்டைப் பரிசீலித்த மூன்று தேர்வாளர்களுமே அதை மிகச் சிறந்தது என்று சொன்னதால், மதுரைப் பல்கலைக்கழகமே அதை நூலாக வெளியிட்டது. ஆனால் வெளியிடப்பட்டுப் பத்தாண்டுகளாகிவிட்டன. மிக அண்மைக்காலமாகத்தான் அந்த ஆய்வேடு பலரால் கவனிக்கப்பட்டிருக்கிறது. கோயிலின்

தலபுராணத்திற்குப் பின் உள்ளூர்க் கைங்கர்யம் நிறைய இருக்கும். இன்னொருபுறம் அந்தக்கோயிலைப் பற்றிய வாய்மொழிக் கதைமரபு இருக்கும். அழகர் கள்ளழகராக ஏன் வேஷம் போடுகிறார் என்பதற்குக் களஆய்வின் போது நிறைய தகவல்களைச் சேகரித்தேன். மக்கள் ஒரு கட்டத்தில் தங்களது கலாச்சாரத்தின் பிரதிநிதியாகக் கடவுளை ஆக்குவார்கள். அப்படி ஆக்கப்பட்ட கடவுள்களும் கோயில்களும் மட்டுமே உயிர் வாழும், மற்றவை பாழடைந்து போய்விடும்.

பெரும்பாலான தலபுராணங்களுக்குள் உண்மையின் துகள் உள்ளே புதைந்திருக்கும். அதைச் சுற்றி ஆசைகள், நம்பிக்கைகள், ஏக்கங்கள், எல்லாவற்றிற்கும் மேலாக பௌராணிக மரபுகளெல்லாம் இருக்கும். தல புராணம் என்பது வேறு, தல வரலாறு என்பது வேறு. கோயிலைப் பற்றிய மக்களின் எழுதப்படாத கதைகள், வெளியுலகம் அதிகம் அறியாத சிறுசிறு சடங்குகள், நியமங்கள் எல்லாவற்றையும் தொகுக்க வேண்டும்.

உதாரணத்திற்கு ஒன்று, அழகர்கோயில் பகுதியிலுள்ள சில கிராமங்களில் வீட்டு வேலை செய்வதற்கோ மாடு மேய்ப்பதற்கோ ஆட்களை அமர்த்தினால், சித்திரை மாதம் அழகர் ஆற்றில் இறங்குகிற அன்று வேலையை விட்டுச் சொல்லிக் கொள்ளாமலேயே நின்றுகொள்ளலாம்; அதற்கு முன் நிற்க முடியாது. அதற்குச் ‘சித்திரை விடுதி’ என்றே பெயர். சித்திரை அன்றைக்கு ஒருவன் தன்னைத்தானே விடுதலை செய்து கொள்ளலாம். அப்படியொரு எழுதப்பட்டாத சட்டம் மக்கள் வரலாறாக, அதே சமயம் கோயில் சார்ந்ததாகவும் இருக்கிறது. எழுத்துலக அறிஞர்களுக்கு இந்த வரலாறெல்லாம் புரியாது; அந்த மாதிரி எழுதப்படாத வரலாற்றை நாம் சொல்கிறோம்.

தமிழகம் முழுக்க இருக்கும் தாலாட்டுப் பாடல்கள் அழகருக்கும் மீனாட்சிக்குமுள்ள அண்ணன், தங்கை உறவுமுறையைப் போற்றும் பாடல்கள் அதிகம். அண்ணன் தங்கைக்கு இடையிலான பாசம் திராவிடக் கலாச்சாரத்தால் அழுத்தம் பெறக்கூடிய உறவு. இதுகூட மக்களின் வாய்மொழி வந்த மரபேயொழிய, அரசின் அங்கீகாரம் பெற்ற மரபல்ல. சட்ட ரீதியாகவோ சடங்குரீதியாகவோ இரு தெய்வங்களுக்கும் உறவில்லை. இவை எல்லாமே ஆகமங்களை மீறின செயல்கள்தான். மீனாட்சி, கிறிஸ்துவுக்கெல்லாம் முற்பட்ட திராவிடப் பெண் தெய்வம். அநேகமாகப் பாண்டியர்களின் குலதெய்வமாக இருக்கலாம். இந்தியாவிலேயே தனித்த தன்மையுடைய பெண் தெய்வம். திருமணமாகாத ஒரு கன்னிப்பெண் முடிசூடி ஆளுகிறாள் என்கிற கதை இந்தியாவில் வேறெங்கும் கிடையாது. அந்த

அளவுக்குத் தொன்மையான தெய்வம்; இந்த உறவுமுறையையும் நான் ஆய்வு செய்திருக்கிறேன்.

மதுரை மீனாட்சியம்மன் கோயிலுக்குள் குறிப்பிட்ட சமூகத்தினர் அனுமதிக்க மறுக்கப்பட்ட மாதிரியான நிலைமை, அழகர் கோயிலிலும் இருந்ததா?

இருந்தது. ஆனால் ராமானுஜர் 12ஆம் நூற்றாண்டில் வந்தபோது, நிறையக் கோயில்கள் அதன் பழைய ஆச்சாரங்களிலிருந்து நெகிழ்ந்து கொடுத்தன. அவர்தான் மைசூருக்கருகிலுள்ள மேலக் கோட்டையில் அரிஜன ஆலயப் பிரவேசத்தைச் செய்து காட்டியவர். சாதி வேற்றுமைகள் பாராட்டுவதில் வைணவம் நெகிழ்ந்து கொடுத்தபோது, சைவம் இறுக்கமாக இருந்தது. இதை உணர முடிகிறது.

அப்படி இறுக்கமாக இருந்தபோதும் பெருந்தெய்வங்களுடன் மக்களை நெருக்கமாக்குகிற கதைமரபு, சொல்லாடல் எல்லாம் எப்படி உருவாயின?

பெருந்தெய்வக் கோயில்களிலுள்ள மக்களின் கற்பித முறைகள் எல்லாமே ஆகம விதிகளுக்கு எதிரானவை. ஆகமங்கள் ஒருபோதும் மக்களின் கற்பித உறவுகளை ஏற்பதில்லை. அழகர், கள்ளழகராக வேடம் போடுவதை எந்த ஆகம விதி ஏற்கும்? காரமடை ரெங்கநாதர் கோயிலுக்குள் இருளர்கள் தண்ணீர்ப் பையுடன் வந்து சுத்தம் செய்கிறார்கள். இதை ஆகமம் ஏற்குமா? ஆனால் அன்றைக்கிருந்த அரசும் அதிகாரிகளும் கோயில் நிர்வாகமும் மக்களை எதிர்த்து ஒன்றும் செய்ய முடியாது என்பதால் இவற்றை ஏற்றுக்கொண்டன.

சிறுதெய்வ வழிபாடு என்கிற எளிய மக்களுடன் இணைந்த வழிபாட்டை எப்படி எடுத்துக்கொள்கிறீர்கள்?

சிறு தெய்வம், பெருந்தெய்வம் என்பதெல்லாம் நாம் சௌகரியத்திற்காகப் பயன்படுத்தும் சொற்கள். பெருந்தெய்வங்கள் ஒரு கடவுள் என்கிற கோட்பாட்டை உருவாக்கும்; மக்களுடைய தெய்வங்கள் அப்படியல்ல. சிறு தெய்வ வழிபாட்டு முறையைப் பலமாக உள்ளிழுத்துக்கொண்டே பெருந்தெய்வங்கள் இங்கு நிற்க முடிகிறது. மீனாட்சியை சிவனின் மனைவி சக்தியாகப் பெருவாரியான மக்கள் பார்க்கவில்லை; அவர்கள் தாயாகத்தான் பார்க்கிறார்கள். சிறு தெய்வங்கள் என்று நீங்கள் குறிப்பிடுகிற கோயில்கள் சொத்துடைமை நிறுவனங்களாக மாறுவதில்லை. ஆனால், அரசின் ஆதரவு பெற்ற எல்லாக் கோயில்களும் சொத்துடைமை நிறுவனங்களாக மாறிவிடுகின்றன. சிறு

தெய்வங்கள் என்கிற கிராமப்புறத் தெய்வங்கள் எல்லாமே கைகளில் ஆயுதங்களை ஏந்தியிருக்கும். மக்களோடு மக்களாகச் சில இடங்களில் கூரை இல்லாதபடி நின்று, அவர்களுடைய உணவை உண்டு, உடுத்துபவற்றை உடுத்தி, எளிய மக்களின் வாழ்விலும் கனவிலும் கலந்துவிட்டவை அந்தத் தெய்வங்கள்.

சாதிய அடக்குமுறைகளும் ஒடுக்குமுறைகளும் பிறப்பதற்கு முன்பே இந்தத் தெய்வங்கள் பிறந்துவிட்டன. இந்த ஆன்மிகம் நாட்டு மக்களின் ஆன்மிகம். அதிகாரச் சார்பற்ற ஆன்மிகம்; மற்றவர்களையும் மற்றவற்றையும் ஏற்றுக்கொள்கிற ஆன்மிகம்.

இன்றைக்குக் கிராமங்களில் மற்ற மதத்தினருடன் ஒருவித உறவுணர்ச்சியே உண்டு. அதை நகர்ப்புறம் சார்ந்த, படித்த, அதிகார மையங்களில் எதிர்பார்க்க முடியாது. ஏனென்றால் இங்கு இருப்பது முழுக்க அதிகாரச் சார்புடைய ஆன்மிகம். கடவுளுக்கும் மனிதர்களுக்கும் இடையில் சிலர் குறுக்கே வந்து நிற்கிறார்கள். நாட்டார் தெய்வங்களில் இந்தப் பாகுபாடில்லை.

எவ்வளவு தூரம் மக்கள் ஒரு கோயிலுக்கு வந்து குவிகிறார்களோ அந்த அளவுக்கு அங்கே அதிகார மையம் உருவாக்கப்படுகிறதா? உதாரணத்திற்கு, பழனி கோயிலுக்கு வருகிறவர்களின் எண்ணிக்கை அதிகரித்த பிறகே பூஜை செய்வது பிற்படுத்தப்பட்டவர்களிடமிருந்து பறிபோனதாகச் சொல்லப்படுவது உண்மைதானா?

மிகப்பெரிய ஆன்மீக மையமாக விளங்குகிற கோயிலை அரசு அதிகாரம் தனக்கென எடுத்துக்கொள்கிறது. பழனி கோயிலில் முன்பு பூஜை செய்தது பிற்பட்ட சமூகத்தினர். ஆனால் திருமலை நாயக்கர் காலத்தில் களவாளாக இருந்த இராமப்பையன் இன்னொரு சமூகத்தினர் கையிலிருந்து திருநீறு வாங்குவதை விரும்பவில்லை. இதையடுத்தே அங்கு பூஜை செய்யும் உரிமை பிராமணர்களுக்கு மாறுகிறது. இதே மாதிரி கதைப்பாடல்களின்படி பார்த்தால் ராமேஸ்வரம் கோயிலிலும் பூஜை செய்திருப்பது பிற்படுத்தப்பட்ட சமூகம்தான். பிறகு அங்கும் மாற்றப்பட்டிருக்கிறது. அரசு அதிகாரம் உள்ளே நுழைய நுழைய எளிய மக்கள், உணர்வு ரீதியாக அந்தக் கோயிலிலிருந்து விலகிவிடுகிறார்கள். அதிகாரம் குறுக்கே பாய்ந்தால் மக்கள் விலகிவிடுவது காலம்காலமாக நடக்கும் பழக்கம். மக்கள் எங்கே பெருந்திரளாகக் கூடுகிறார்களோ அந்த ஆன்மிக மையங்களைத் தனதாக்கிக்கொள்ள எந்த அரசும் முயற்சி பண்ணிக் கொண்டேயிருக்கும். பாண்டிய அரசோ சோழ அரசோ அல்லது இன்றைக்கிருக்கிற அரசுகளோ உடனடியாக அக்கோயில்களைத் தனது கட்டுப்பாட்டில் கொண்டுவந்துவிடுகிறதே!

கிராமப்புறங்களில் இருக்கிற நாட்டார் தெய்வங்கள் பெரும்பாலும் பிற்படுத்தப்பட்ட, தாழ்த்தப்பட்ட சமூகத்துடன்தான் பின்னிப் பிணைந்திருக்கின்றனவா?

இன்றைக்கும் சில குடும்பங்களுக்கான தெய்வங்கள் இருக்கின்றன. குறிப்பிட்ட சாதியினருக்கான தெய்வங்கள் இருக்கின்றன. சமூகத்தின் மேலடுக்குகளில் உள்ள சாதியினர் பெரும்பாலும் இந்தக் கோயில்களுக்கு வருவதில்லை. மூன்று நான்கு பிற்படுத்தப்பட்ட சாதியினருக்குச் சேர்ந்து சில குலதெய்வங்கள் இருக்கின்றன. நெல்லை மாவட்டத்திலுள்ள சாஸ்தா கோயில்களில் பெரும்பாலானவை மூன்று அல்லது நான்கு சாதிகளுக்குப் பொதுவானவையாகவே இருக்கும். திருவிழா அன்று மட்டும் எல்லோரும் கூடுவார்கள். ஓராண்டு காலமாக அவர்கள் அந்தத் தெய்வத்தை நினைத்துக்கொண்டே இருக்கிறார்கள். அவனுக்கு ஒரு சிக்கல் வருகிறபோது கோயில் இருக்கும் திசையை நோக்கிக் கும்பிடுகிறான்; நேர்ந்துகொள்கிறான். அவனுடைய கடந்தகால நினைவுகளோடும் மூதாதையர்களின் நினைவுகளோடும் கலந்து பிசையப்பட்ட உணர்வுடன் இருக்கிறது அவனது நாட்டார் தெய்வம்.

இப்படிப் பிணைந்திருக்கிற உறவுகளை வலுவிழக்கச் செய்யும் விதத்தில் சபரிமலை, திருப்பதி, மேல்மருவத்தூர் என்று பொதுவான தெய்வங்களை நோக்கி நகர்த்திச் செல்லும் முயற்சியும் வெவ்வேறு விதத்தில் நடக்கிறதே. இதைத் திசைதிருப்பும் காரியமாக நினைக்கிறீர்களா?

சபரிமலையாகட்டும் மேல்மருவத்தூராகட்டும், அவையெல்லாம் மத்தியதர வர்க்கத்து ஆன்மிகம். அடித்தள, எளிய மக்களின் ஆன்மிகம் அல்ல. எளிய மக்களின் கனவில் ஒருபோதும் சிவபெருமான் வரமாட்டார். அவர்களுடைய குலதெய்வம்தான் வரும். அதனால் மூதாதையர்களின் நினைவுகளுடன் பிணைந்திருக்கிற இந்த வழிபாட்டு உறவை அவ்வளவு சுலபமாக அகற்றிவிட முடியாது.

கிராமப்புறத் தெய்வங்கள், நாட்டார் தெய்வங்கள் என்று தூக்கிப் பிடிப்பதன் மூலம் அது பழைய நிலப்பிரபுத்துவக் கலாச்சாரத்தையும் மதிப்பீடுகளையும் தூக்கிப்பிடிக்கிற, அதை நியாயப்படுத்துகிற மாதிரி தோன்றாதா?

பிரபுத்துவம் என்கிற சொல் நாட்டார் தெய்வங்களுடன் சேர்க்க முடியாத சொல்தான். இந்தத் தெய்வங்களை வழிபடுகிற எவரும் நிலப்பிரபுக்கள் அல்லர். நிலமானிய முறை உற்பத்தி செய்த சில மதிப்பீடுகள் இங்கொன்றும் அங்கொன்றுமாக

இருக்கலாம். ஆனால் இந்த நாட்டார் தெய்வங்கள் நேரடியாக உற்பத்தித்தளத்துடன் தொடர்புடையவை. மாரியம்மன், மழையோடும் அடுத்த பருவப் பயிருடனும் தொடர்புடைய தெய்வம். இதே மாதிரி கிராமத் தெய்வங்கள் இன்பத்தை மட்டுமே கொடுக்கக்கூடிய தெய்வங்கள் அல்ல. இன்பத்திலும் துன்பத்திலும் பங்கெடுக்கிற தெய்வங்கள். நிலமானிய மதிப்பீடுகள் நில உடைமையாளர்களுக்குச் சாதகமாக இருந்ததே தவிர, அதை எல்லோரும் சேர்ந்துதான் உருவாக்கினார்கள். ஆகவே நிலப்பிரபுத்துவ ஆன்மிகம் வேறு, இந்த எளிய மக்களின் ஆன்மிகம் வேறு.

இருந்தாலும் இன்றைக்கு நாட்டார் தெய்வங்களுக்கான மரபு, அதற்கான முக்கியத்துவம் அதிகரித்திருக்கிறதே? அதற்கான தேவை இப்போதிருக்கிறதா?

இருக்கிறது. ஒரே தெய்வக் கோட்பாடு என்பது அரச உருவாக்கத்திற்குத் தேவையானது. "ஒன்றே குலம்; ஒருவனே தேவன் என்பதெல்லாம் மக்கள் விரோதச் சித்தாந்தம்" என்றே நான் கருதுகிறேன். இந்துத்துவவாதிகளைக் கேட்டால் ஒன்றே குலம் எல்லோரும் இந்தியர் என்கிறார்கள். ஒருவனே தேவன் என்றால் இராமன் என்கிறார்கள். ஆனால் பன்முகத் தன்மையுள்ள கலாச்சாரத்தைப் பேணிக் காப்பவை இந்த நாட்டார் தெய்வங்கள். இந்தப் பன்முகத் தன்மையை எதிரொலிக்கிறவரைக்குமே சமூகம் ஜனநாயகத் தன்மையுடன் இயங்கும். ஒரே கடவுளை எப்போது கொண்டுவந்து நிறுத்துகிறீர்களோ, அப்போது பலதரப்பட்ட தெய்வங்களை நிராகரிக்கிறீர்கள் என்று அர்த்தம். இன்றைய தேவை எல்லோரும் நூறு நூறு தெய்வங்களைக் கும்பிடுங்கள் என்பதுதான். ஏனென்றால் நூறுவகைப்பட்ட மனிதர்களை, நூறுவகைப்பட்ட நம்பிக்கைகளை, நூறுவகைப்பட்ட வழிபாட்டு முறைகளை நாம் அங்கீகாரம் செய்தாக வேண்டும். அப்படியிருந்தால்தான் நாம் ஜனநாயகரீதியாக இயங்குகிறோம் என்று பொருள்.

மறுபுறம் இன்றைக்கு ஆன்மிகத்திலும் அரசியலிலும் மையப்படுத்துகிற வேலை நடக்கிறது. அப்படி நடக்கும்போது பல விஷயங்கள் அடிபடுகின்றன. இப்படி அடிபட்டு ஒற்றைக் கலாச்சாரம் ஒன்று உருவாவதை நாம் ஒருபோதும் ஏற்க முடியாது. சுதந்திரப் போராட்டத்தின் இடைப்பகுதியில் விநாயகரைக் கொண்டுவந்தபோது அது இந்தியத் தேசியத்திற்கு உதவும் என்று நினைத்தார் திலகர். இன்றைக்கு இராமர் தேவை என்று இன்னும் சிலர் நினைக்கிறார்கள். இந்த இரண்டையும் நாம் ஏற்க முடியாது.

இந்தித் திணிப்புக்குப் பின்னால் வலுவான அரசியல் இருக்கிறதா?

அது வெளிப்படையாகவே தெரிகிறதே. அதிகாரத்தைக் குவித்துவைக்கும் நோக்கிலேயே இதெல்லாம் நடக்கின்றன. குவிக்கப்பட்ட அதிகாரங்கள் எப்போதும் பெருவாரியான மக்களுக்கு எதிராகவே இருக்கும். சமூக விடுதலை, அரசியல் விடுதலை என்று நாம் சொல்கிற எல்லா விஷயங்களுக்கும் எதிரான போக்கு இது.

இன்னொருபுறத்தில் கோயிலில் நுழைய அனுமதி இல்லாமல், வழிபாட்டு உரிமை இல்லாமல், சமூகத்தின் பல தளங்களில் ஒதுக்கப் பட்டதால்தானே, ஒருவன் அந்த மதத்தை விட்டே மாறிப்போகும் சூழ்நிலை உருவானது?

மதமாற்றத்தில் ஒன்றைக் கவனிக்க வேண்டும். பிற மதங்களினால் ஈர்க்கப்பட்டு அவர்கள் சென்றார்கள் என்பதைவிட, எந்த இடத்தில் இருந்தார்களோ அந்த இடத்தில் அவர்களுக்கான உரிமை மறுக்கப்பட்டு, விரட்டியடிக்கப்பட்டார்கள் என்பது தானே உண்மை. குறிப்பிட்ட கோயிலுக்குள் நுழையக் கூடாது என்று அவர்களை ஒதுக்கிவைத்திருந்தார்கள். எந்தக் கோயிலுக்குள் போக முடியுமோ அந்தக் கோயிலுக்குள் அவர்கள் போய்விட்டார்கள். அவர்கள் போனார்கள் என்று சொல்வதை விட, விரட்டப்பட்டார்கள் என்று சொல்வதுதானே சரியாக இருக்கும். கிறிஸ்தவம் இங்குள்ள சாதிமுறையை அப்படியே பேணிக்கொண்டது. இஸ்லாம் சாதிமுறையை ஒதுக்குகிறது. இதன் மூலம் சாதியில் மேல், கீழ் என்கிற அழுத்தமான பாகுபாடு சற்று விலகிவிட்டதில்லையா?

இந்தச் சூழ்நிலைகளைத் திராவிட இயக்கங்கள் சரிவர உணர்ந்து செயல்பட்டனவா?

இருபதாம் நூற்றாண்டில் திராவிட இயக்கங்கள் வந்த பின் மேல் சாதியாக்கம் என்பது தோற்றுப்போய்விட்டது. மதத்தின் தத்துவச் சண்டைகளைத் தனது வருகையின் மூலம் நிறுத்திவைத்தன இந்த இயக்கங்கள். ஆனால் பெரியார் மற்ற மதத்திற்குள்ளும் சாதி வேறுபாடுகள் பாராட்டுவதைக் கண்டித்தார். குடியரசு இதழில் எழுதினார். இடதுசாரி ஆராய்ச்சியாளர்கள்மீது எனக்குக் கடுமையான கோபமுண்டு. அவர்கள் திராவிட இயக்க எழுத்தை விமர்சித்தார்கள். ஆனால் அதை முழுமையாகப் படிக்கவில்லை. பெரியாரின் எழுத்துகளைப் படிக்காமலேயே அவரை நிராகரித்தார்கள். இது பெரிய தவறு.

வர்க்கத்துக்கும் சாதிக்குமான உறவை மிகச் சரியாகப் புரிந்து கொண்டவர் பெரியார். வர்க்கத்தின் மூலவடிவமாகத்தான்

சாதியைப் பார்த்து, சாதி ஒழிப்பில் கவனம் செலுத்தினார். இடதுசாரிகள் அப்படிச் செய்தார்களா? கீழ் வெண்மணியில் 44 பேர் உயிரோடு கொளுத்தப்பட்டபோது, நிலக்கூலிகள், தொழிலாளர்கள் என்பதால் மட்டும் கொளுத்தப்படவில்லை; சாதிரீதியாகவும் ஒடுக்கப்பட்டவர்கள் என்பதாலும் கொளுத்தப் பட்டார்கள். பொதுவுடைமை எழுத்துகளில் இது பதிவாகவில்லை. அவர்கள் வர்க்கத்தைக் கணக்கில் எடுத்துக்கொண்ட அளவுக்குச் சாதியைக் கணக்கில் எடுத்துக்கொள்ளவில்லை. அந்தத் தவற்றை இப்பொழுது உணர ஆரம்பித்திருக்கிறார்கள்.

97இல் மதுரையில் பெரியாரைப் பற்றி மூன்று நாட்கள் கருத்தரங்கம் நடத்தினோம். பொதுவுடைமைச் சித்தாந்தத்தில் நம்பிக்கையுள்ளவர்கள் தமிழகம் முழுக்க இருந்து வந்திருந்தார்கள். அதன் முடிவில் வலியுறுத்தப்பட்ட விஷயம், பெரியாரை மீட்டெடுக்க வேண்டும். 1954இல் ஏ.எஸ்.கே. அய்யங்கார் பகுத்தறிவுச் சிகரம் பெரியார் என்ற புத்தகத்தில் பெரியாரை நமது தோழர்கள் சரிவரப் புரிந்துகொள்ளவில்லை என்று வருத்தப்படுகிறார். அந்த வருத்தத்திற்கான காரணங்கள் இன்னமிருக்கின்றன.

இப்படி நீங்கள் சொன்னாலும் இங்குச் சாதியக் குரல்கள்தானே வலுவாகக் கேட்கின்றன?

இதுவரைக்கும் குருடர்களும் செவிடர்களுமாக யார் அடக்கிவைக்கப்பட்டிருந்தார்களோ அவர்களுக்கு இப்போது பார்வை கிடைத்திருக்கிறது; காது கேட்கிறது. இதுவரைக்கும் இங்கே அமைதி நிலவுவதாகச் சொல்லப்பட்டனவெல்லாம் மயான அமைதி. இதிலிருந்து வெடித்துக் கிளம்பும் குரல்கள் கலகக் குரல்களாகத்தான் இருக்கும். ஒடுக்குமுறைக்குள்ளானதை எப்போது உணர்கிறானோ, அப்போது ஒருவன் பெருமூச்சு விடுகிறான்; முணுமுணுக்கிறான்; அதற்கடுத்துக் கலகக் குரல் எழுப்புகிறான். இப்போது எழுந்திருக்கிற கலகக் குரல்கள் நிரந்தர அமைதியை நோக்கிச் செல்லக்கூடியவை. நான் அப்படித்தான் பார்க்கிறேன்.

இன்றைக்கு மறுவாசிப்பு, மறுபார்வை, மீள்சிந்தனை என்கிற சொற்றொடர்களையெல்லாம் நீங்கள் கேட்டிருக்கலாம். இதுவரைக்கும் எது வரலாறு என்று சொல்லப்பட்டதோ, அதுவல்ல வரலாறு; எது ஆன்மிகம் என்று சொல்லப்பட்டதோ, அதுவல்ல ஆன்மிகம். ஒரு மாற்றுக்கலாச்சாரம், ஒரு மாற்றுவரலாறு பதிவு செய்ய இன்றைக்கு எழுத்துலகம் முன் வருகிறது. யாருடைய குரல்கள் பதிவு செய்யப்படாமல்

விடப்பட்டதோ அந்தக் குரல்களைப் பதிவு செய்யவேண்டிய நிர்ப்பந்தம் உருவாகியிருக்கிறது.

எழுதப்பட்ட வரலாற்றையெல்லாம் திருத்தி எழுதுவதுதான் நம் முன்னுள்ள முக்கியமான வேலை என்றார் வரலாற்றாசிரியரான டி.டி. கோஸாம்பி. இதுவரை எழுதப்பட்டனவெல்லாம் அரசர்களின் வரலாறு, மேல்சாதியினரின் வரலாறு. இதுவரை பேசப்பட்டது மேல்சாதியினரின் இலக்கியம்; மேல்சாதியினருக் கான கலைகள்; பெருவாரியான மக்கள் திரளின் வரலாறு, இலக்கியம், கலைகள் எங்கே போயின?

இதைச் சொல்வதுதான் மாற்றுக்கலாச்சாரம். இதைக்கூட ஒரு வசதிக்காக மாற்றுக்கலாச்சாரம் என்று சொல்கிறோமே தவிர இதுதான் உண்மையான கலாச்சாரம், உண்மையான வரலாறு.

பிற்படுத்தப்பட்டவர்களுக்கும் தாழ்த்தப்பட்டவர்களுக்கும் அடித்தளத்தில், பொருளாதாரத்தில் ஒரே மாதிரியான நிலை இருந்தாலும், வழிபடுவதில் ஒத்த கருத்து இல்லையே? சண்டை, சச்சரவுகள் அதிலிருந்துதானே கிளம்புகின்றன?

தெய்வங்கள் பொதுவாகவே இருந்திருக்கின்றன. மாரியம்மனை எல்லோரும் கும்பிட்டாலும், அந்தத் தேரைத் தொட்டு இழுக்கிறபோதுதான் சிக்கல் வருகிறது. இது சாதிய அடிப்படையில் கோயிலைப் பேண முயல்கிறபோது வருகிற தகராறு. இன்னும் சொல்லப்போனால் தாழ்த்தப்பட்டவர்கள் வணங்குகிற தெய்வங்களை மற்ற சாதியினர் வணங்குவதும் தமிழ்நாட்டில் உண்டு. அவர்களது தெய்வங்களைப் புறந்தள்ளுவ தில்லை. நாட்டார் தெய்வங்களில் வேறுபாடில்லை. தெய்வ வழிபாட்டில் அதற்கான சமூகஉறவுகளில் மட்டுமே சிக்கல்.

ஒன்று செய்தால் போதும், இந்தியாவில் பல பிரச்சினைகள் தீர்ந்துவிடும். மதம்மாற அனுமதித்த மாதிரி, சாதி மாற ஏன் இந்திய அரசியல் சட்டம் அனுமதிக்கவில்லை? சாதி காரணமான மேல், கீழ் என்கிற அடுக்குமுறையை ஏன் அது பேணிப் பாதுகாக்கிறது? இந்திய நாட்டின் குடியரசுத் தலைவர் பொறுப்புக்கு தலித் சமூகத்தைச் சேர்ந்த ஒருவர் வரலாம். ஆனால் பெருந்தெய்வக் கோயிலின் கருவறைக்குள் இருக்கிற பத்தடி வெளிக்குள் மட்டும் அவருக்கு அனுமதி கிடையாது. ஏன் அந்த உரிமையை ஒரு குறிப்பிட்ட சாதிக்கானதாக வைத்திருக்கிறது அரசியல் சட்டம்? இதை எடுப்பதில் என்ன சிரமம்? என்னதான் வேதம் படித்தாலும் பிறப்பு காரணமாக அந்த வெளி மற்றவர்களுக்கு மறுக்கப்பட்டுக்கொண்டிருக்கிறது. முதலில் சாதிய மறுப்பைக்

கோயில் கருவறைகளிலிருந்து தொடங்குங்கள். பிறப்பு வழிப்பட்ட மேலாண்மையைக் கோயில்களின் மூலமாகத் தக்க வைத்துக்கொள்கிறவரைக்கும் ஆன்மிக அதிகாரத்தையும் அதன் மூலம் அரசியல் அதிகாரத்தையும் உயர்சாதி தக்க வைத்துக் கொண்டிருக்கும். எனவே மேல், கீழ் என்கிற அடுக்குமுறையை நியாயப்படுத்துகிற எல்லாமே பிராமணீயம்தான். அது ஒரு ஒடுக்குமுறைக் கருத்தியல்; அது பிராமணர்கள் இல்லாத இடத்திலும் இருக்கிறது. எப்போது பிற்படுத்தப்பட்ட ஒருவர், தாழ்த்தப்பட்டவரைச் சாதியின் பெயரால் ஒடுக்குகிறாரோ, அந்த ஒடுக்குமுறை உறவைப் பிராமணீயம் என்று சொல்கிறோம். ஏனென்றால் இதைக் கற்றுக்கொடுத்தது அவர்கள்தான். முதலாளித்துவம் என்று இதை மார்க்சிஸ்டுகள் சொன்னார்கள்; இதையே பிராமணீயம் என்று சொன்னார் பெரியார். அதுதான் வித்தியாசம்.

சாதி முறையை அரசியல் சட்டம் பேணுகிறது என்று பெரியார் சொன்னதில் என்ன தவறு? பிறப்பு வழிப்பட்ட சாதிக் கொடுமைகளை அரசியல் சட்டம் நன்றாக உணர்ந்திருக்கிறது. அதே சமயம் கோயில் கருவறை என்று வருகிறபோது அதே சாதிய அடுக்கை அது பாதுகாக்கிறது. அனைத்துச் சாதியினரும் அர்ச்சகராகலாம் என்று சொன்னால் அதைக் கவனமாக நிராகரிக்கிறது. இதைச் சொன்னால் நம்மில் பலருக்கு உறுத்தலாகத் தெரியலாம். ஆனால் இதுவே நடைமுறை உண்மை.

இந்த உணர்வைப் பெருவாரியான மக்களிடம் எடுத்துக்கொண்டு போவதற்கான அமைப்புகள் இன்றைக்கிருக்கின்றனவா?

சில அமைப்புகள் இருக்கின்றன. அம்மாதிரி சிந்தனையும் செயல்பாடும் அவற்றிடம் இருக்கவே செய்கின்றன. ஆனால் பெரியார் பெயரைச் சொல்கிறவர்களிடம் அந்த அமைப்புகள் நிச்சயமாக இல்லை. திராவிட இயக்கங்கள் நீர்த்துப்போய்விட்டன. இதற்குக் காரணம் வாக்கு வங்கி அரசியல்; இருந்தாலும் அவர்களது செயல்பாட்டையும் தேவையையும் நிராகரித்துவிட முடியாது.

பண்பாட்டுச் சிதைவுகள் பற்றி விரிவாக எழுதியிருக்கிறீர்கள். உலகமயமாக்கல், தாராளமயமாக்கல் என்கிற உரத்த கோஷங்களின் பின்னணியில் நிறைய மாற்றங்கள் இப்போது நடக்கும்போது எதைத் தமிழ்ப் பண்பாடு என்று சொல்ல முடியும்?

பெருவாரியான மக்கள் இன்னும் பண்பாட்டுடனே வாழ்கிறார்கள். மூச்சுவிடுகிறோம் என்கிற தன்னுணர்ச்சியுடன் நாம் மூச்சுவிடுவதில்லை. அது மாதிரி இயல்பாகவே ஒரு

பண்பாட்டுப் பின்னணியுடன் இயங்கிக்கொண்டிருக்கிறோம். பண்பாடு என்பது மூளையில் உறைநிலையில் இருக்கிறது. சில நேரங்களில் அது நிலத்தடி நீர் போல இருக்கிறது. பண்பாட்டை, ஒரு தேவையை நீங்கள் உணரும்போதே, சமூகம் அதை உணரமுடியும். பண்பாடு மீறப்படும்போது அதை உங்களால் உணரமுடியும். பண்பாட்டைப் புரிந்துகொள்வது ஆராய்ச்சியாளர்களின் வேலை. ஆனால் மக்கள் அதனுடனேயே இயங்கிக்கொண்டிருக்கிறார்கள்.

பண்பாடு என்பது பொருள் உற்பத்தியுடன் தொடர்புடையது. அந்தப் பொருள் என்பது என்னவாக வேண்டுமானாலும் இருக்கலாம். இன்றைக்குப் 'பன்னாட்டு மூலதனம்' என்கிற பெயரில் நம் பண்பாட்டின் நுட்பமான வேர்கள் அழிக்கப்படுகின்றன, நுகர்வுக் கலாச்சாரம் மூலம். அது பொருள் ஆக்கத்திற்கு எதிரான கலாச்சாரம். இருபத்தைந்து ஆண்டுகளுக்கு முன்பு கிராமத்துக் குழந்தைகள் பனை ஓலைகளில் காற்றாடி செய்வார்கள். பூவரசு இலையை வைத்து ஊதல் செய்வார்கள். சிறு பொருளையேனும் தானே ஆக்கிக்கொள்கிற அந்தக் கலாச்சாரம் இப்போது அடிபட்டுப் போய்விட்டது. இப்போது எந்தக் குழந்தையும் தானே ஆக்கிக்கொள்வதில்லை. எல்லாம் கடைகளில் வாங்கிக் கொடுக்கப்பட்டு, ஆக்கம் என்கிற சுயமான உற்பத்தி உணர்வு அடிபட்டுப் போய்விடுகிறது. இதைத்தான் அறுந்துபோன நுட்பமான வேர் என்று சொன்னேன். இப்படி நுகர்வுக் கலாச்சாரத்தின் பின்னணியில் நாம் இழந்தவை பல.

மண்பானை செய்பவனுக்குப் படிப்பு இல்லாமல் இருக்கலாம். ஆனால், தரமான மண்பானையை வடிவமைக்கத் தெரியும். தொழில் நுட்பம் தெரியும். நுகர்வுக் கலாச்சாரம் நுழைந்ததில் இன்றைக்கு ஒரே சீரான பிளாஸ்டிக் குடங்கள் வந்துவிட்டன. உலகமயமாக்கல் என்பதற்குப் பின்னால் நமது பண்பாடு அழிக்கப்பட்டுக்கொண்டிருக்கிறது. தஞ்சை, மதுரை, நெல்லையில் முன்பு விதவிதமான பித்தளைப் பாத்திரங்கள் இருக்கும். இப்போது அந்தப் பன்முகத் தன்மை அழிந்துபோய்விட்டது. இதற்கு முக்கியக் காரணம் பன்னாட்டு மூலதனமும் அதற்கு எடுபிடிகளாக இருக்கக்கூடிய நம்முடைய தகவல் தொடர்பு ஊடகங்களும். இவை கொடூரமான வன்முறையை நமது பண்பாட்டின் மீது நிகழ்த்துகின்றன.

பாரம்பரியமாக நாம் உப்பைப் பயன்படுத்துவதை எதிர்க்கிற விதத்தில், நிறுத்து என்று அதிகாரத் தொனியில் தொலைக்காட்சி விளம்பரம் வருகிறதே! அதில் வன்முறை இல்லையா? உங்கள் மேனியின் சிகப்பழகிற்கு என்று சொல்வதில்

வன்முறை இல்லையா? கறுப்பாக இருக்கும் பெருவாரியான மக்களை அழகில்லை என்று தாழ்த்திவிட முடியுமா? சிகப்பு மட்டும்தான் அழகா? ஆயுத வன்முறையைவிட இது கொடூரமான வன்முறை இல்லையா? அரசியல் ஒடுக்குமுறையிலிருந்து கூட விடுபட்டுவிடலாம். இந்தப் பண்பாட்டு ஒடுக்குமுறையிலிருந்து விடுபடுவது கஷ்டம்.

சௌகர்யம் என்று கருதித்தானே நுகர்வுக் கலாச்சாரத்திற்குப் பலரும் ஆட்படுகிறார்கள்?

யாருடைய சௌகர்யத்திற்காக இதை அனுமதிக்கிறார்கள்? நுகர்வுக் கலாச்சாரம் நமக்கானது என்றால், இதில் நாம் என்பவர்கள் யார்? நகர்ப்புறம் சார்ந்த, படித்த, உத்தரவாதமான, மாதச்சம்பளம் வாங்குகிற, குளிர்சாதனம் அல்லது மின்விசிறிக்குக் கீழ் வேலை பார்க்கிறவர்களின் நாமா? தீப்பெட்டித் தொழிற்சாலைகளின் வெக்கைக்கிடையே வேலை பார்க்கும் குழந்தைகளின் நாமா? நாம் என்கிற சொல்லாடலை நமக்குச் சௌகர்யமாக உருவாக்கிக் கொள்கிறோம். ஆனால் இது பெருவாரியான மக்களின் நலனுக்கு எதிரானது என்பதை நாம் ஒப்புக்கொள்ள வேண்டும்.

இயந்திரகதியிலான நுகர்வுக் கலாச்சார வேகத்திற்கிடையில் நமது தனித்த பண்பாட்டைத் தக்க வைத்துக்கொள்வது சாத்தியம்தானா?

நாம் இன்னும் அந்த அளவுக்குப் பண்பாடு அற்றவர்களாக மாறிப்போய்விடவில்லை. இன்னும் பேருந்தில் கர்ப்பிணிப் பெண் வந்தால் எழுந்து இடம் கொடுக்கிறார்கள். இன்னும் நாம் விலக்கப்பட்ட உறவுமுறையில் திருமணம் செய்யப் போகவில்லை. குழந்தைகளின் மீதான வன்முறையை நாம் இன்னும் நியாயப்படுத்தவில்லை. இன்னும் இறந்துபோன மனித உடலுக்குச் செய்கிற மரியாதை போன்ற பழக்கங்கள் தொடர்கின்றன. பண்பாட்டின் நுட்பமான வேர்கள் சிதைக்கப் பட்டுக்கொண்டிருந்தாலும், முழுக்க அறுபட்டுப் போய்விட வில்லை.

படித்து உணர்ந்தவர்கள்தான் இதை மக்களிடம் கொண்டு போக வேண்டும் . . . இந்நிலையில் வலுவான கருவிகளான ஊடகங்கள் எல்லாம் மக்களுக்கு விரோதமாக இருக்கின்றன. இதில் வெற்றி பெறுகிறோமா, தோல்வி பெறுகிறோமா என்பதல்ல விஷயம். இதையும் மீறி நாம் தொடர்ந்து இயங்க வேண்டும். ஒரு கட்டத்தில் வணிக நலன்களுக்கு எதிராக மக்கள் வருவார்கள். பிலிப்பைன்ஸில், அர்ஜென்டைனாவில் கிளர்ந்தெழுந்ததைப் போல இங்கும் வருவார்கள். நான்காண்டுகளோ பத்தாண்டுகளோ,

கட்டாயம் இப்படியொரு குரல் எழும்பும். எல்லாவற்றையுமே இழக்க யார் சம்மதிப்பார்கள்?

அதே சமயம் மக்கள் பண்பாடு புது விஷயங்களை வரவு வைத்துக்கொண்டபடி இருக்கிறது. மிளகை மட்டுமே பயன்படுத்திக்கொண்டிருந்தவர்கள் மிளகாயை வரவு வைக்க வில்லையா? ஆனால் பன்னாட்டு நிறுவனங்கள் நினைக்கிற வேகத்தில் இங்கு மாற்றம் நடக்காது. இத்தகைய பண்பாட்டுப் படையெடுப்புகளை எதிர்க்கக்கூடிய ஆற்றல் இன்றைக்கு இல்லை. வலி கடுமையாக உணரப்படுகிறபோது எதிர்ப்பு ஆற்றல் வரத்தான் செய்யும்.

இருந்தும் நுகர்வுக் கலாச்சாரமும் பண்பாட்டுச் சிதைவும் ஒழுங்கமைக்கப்பட்ட அளவுக்கு, எதிர்ப்பு ஒழுங்கமைக்கப்பட வில்லையே?

ஒழுங்கமைவு என்பது அதிகாரக் கட்டமைப்பு சார்ந்த சொல். மக்கள் சம்பந்தப்பட்ட எதுவும் தோராயமாக இருக்கலாம். ஆனால் துல்லியமாக இருக்க முடியாது. ஒவ்வொரு நாட்டிலும் அதனதன் தன்மைக்கேற்பவே எதிர்ப்புக் குரல் வெளிப்படும். இயற்கை வளங்கள் சார்ந்த குரல் இப்போது இங்கு கேட்கிறது. பாலித்தீன் பைகளை, பிளாஸ்டிக் குவளைகளை எதிர்த்து அரசே பேச வேண்டிய தேவையிருக்கிறது. இயற்கைச் சாயத்திற்கான ஆதரவு இருக்கிறது. இப்போது அறிமுகப்படுத்தப்படுகிற எதுவும் நிரந்தரமானதில்லை என்பதையே இது வலியுறுத்துகிறது. பண்பாடு என்பது கற்றுக்கொண்டிருக்கிறபோதே, அடுத்த தலைமுறைக்குக் கைமாற்றுகிற விஷயம். அப்பாவிடமிருந்து பிள்ளைக்கு வருவது மட்டுமல்லாமல் தாத்தாவிடமிருந்தும் பேரன், பேத்திக்கு வருவதுதான் பண்பாடு. அப்படிக் கைமாற்றிக் கொடுக்கிற போது, நீண்டகாலப் பயனுடையதாக இருக்கவேண்டும் என்கிற உணர்வும் மெதுவாக உருவாகிக்கொண்டிருக்கிறது. ஓர் ஆண்டுக் காலம் மட்டும் உயிரோடு இருக்கிற முருங்கைமரத்தை அருப்புக்கோட்டைப் பகுதிகளில் அறிமுகப்படுத்திப் பார்த்தார்கள்; மக்கள் ஏற்றுக்கொள்ளவில்லை. உடனடிப் பயன்பாட்டை நாம் ஏற்றுக்கொள்வதில்லை. கூடுதலான விளைச்சலை எதிர்பார்த்து, விவசாயிகளிடம் இருப்பதும் பலமான அம்சம். படித்தவர்கள், குறிப்பாகத் தன்னுடைய பலனைப் பேணுவதில் மட்டுமே அக்கறை காட்டக்கூடிய மாதச் சம்பளக்காரர்கள் மீதும் அதிகாரிகள் மீதும் அவர்கள் நம்பிக்கை யிழக்க ஆரம்பித்துவிட்டார்கள். இது எங்கே போய்முடியும்?

இந்தக் கருத்துகள் மக்களிடம் எந்தவிதமான சலனத்தை ஏற்படுத்த முடியும்?

இப்போதுதான் சலனங்கள் தொடங்கியிருக்கின்றன. இது காலப்போக்கில் பெருகும்; குறையாது. மரபுவழிப்பட்ட எல்லா நிறுவனங்கள் மீதும் மக்கள் நம்பிக்கையாய் இருந்துகொண்டிருக்கிறார்கள். எந்த அரசியல்வாதியையும் நம்பத் தயாராக இல்லை. எந்தப் படித்தவனையும் நம்பத் தயாராக இல்லை. எனவே பிரச்சனைகள் கடுமையாகி அவர்களது கழுத்தை நெருக்குகிற நிலை உருவாகிறபோது மக்கள் எப்படி எதிர்வினையாற்றுவார்கள் என்று சொல்ல முடியாது. பன்னாட்டு நிறுவனங்கள் எந்த அளவுக்கு நெருக்கடி கொடுக்கின்றனவோ அந்த அளவுக்கு எதிர்வினையும் இருக்கும்.

பாரம்பரியமான உறவுமுறை சிதைந்திருக்கிறது; சொத்துரிமை முறையும் சிதைந்திருக்கிறது. நகர்மயமாதல் என்கிற போக்கும் சில மாற்றங்களை உண்டாக்கத்தான் செய்யும். இந்த விஷயங்கள் சிதைந்துகொண்டிருப்பதைக் கடுமையாக உணரும்போது அதற்கான மாற்றைத் தேடுகிற மனநிலை உருவாகும். ஆனால் தேடவிடாமல் உறவுகள் அதே நிலையில் இருப்பதான மயக்கத்தை ஏற்படுத்திக்கொண்டிருக்கின்றன காட்சிவழி ஊடகங்கள். சிதைந்துகொண்டிருக்கிற கட்டமைப்பை உயிரோடு இருக்கிற மாதிரி காட்டுகின்றன இந்த ஊடகங்கள்.

எதிலுமே நம்பிக்கையிழக்கிற மனநிலைக்கு மக்களைத் தள்ளுவது இன்னொரு அபாயத்தை விளைவித்துவிடுமில்லையா?

நம்பிக்கையின்மை காரணமாகச் சில விதங்களில் சமூக மாற்றங்கள் நிகழும். முதலாவது வன்முறைகள், அதிலும் வக்கிர மான வன்முறைகள். இரண்டாவது குடும்ப அமைப்புகளில் அதிர்வுகள். இருந்தாலும் சாதி அமைப்பு சிதையவில்லை. ஏனென்றால் இன்னமும் அரசாங்கமும் காவல் துறையும் தராத பாதுகாப்பை, கிராமப்புறத்தில் இருப்பவர்களுக்குத் தருகிறது சாதி. பொருளாதாரப் பாதுகாப்பைத் தராவிட்டாலும், உணர்வு ரீதியான பாதுகாப்பை அது தருகிறது. இன்னும் கூடுதல் பாதுகாப்பைப் பெற அரசியல் அதிகாரத்தைத் தேடுகிறது. எல்லாவற்றிற்கும் காரணம் பாதுகாப்புணர்வு. நகர்ப்புறங்களில் இந்தப் பாதுகாப்புணர்வைத் தொழிற்சங்கம் கொடுக்கிறது. சாதி ஒழிப்பு என்பது சாத்தியமில்லை. சாதிக் கரைப்புதான் சாத்தியம். கலப்பு மணம் இதற்குத் தீர்வு என்றும் நான் நம்பவில்லை.

ஹோலிப் பண்டிகைகளுக்கு இன்றைக்கு இங்கும் வரவேற்பிருக்கிறது. தேசியம் பரவலான அடையாளமாக அதைச் சொல்கிறார்கள். கூடவே காதலர் தினம், அன்னையர் தினம் கொண்டாடுவதெல்லாம் எதனுடைய அடையாளம்?

பல்வேறு பகுதிகளின் மொத்தக் கலாச்சாரத்தையே நாம் இந்தியக் கலாச்சாரம் என்று சொல்கிறோம். திருவிழா என்பது ஒரு சமூகம் இளைப்பாறிக்கொள்கிற நிகழ்ச்சி. அதன் மூலம் அது புத்துயிர் பெறும். வெயிலில் நடப்பவன் நிழலில் ஓய்வெடுக்கிற மாதிரி. ஆனால் இளைப்பாறுவதையே முழுநேரத் தொழிலாக நமது ஊடகங்கள் ஆக்கிவிட்டன. ஒவ்வொரு திருவிழாவும் அந்தந்த மக்களின் உற்பத்தி சார்ந்த வெளிப்பாடு. அறுவடை முடிந்து கோடைக் காலத்தில் நமது திருவிழாக்கள் வரும். இப்போது நுகர்வுக் கலாச்சாரத்திற்குத் தீனி போடக்கூடிய விஷயமாகிவிட்டன புதுப்புதுத் திருவிழாக்கள். சுயமான அறிவு உற்பத்தியும் சுயமாகப் பொருள் உற்பத்தியும் இருக்கிற இடத்தில்தான் அதற்கென்று தனிக் கலாச்சாரமும் இருக்கும். அதை நாம் இழந்துகொண்டிருக்கிறோம். திராவிட இயக்கங்கள் எழுச்சி பெறுகிற காலத்தில் பொங்கலைத் தமிழர்களின் திருநாளாக அடையாளம் காட்டினார்கள். இன்றைக்கு ஹோலிப் பண்டிகைக்கு வாழ்த்துச் சொல்லிக்கொண்டிருக்கிறார்கள் அதே இயக்கத் தலைவர்கள்.

பொதுநலம் பேசுகிறவர்கள் தன்னுடைய கோபஉணர்ச்சியைக் கைவிட்டுவிடக் கூடாது. அதுபோல மான அவமானம் பார்க்கக் கூடாது. அப்படி எந்த எதிர்ப்பையும் மீறிச் செயல்பட்டவர் பெரியார். அவரிடம் இருந்த பொதுநலம் சார்ந்த கோபம்தான் இன்றையத் தேவை.

நேர்காணல் செய்தவர்: மணா
***தீராநதி*, ஜூன் 2002**

3

மறுபடியும் மறுபடியும் பெரியாரிடம்

தமிழ்நாட்டின் மைய அரசியல் பாஸிஸத்தை நோக்கி அசைந்துகொண்டிருக்கிறது. பொடா, மதமாற்றத் தடைச்சட்டம் போன்ற கொடிய சட்டங்களை எதிர்த்து வெகுசனங்களிடையே இயக்கங்களோ கலகங்களோ பெரிய அளவில் தோன்றவில்லை. திராவிட இயக்கத்தின் வீறுமிகு சாதனைகள், வெற்றிகள் எல்லாமே துடைத்தெறியப்பட்டுவிட்டன. மறுபடியும் பெரியாரைப் பார்ப்பனியம் வெற்றிகொண்டதா? இது எப்படி சாத்தியமாயிற்று?

பெரியாரைப் பார்ப்பனியம் வென்றுவிட்டதோ என்றதொரு ஐயப்பாடு உங்களுக்கு ஏற்பட்டிருப்பது நியாயம்தான். புறநிலையில் நிகழும் மாற்றங்களைக் கவனிக்கும், சிந்திக்கும் யாவருக்கும் இவ்வாறான ஐயம் தோன்றும்தான். ஆனால் பெரியார் பார்ப்பனியத்தை வெல்லப் புறப்பட்ட காலமும் இப்போதிருக்கும் காலமும் ஒன்றல்ல. இது குறித்துக் கவலையோடு சிந்திக்க நம்மைப் போல சிலரும் இருக்கிறோம் என்பதுதான் முக்கியமானது. இந்த வீழ்ச்சி வந்திருக்கக் கூடாது. இவ்வீழ்ச்சி நிகழ்ந்ததற்கான காரணங்கள் பல. பெரியார் இறந்து முப்பது வருடங்களாகின்றன. பெரியாரிடத்திலே நம்மைப்போலக் கலை இலக்கிய வாதிகள் நூற்றுக்குநூறு உடன்பட முடியாது. பெரியாருக்குக் கலை இலக்கியம் பற்றி எந்தவித உயர்ந்த அபிப்பிராயமும் கிடையாது. ஆனால் ஒரு தவற்றை – அந்தத் தவற்றை வரலாற்றில் கௌதம புத்தரும் செய்திருக்கிறார் என்று நான் நினைக்கிறேன்

– பெரியார் செய்தார். பெரியார் தன்னுடைய இயக்கத்துக்குப் பின்புலமாகச் சொத்துக்கள் இருந்தால் பலமாக இருக்கும் என்று கருதினார். அவருடைய மூதாதையரின் சொத்துக்களையும் அவரின் சொத்துக்களையும் சேர்த்து இயக்கம் பெரியதொரு சொத்துடைமை நிறுவனமாகிவிட்டது. பெரியார் இருக்கும்வரை எல்லோரும் சரியாக இருந்தார்கள். பெரியார் மறைந்த பின்பு ஒரு சொத்துடைமை நிறுவனத்துக்கு இருக்கக் கூடிய எல்லாப் பலவீனங் களும் பெரியாரின் இயக்கத்துக்கும் வந்து சேர்ந்தன. பெரியார், கொள்கைகளை மாத்திரம் வைத்துவிட்டுப் போயிருந்தால் என்றால் இந்த வீழ்ச்சி நிகழ்ந்திருக்காது. பார்ப்பனியம் மறுபடியும் மேலெழுந்திருக்க முடியாது. பெரியார் தன்னுடைய இயக்கத்தைச் சொத்துடைமை நிறுவனமாக்கியது பெரும் தவறு என்றுதான் நான் இப்போது அபிப்ராயப்படுகிறேன். இதற்கு அப்புறமாக இந்த நாடாளுமன்ற சனநாயகத்தின் பண்புகள், நேரு போன்ற சோசலிஸவாதிகளுக்குப் பின் ஏற்பட்ட அரசியல் மாறுதல்கள் குறிப்பாக ராஜீவ் காலத்தி லிருந்து மீண்டும் நேரெதிர்த் திசையிலே பயணம் சென்ற கதை, இவையெல்லாவற்றையும் விடப் பெரிய கொடுமை பெரியாரைப் பின்பற்றியவர்கள், பெரியாரைப் பேசியவர்கள் நாடாளுமன்றத்திற்குள் புகுந்து அதிகாரத்தைக் கைப்பற்றியபோது அதிகாரம் அவர்களைக் கொள்கைகளிலிருந்து அந்நியப்படுத்திக் கொண்டே போனது. 1967இலிருந்து 2003வரை கிட்டத்தட்ட முப்பத்தைந்து வருடங்களாக அவர்கள் புறப்பட்ட இடத்திலிருந்து நேர் எதிர்த்திசையிலேயே பயணப்படுகிறார்கள்.

இது தவிர மின்னியல் ஊடகத்தின் வளர்ச்சியும் குறிப்பிடத் தக்கது. நூற்றுக்கு எழுபது பேருக்கு மட்டுமே கையெழுத்துப் போடத் தெரிகிற நாட்டிலே மின்னியல் ஊடகங்கள் காட்சிரீதியாக ஒரு மனிதனிடம் கொண்டுபோய்ச் சேர்க்கும் செய்திகளை, எழுத்து ஊடகத்தால் செய்ய முடியவில்லை. நீங்கள் நான்கு நாவல்கள், நானூறு சிறுகதைகள், இருநூறு திறனாய்வு நூல்கள் எழுதி எவ்வளவு பேரைச் சென்றடைய முடியுமோ அவ்வளவு பேரிடமும் ஒரு பத்து நிமிடச் செய்தியாலோ இருபது நிமிட நாடகத்தாலோ உங்கள் கருத்துக்கு நேரெதிரான கருத்துக்களை மின்னியல் ஊடகங்கள் பரப்பிவிடுகின்றன.

ஆனால் எனக்கு நம்பிக்கை இருக்கிறது. பெரியார் தனது போராட்டத்தைத் தொடங்கும்போது அவரைப் பின்பற்றிச் சிந்திக்கக் கூடிய, எளிய மனிதர்கள் இருக்கவில்லை. இன்றைக்கு மிகக் கூர்மையான சிந்தனையுடன் எளிய மக்களிடமிருந்து தோன்றிய பெரியாரியவாதிகள் இருக்கிறார்கள். இன்னும் சில இழப்புக்குப் பிறகு, உலக மயமாக்கலின் பொருளாதார, கலாச்சார இழப்புக்களை நாம் உணர்ந்த பிறகு பெரியாருக்குத்

திரும்புவதைத் தவிர, தமிழருக்கு வேறு வழி இல்லை என்றே நான் நினைக்கிறேன்.

எளிய மனிதர்களிடமிருந்து தோன்றிய சிந்தனையாளர்கள் பெரியாரியத்தை நோக்கித் திரும்புவார்கள் என்கிறீர்கள். ஆனால் இவ்வாறான பல சிந்தனையாளர்கள் மூர்க்கமாகத் தற்போது பெரியாரை எதிர்க்கிறார்களே? சிவகாமி, ரவிக்குமார் போன்ற தோழர்கள் பெரியாரைச் சாதி இந்து மனநிலை உடையவர் 'என்றெல் லாம் கூடப் பழிக்கிறார்கள். பேராசிரியர் வீ. அரசு ஈரோட்டுப் பாதை சரியா? என்ற ஜீவாவின் நூலைப் பதிப்பித்துள்ளார். இவற்றுக்கு என்ன சொல்கிறீர்கள்?

ஜீவானந்தத்துடைய 'ஈரோட்டுப் பாதை சரியா?' என்ற நூலை அரசு அவர்கள் வேண்டுமென்றே பதிப்பித்துள்ளார்; விருப்பத் துடன் பதிப்பித்துள்ளார் என்று சொல்லமுடியாது. அந்நூலைப் படித்தபின் நமக்கு என்ன தோன்றுகிறது? மார்க்ஸியவாதிகள் பெரியாரிடம் எப்படித் தோற்றுப் போனார்கள் என்பதை ஏற்கெனவே எஸ்.வி. ராஜதுரை 'பெரியார்: சுயமரியாதை சமதர்மம்' என்னும் நூலிலே நிறுவியுள்ளார். ஜீவா தமிழ்நாட்டிலே மார்க்ஸியம் பேசியவர்களிடையே மிக நேர்மையான மனிதர். வார்த்தையையும் வாழ்க்கையையும் ஒன்றுபோல வைத்திருந்தவர். இலக்கியத்துக்கும் கட்சிக்கும் முடிச்சுப்போட்ட முதல் ஆள் அவர். அவர் அக்கட்டுரைகளை எழுதியதற்குப் பின்பாக நடந்த மாற்றங்கள், இடதுசாரி இயக்கங்களிடையே ஏற்பட்ட பிளவுகள், திரிபுவாதங்கள், மொழி, சாதி இவை இரண்டு தளங்களின் மேலும் அவர்கள் சிந்திக்க மறுத்தது, அதை உணர்ந்து இப்போது இறங்கி வருவது போன்ற நிகழ்வுகளுடன் பொருத்தி இந்த நூலைப் படித்த பிறகு ஈரோட்டுப் பாதைதான் சரியானது என்ற இடத்துக்கு நான் வந்திருக்கிறேன்.

'வல்லினம்' பத்திரிகையிலே 'பெரியார் சிந்தனையாளர் அல்ல' என்ற ரவிக்குமாரின் நேர்காணல் வெளியானபோது வல்லினம் ஆசிரியர்கள் என்னை அந்த நேர்காணலுக்கு எதிர் வினையாற்றுமாறு கேட்டிருந்தார்கள். நான் அவர்களுக்கு ஒரு சிறிய கடிதம் எழுதினேன். அது மறுஇதழிலே வெளிவந்திருக்கிறது. என்னுடைய எதிர்வினை என்னவெனில், இந்த நேர்காணலில் ரவிக்குமாரின் முகத்தை விட அ. மார்க்ஸின் முகமே தூக்கலாகத் தெரிகிறது. ரவிக்குமார் போன்றவர்கள் செய்கிற வேலை வைக்கோல் போரில் கூளம் பிடுங்குவதுபோல பெரியாரை வெட்டியும் சிதைத்தும் குறுக்கியும் மேற்கோள் காட்டும் சோ. ராமசாமி செய்யும் வேலை; நண்பர் ரவிக்குமார் நெஞ்சாரப் பொய் சொல்கிறார்.

தவிரவும், பெரியார் தனது காலத்திலே சூத்திரன் என்ற வார்த்தையை நம் எதிரியிடமிருந்து பெற்றே பிரயோகித்தார். பிராமணன், சூத்திரன் என்பது பார்ப்பான் கற்றுத்தந்த வார்த்தை. அந்த வார்த்தையை வைத்துக்கொண்டுதான் அன்றைய கால கட்டத்தில் பெரியாரால் பேச முடிந்தது. சூத்திரன் என்றொரு சாதியே கிடையாது. திராவிட இயக்கத்தின் காற்றுவாயாகப் பார்ப்பனர் அல்லாதோர் அறிக்கை வெளியிட்டார்கள். அப்போது காலமெல்லாம் அன்னிபெசன்டை எதிர்த்துவந்த சுப்பிரமணிய பாரதி அன்னிபெசன்டோடு இந்த விசயத்தில் உடன்பாடு கொண்டு பிராமணர் அல்லாதோர் என்றொரு ஜாதியே கிடையாது. 'திராவிட இயக்கத்தின் ஆரம்பமே பொய்' என்று எழுதுகிறான். சூத்திரன் என்ற சொல் மீது பெரியாருக்கு நம்பிக்கையே கிடையாது. ஆனால் அந்தக் காலகட்டத்தில் நம் எதிரியின் சொல்லாடலான அந்தச் சொல்லைத்தான் பெரியாரும் உபயோகிக்க வேண்டிவந்தது. காலம் என்றவொரு பிரமாணத்தைக் கருத்திலேயே எடுக்காமல் பெரியாரின் ஒரு சில வார்த்தைகளில் தொங்கிக்கொண்டு சிவகாமி, ரவிக்குமார் போன்றவர்கள் பெரியார்மீது வைக்கும் விமர்சனம் தங்களை அடையாளம் காட்டும் முயற்சியே அன்றி, பெரியாரை அடையாளம் காட்டும் முயற்சி அல்ல. அன்று இந்தியாவைப் பற்றி கார்ல்மார்க்ஸ் எழுதியவற்றின் மேல் நமக்கு இன்று விமர்சனம் உண்டல்லவா? அவர் இந்தியாவைப் பற்றி எழுதும் போது பல அறிவுத் துறைகள் பிறக்கவே இல்லை. இன்னும் சொல்லப் போனால் இந்தியன் என்று ஒருவனே அப்போது கிடையாது; இப்போதும் கிடையாது. காலங்களுக்கு உரிய நியாயங்களுடன் பெரியாரைப் பொருத்திப் பார்க்க வேண்டும். அப்படியல்லாத விவாதங்கள் பெரியாருக்கு நியாயம் இழைக்காதவை.

இன்று சாதிய விடுதலைக்கான பாதை குறித்துப் பல்வேறு தரப்பினரால் பல்வேறு சாத்தியங்கள் முன்வைக்கப்படுகின்றன. தோழர் சந்திரபோஸ் போன்றவர்கள் தமிழ்த் தேசிய விடுதலை சாத்தியமின்றி, சாதிய விடுதலை சாத்தியமில்லை என்கிறார்கள். தமிழ்த் தேசியம் குறித்து உங்கள் கருத்து என்ன?

தமிழ்த் தேசியத்தைப் பெரியார் தனது பணியைத் தொடங்கிய காலத்திலிருந்து கொஞ்சம் தள்ளித்தான் வைக்கிறார். 'தமிழ்நாடு தமிழருக்கே' என்ற முழக்கம் முப்பதுகளின் கடைசியில்தான் வருகிறது. திருச்சியிலே மாநாடு நடத்துகிறபோது அதிலே கரு. முத்து தியாகராச செட்டியார் போன்ற ஆலையதிபர்கள் உட்பட பலர் கலந்துகொள்கிறார்கள். ஆனால் தமிழ்த் தேசியம் குறித்துப் பெரியார் பேசும்போது தேசியம் வேறு, சாதி விடுதலை வேறு

என்று பேசவில்லை. இவை இரண்டையுமே அவர் அருகருகாக வைத்தே பேசினார். அதைத் தெளிவாக உள்வாங்கிக்கொண்டுதான் 'சாதி களைந்திடல் ஒன்று நல்ல தமிழ் வளர்த்தல் மற்றொன்று' என்ற இரு கடமைகளை முன்னிறுத்தி பாரதிதாசன் பாடுகிறார். சாதிய விடுதலையைத் தள்ளிவைத்துவிட்டுத் தமிழ்த் தேசிய விடுதலையோ, தேசிய விடுதலையைத் தள்ளி வைத்துவிட்டுச் சாதிய விடுதலையோ சாத்தியமற்றது என்பதுதான் பெரியாரின் கருத்து. எனவே இவை இரண்டையும் தனித்தனியாக பார்க்கக் கூடாது என்றே நான் நினைக்கிறேன்.

பெரியார் பல சந்தர்ப்பங்களில் தேசாபிமானத்தைக் கண்டிக்கிறார். தன்னையொரு தேசத்துரோகி என்றும் அழைக்கிறார். நமது மொழி, சாதி காப்பாற்றுவது என்கிறார். இவையெல்லாம் தமிழ்த் தேசியம் உள்பட எல்லாத் தேசியங்களையும் அவர் எதிர்த்ததன் வெளிப்பாடல்லவா?

ஆம். பெரியார் தன் இலட்சியங்களில் தெளிவாய் இருந்தார். அதற்காக எதுவேண்டுமானாலும் செய்யத் தயாராகவிருந்தார். தேசாபிமானத்தைக் கண்டிக்க வேண்டிய வேளையில் அவர்தான் கண்டித்தார். தமிழ்நாடு தமிழருக்கே என்றும் அவர்தான் சொன்னார். தமிழ்மொழி மேல் பெரியாருக்கு உயரிய பற்றெல்லாம் கிடையாது. பெரியார் தெளிவாகத் தன் பொதுவாழ்க்கையைப் பற்றி எழுதுகிறார். 'இந்த நேரத்தில் இந்தப் பணி அவசியமாய் இருப்பதாலும் இதைச் செய்ய வேறு யாரும் முன்வராததாலும், எனக்கு இதைத் தவிர வேறு பற்றுகள் இல்லாத காரணத்தாலும் நான் பொதுவாழ்க்கையில் ஈடுபடுகிறேன்' என்கிறார். அவர் பற்றற்றவர். அவர் புத்தகங்களிலிருந்து பாடம் கற்றுக்கொண்டவரல்லர். அவர் தனது கடைசிக்காலம் வரை தீராத வாசிப்புப் பழக்கம் உடையவராய் இருந்தபோதிலும் அவர் நிகழ்வுகளிலிருந்து பாடம் கற்றுக் கொண்டவர். மக்களிடமிருந்து கற்றுக்கொண்டவர். அவரே தேர்தலில் பார்ப்பனர்களை ஆதரிக்கிறார். அவர் அனுபவங்களின் மாணவர். தனது விடுதலை இலட்சியங்களை அடைவதற்காக எது வேண்டுமானலும் செய்யக் கூடியவர் பெரியார்.

நமது பண்பாடு, மரபு, இலக்கியம் எல்லாவற்றையுமே ஒழித்துக் கட்ட வேண்டும் என்கிறாரே பெரியார். தமிழ்ப் பண்பாட்டுப் பலங்களை ஆழமாக ஆராய்ச்சி செய்தவர் என்ற முறையில் உங்களின் கருத்து என்ன?

பெரியார் காலத்திலே சமூகம் பண்பாடு பற்றி நம்மைப் போன்ற ஆய்வாளர்களோ மாணவர்களோ மிகவும் குறைவாகவே

புரிந்துகொண்டிருந்தோம். பெரியாருக்குப் பின்பு முப்பது வருடங்கள் போய்விட்டன என்பதை நீங்கள் கவனிக்க வேண்டும்.

நம்முடைய மரபுக்குள்ளே ஒரு கலக மரபு இருக்கிறது. இந்தக் கலக மரபுகள் நமது இன்றைய கருத்தியல் போராட்டங்களுக்கு ஆதாரமாக நிற்கின்றன. பெரியாருடைய இலக்கியக் கோட்பாடுகளை நாம் இன்று ஏற்றுக்கொள்ள முடியாது என்பதுபோல மரபு, பண்பாடு குறித்த பெரியாரின் பார்வைகளையும் அன்றைய கால கட்டத்தின் பார்வைகளாகவே நாம் கருத வேண்டும். பெரியாரோடு சிந்தனை நின்றுவிடவில்லையே. பெரியாரைத் தொடர்ந்தும் நாம் சிந்தித்துக்கொண்டிருக்கிறோம். நம்மைப் பெரியார் சிந்திக்கவைக்கிறார். மேலே போகப்போக வேறுபல வெளிச்சங்கள் தென்படுகின்றன.

நமது பண்பாடுகளுக்குள்ளேயே பல புரட்சிகரமான அம்சங்கள் உண்டு. அதாவது கார்ல்மார்க்ஸ் சொன்னது போல 'காலந்தோறும் ஒடுக்குமுறை இருந்திருக்கிறது என்றால் அதற்கு எதிரான கலகக் குரலும் காலம்தோறும் இருந்துகொண்டேயிருக்கிறது.' இது நம் வாழ்வியலில் தொடர்ச்சியாகப் பதிவாகியிருக்கிறது. பார்ப்பானைச் சாமி என்றுதான் சொன்னார்கள். ஆனால் நாட்டுப்புறங்களிலே எளிய சனங்களிடையே பார்ப்பானைப் பற்றிப் புழங்கும் வசைமொழி களை நினைத்துப் பாருங்கள். அதுவும் நமது பண்பாடுதானே. நமது பண்பாடுகளுக்குள்ளும் பலமான வேர்கள் இருக்கின்றன; அவற்றைப் பிடித்துக்கொண்டு மேலே மேலே போகலாம் என்பது எனது கருத்து.

நம்முடைய பண்பாடு என்கிறீர்கள். தமிழ்ப் பண்பாடு என்பது ஆதிக்கச் சாதிகளால் கட்டப்பட்ட பண்பாடுதானே. இந்த ஆதிக்கசாதிப் பண்பாட்டை நமது பண்பாடாக நாங்கள் எப்படி ஏற்றுக்கொள்ள முடியும்?

இது நிரம்ப நாட்களாகவே கேட்கப்பட்டு வரும் கேள்வி; என்னைப் போன்ற ஆய்வாளர்கள் புத்தகங்களை மட்டும் நம்புபவர்கள் அல்லர். பேருந்து வசதிகள் கூட இல்லாத கிராமங்களுக்கும் சென்று அம்மக்களின் வாழ்வியலைக் கண்டு வருபவர்கள். பண்பாடு என்று வகைப்படுத்துவதை விட நான்கு தென் மாநிலங்களையும் துளுவையும் உள்ளடக்கிய திராவிட மொழி பேசுபவர்களின் பண்பாடு என்றுதான் வகைப்படுத்த வேண்டும். திராவிடப் பண்பாடு என்று எதைச் சொல்வது, அடையாளம் காட்ட முடியுமா என்று ஒருமுறை என்னைக் கேட்டார்கள். திராவிடப் பண்பாட்டில்தான் பார்ப்பனர்

களுக்குத் தனியாகவும், பார்ப்பனர்கள் அல்லாத அனைத்துச் சாதிகளுக்குமான பொது அம்சங்கள் தனியாகவும் ஒவ்வொரு சாதிக்குமான சின்ன சின்ன பண்பாட்டு அசைவுகள் தனியாகவும் இருப்பதை நான் பார்க்கிறேன். எடுத்துக்காட்டாக மூன்று செய்திகளை முன் வைக்க விரும்புகிறேன்.

ஒன்று: தாய்மாமனுக்கான மரியாதை. ஒரு தாய் வழிச் சமூகத்தின் எச்சப்பாடாக, திராவிடமொழி பேசுகிற எல்லா மக்களிடத்திலும் தாய்மாமனுக்கான மரியாதை என்பது ஒரு ஒற்றுமைக் கோடு. இது பார்ப்பனர்களிடம் கிடையாது. பிற்காலத்தில்தான் அவர்கள் இதை நம்மைப் பார்த்துக் கடைப்பிடித்து, தாய்மாமன் மகளையெல்லாம் திருமணம் செய்துகொண்டார்கள்.

இரண்டு: இறந்த உடலுக்கான மரியாதை. இந்த மரியாதையைப் பொறுத்த அளவில் நம்மிடமிருந்து துல்லியமாக, வெளிப்படையாகப் பார்ப்பனர்கள் வேறுபட்டு நிற்கிறார்கள்.

மூன்று: வீட்டுக்கு வெளியே பெண்ணின் மீது நிகழ்த்தப்படும் வன்முறை. வீட்டுக்குள்ளே மனைவியை அடிப்பவர்கள் இருக்கிறார்கள். அது தமிழ்நாட்டிலே, இந்தியாவிலே அன்றாட நிகழ்வு. வீட்டுக்கு வெளியே பெண்மீது நிகழ்த்தப்படும் உடல் வன்முறையைத் திராவிடப் பண்பாடு கண்டிக்கிறது. வீதியிலே வைத்து மனைவியை அடித்தால் அடுத்த வீட்டுக்காரன் குறுக்கே வருவான். ‘உன் வீட்டுக்குள் வைத்து அடி, தெருவிலே அடிக்காதே’ என்று தடுப்பான். அதே போல் பேருந்துக்குள் ஒரு நிறை சூலி ஏறினால் எழுந்து இடம் கொடுப்பார்கள்; பேருந்துக்குள் சாதி இல்லை. கர்ப்பிணிப் பெண் சலுகையளிக்கப்பட்ட பெண்ணாகவே நமது பண்பாட்டில் பார்க்கப்படுகிறாள்.

இந்த மாதிரியான நிறையக் கூறுகள் திராவிடப் பண்பாட்டிலே உள்ளன. அதுதவிர சாதி சார்ந்து, வட்டாரம் சார்ந்து ஒவ்வொரு சாதிக்கும் வட்டாரத்துக்குமான சில பண்பாட்டு அசைவுகள் உள்ளன. இந்த அசைவுகூட ஒரு சாதிக்கு எல்லா இடத்திலும் பொதுவாய் இராது. அவை வட்டாரம் சார்ந்து வேறுபடும். எனவே தலித் பண்பாடு, தமிழ்ப் பண்பாடு என இரண்டாக வேறு வேறாக என்னால் பார்க்க இயலவில்லை. இது களஆய்வு எனக்குக் கற்றுத்தந்த பாடம். எல்லாச் சாதிகளுக்கும் தனித் தனியான பண்பாட்டு அசைவுகள் இருப்பது போன்று தலித்துகளுக்கும் சாதி சார்ந்து, உட்பிரிவு சார்ந்து, வட்டாரம் சார்ந்து சில அசைவுகள் இருக்கின்றன. இந்த அசைவுகள் காரணமாகத்தான் உட்பிரிவுகளே பிறந்திருக்கின்றன. எனவே

தலித் பண்பாடு, தமிழ்ப் பண்பாடு எனப் பிரிப்பதில் எனக்கு உடன்பாடு கிடையாது.

நீங்கள் சொன்ன உதாரணத்திலிருந்தே ஒரு கேள்வி. பேருந்துக்குள் சாதி இல்லை என்கிறீர்கள். தலித் மக்களை இந்தத் திராவிடப் பண்பாடுதானே பேருந்திலேயே ஏறக்கூடாது என்றும், அப்படியே ஏற அனுமதித்தாலும் இருக்கையில் உட்காரக் கூடாது என்றும் ஒடுக்குகிறது. எனவே திராவிடப் பண்பாட்டிலேயே ஒடுக்கும் சாதியின் பண்பாடு, ஒடுக்கப்பட்ட சாதியின் பண்பாடு என இரண்டு இருக்கிறது அல்லவா? அதாவது தமிழ்ப்பண்பாடு என்கிற ஆதிக்கச் சாதிப் பண்பாடு, தலித் பண்பாடு என அது இரண்டாகத் தானே கிடக்கிறது?

ஒடுக்குமுறைக்குக் காரணம் சாஸ்திரம் சார்ந்தது கிடையாது. சொத்துடைமை சார்ந்த விடயம் அது. தன்னுடைய உலக வாழ்வின் இன்பங்களை யாரும் பறித்துவிடக்கூடாது என்றும் அவ்வின்பங் களைப் பெருக்கிக்கொள்ள வேண்டுமென்றும் நிகழ்த்தப்படுவதே ஒடுக்குமுறை. ஒடுக்கும் மக்களும் ஒடுக்கப்படும் மக்களும் எழுத்தறிவற்றவராய், சாஸ்திரம் அறியாதவராய்க் கூட இருப்பர். ஆனால் பார்ப்பனியப் பண்பாடு இந்தச் சொத்துடைமை சார்ந்த, ஒடுக்குமுறையை நியாயப்படுத்துவதற்காக அதைப் பண்பாட்டு ஒடுக்குமுறையாகக் கற்பித்து அதை நியாயப்படுத்தவும் செய்தது. சாதியை நியாயப்படுத்தும் எந்த நூலும் பண்டைய தமிழில் கிடையாது.

தமிழிலே சாதி ஒடுக்குமுறைக்கான எல்லாச் சிந்தனைகளும், வாழ்க்கையையும் பார்ப்பனிய மேலாண்மையையும் அதை நியாயப்படுத்தும் வடமொழிப் பனுவல்களையும் ஏற்றுக்கொண்ட பின்புதான் தொடங்குகிறது.

தமிழ்ச் சிறுபத்திரிகைச் சூழலில் நான் அவதானித்த விடயம், கடந்த பதினைந்து வருடங்களாக அதாவது பிரம்மராஜன், சாருநிவேதிதா, கோணங்கி தலைமுறைக்குப் பின்னான தலைமுறையில் பெயர் சொல்லுமளவுக்கு ஒரு ஒத்தப் பார்ப்பான் இலக்கிய, தத்துவார்த்தப் புலங்களில் இல்லை. எப்படியிருக்கிறது தமிழ்ச் சிறுபத்திரிகைச் சூழல்? உங்களுக்கு இச்சூழல் நிறைவளிக்கிறதா?

இந்த இலக்கியப் போக்குகள் நிறைவளிக்கின்றனவா? என்று கேட்டால் அது வேறு. ஆனால், ஒன்று இவர்கள் உறங்கிக் கொண்டிருக்கவில்லை; இயங்கிக் கொண்டிருக்கிறார்கள். ஐம்பதுகளிலே ஏ.சி. செட்டியார் மைய அரசினுடைய சாகித்ய அக்காதெமிக்காகத் தொகுத்த சிறுகதைக் களஞ் சியம் நூல் வெளிவந்தது. நான் மாணவனாக இருந்தபோது எங்களுக்கெல்லாம் அது பாடமாக வைக்கப்பட்டிருந்தது.

அகிலன், புதுமைப்பித்தன், அழகிரிசாமி, வெங்கட்ராம் அதில் இருந்தார்கள் என்று நினைக்கிறேன். இவர்கள் தவிர பதினெட்டுச் சிறுகதைகள் அடங்கிய அத்தொகுப்பிலே மிகுதி எழுத்தாளர்கள் எல்லோருமே பார்ப்பனர்கள். அறுபதுகளின் கடைசிப் பகுதியிலிருந்து சிறுகதை, நாவல் இரண்டு துறைகளும் பார்ப்பனர்களிடமிருந்து தமிழர்களால் பறிக்கப்பட்டுவிட்டது. அதைத் தொடர்ந்து எழுபதுகளின் கடைசிப் பகுதியில் நாடகத் துறையும் பார்ப்பனர்களிடமிருந்து பறிக்கப்பட்டுவிட்டது. இன்று மறுபடியும் பார்ப்பனர்கள் மெல்ல இந்த இரும்புக் கோட்டைக்குள் நுழைய முயல்கிறார்கள். ஆனால் பாலகுமாரன் ஒரு கதை எழுதினால் உடனே எதிர்வினை வருகிறது. *இந்தியா டுடே* இலக்கிய மலர் வெளியிட்டால் உடனே கடுமையான விமர்சனம் வருகிறது. எனவே பார்ப்பனர் அல்லாதோரின் எழுச்சியின் சில நியாயங்களையாவது ஒத்துக் கொண்ட மாதிரி, பார்ப்பனர்கள் எழுத வேண்டிய சூழ்நிலை ஏற்பட்டுள்ளது. இல்லாவிட்டால் சுஜாதா திருக்குறளுக்கு உரை எழுத வருவாரா?

நீண்ட காலமாகவே ஈழத்துக்கும் தமிழகத்துக்குமான இலக்கிய உறவுகள் உள்ளன. இந்தப் பின்னணியில் நீங்கள் ஈழத்து இலக்கியப் போக்குகளை அவதானித்துள்ளீர்களா? இன்றைய ஈழத்து எழுத்துகள் குறித்து உங்கள் மதிப்பீடுகள் என்ன?

ஆறுமுகநாவலர் காலத்திலே அவர்கள் ஈழம் வேறு, தமிழகம் வேறு என்று பிரித்துப் பார்த்தது கிடையாது. அதற்குப் பின்னர் இருபதாம் நூற்றாண்டின் தொடக்கத்திலே பாண்டித்துரைத் தேவர் தமிழாராய்ச்சி உலகுக்குத் தனது பங்களிப்பாகச் ‘செந்தமிழ்’ என்ற இதழைத் தொடங்குகிறார். ஆசிரியராக முதலிலே இரா. ராகவ அய்யங்காரும் பிறகு மு. இராகவ அய்யங்காரும் இருக்கிறார்கள். இந்தப் பத்திரிகையிலே 1925 வரை – பெரியார் தேசிய இயக்கத்திலிருந்து வெளியேறும் வரை – யாழ்ப்பாணத்து அறிஞர்கள் நிறைய பேர் எழுதியிருக்கிறார்கள்.

யாழ்ப்பாணம் கணேசய்யர், வல்லைக் குமாரசாமிப்புலவர், வீ. கனகசபை, காசிவாசி செந்திநாதய்யர், சுன்னாகம் அ. குமாரசாமி பிள்ளை, நா. கதிரைவேற்பிள்ளை, சூ. முத்துத் தம்பிபிள்ளை, கல்குளம் குப்புசாமி அய்யர், தி. சதாசிவம் பிள்ளை, மு. சாம்பசிவனார் என நிறைய பேர் எழுதியுள்ளார்கள். பின் 1930களிலே ஈழத்தையும் தமிழகத்தையும் இணைப்பவராக விபுலானந்த அடிகள் இருந்தார். அதன்பின் அறுபதுகளிலே கைலாசபதி, சிவத்தம்பி போன்ற அறிஞர்கள் அந்த உறவைப் புதுப்பிக்கிறார்கள். இருபதாம் நூற்றாண்டின் ஆரம்பப் பகுதி களில் ஈழத்து எழுத்தாளர்களின் செயற்பாடுகள் குறித்து நாம்

ஆய்வுகள் நடத்தித் தொகுத்தல் அவசியம்; இதுபற்றி நான் கா. சிவத்தம்பியிடம் பேசியுள்ளேன்.

இப்போதுள்ள ஈழத்து இலக்கியம் பற்றி என்ன கருதுகிறேன் என்றால் ஈழத்து இலக்கியம் சிறுகதை, கவிதை போன்றவற்றில் மிகவும் நிறைவளிக்கக்கூடியதாக இருக்கிறது என்றே கருதுகிறேன். எதிர்காலத்தில் தமிழ்நாட்டு இலக்கியத்துக்கு வழிகாட்டக் கூடியனவாய் ஈழத்து இலக்கியம்அமையும். தவிரவும் ஈழத்தில் நடைபெறும் கருத்துப் போர்களில் தமிழ்நாடு போல நான் என்ற தன்முனைப்பு முன்னிறுத்தப்பட்டு விவாதப் பொருள் பின்தள்ளப் படுவதில்லை. இது மிக ஆரோக்கியமான போக்கு.

இன்று நமது இந்து சமூகங்களில், ஈழத்திலோ இந்தியாவிலோ இருக்கக்கூடிய முதன்மையான ஒடுக்குமுறையும் கொடுமையும் சாதியமே ஆகும். சாதி விடுதலையைச் சாதிக்க வித்தியாசம் வித்தியாசமான அமைப்புகளும் இயக்கங்களும் ஒன்றுக்கொன்று முரணான வேலைத்திட்டங்களை முன்வைக்கிறார்கள். ஆயுதப்பாதை, தேர்தல்பாதை, சீர்திருத்தம், தமிழ் அடையாளம் என்றெல்லாம் பல போக்குகள் வரையப்படுகின்றன. இது குறித்து நீங்கள் என்ன சிந்திக்கிறீர்கள்? எமது சமூகத்தின் சாதிய விடுதலை எவ்வழியில் சாத்தியப்படும்?

இது தெளிவு ஆழமான சிந்தனையைக் கோரும் கேள்வி. இதற்கு ஒரு தனி மனிதரால் பதில் சொல்ல முடியும் என்று எனக்குத் தோன்றவில்லை. சாதி பற்றிய முறையான தெளிவுகளே நமக்கு இதுவரை கிடைக்கவில்லை. தொடக்கத்தில் சாதி பற்றிய ஆய்வுகள் எல்லாம் ஐரோப்பாவிலிருந்து வந்தவர்களாலேயே எழுதப்பட்டன. அதுதவிர ஒரு சாதியினுடைய அசைவைப் பற்றிய அதனுடைய போர்க்குரல் பற்றிய போதுமான பதிவுகளெல்லாம் நம்மிடத்தில் இல்லை. இங்கே சாதிப்பிரச்சினையின் ஆழமும் அகலமும் விரிவும் நாம் நம்பிக்கொண்டிருப்பவற்றைவிட மிகமிகப் பெரியன. குறிப்பாகக் காலமும் வெளியும் பங்கிடப் பட்ட முறைமையை நாம் உடைத்தெறிய வேண்டும். காலப் பங்கீடும் வெளிப்பங்கீடும் 1800 வருடங்களுக்கு முன்பே இங்கே ஒழுங்கமைக்கப்பட்டுவிட்டன. காலம் காலமாய் அதை நுணுக்க மாகச் செதுக்கிச் செதுக்கித் தமிழ்ச்சாதி அமைப்பு முறையை உண்டாக்கிவிட்டார்கள். இது எப்போது ஆழமானதென்றால் தமிழ் வரலாற்றிலே ஆறு நூற்றாண்டுக் காலம் அரசியல் அதிகாரம் தமிழர்களிடம் இல்லை. அப்போதுதான் இது மிகக் கொடுமையானதாக ஆக்கப்பட்டது. பின்பு காலனி ஆட்சியாளர்கள் பங்கிடப்பட்ட வெளிகளிலே கை வைக்கவில்லை. அவற்றைத் தேசவழமைச் சட்டங்களாக்கிவிட்டார்கள். மன்னர்

காலங்களிலே மன்னர்களை அண்டிப்பிழைத்த உயர்சாதியினர் காலனி ஆட்சிக்காலத்தில்தான் நேரடியாகப் பெருமளவு அரசியல் அதிகாரத்தைக் கைப்பற்றிக்கொண்டார்கள். அது காலங்காலமாக இன்றுவரை தொடர்கின்றது. இந்திய அரசியல் சட்டம் வரை தொடர்ந்தது. எனவே காலப்பங்கீடு, வெளிப்பங்கீடு ஆகிய முறைமைகளை உடைப்பதற்கான திட்டம் என்ன? ஒரு கூட்டுச் சிந்தனையூடாகத்தான் அதை உடைக்கலாம் என நான் கருதுகிறேன்.

உலகமயமாக்குதல் என்பது தவிர்க்க முடியாததே எனச் சில மேலைத் தேய அறிஞர்கள் கருதுகிறார்கள். உற்பத்திச் சக்திகளின் வளர்ச்சி எப்படி கைவினைச் சங்கங்களிடமிருந்து உற்பத்தியை விடுவித்துத் தேசமயமாக்கியதோ அதே போன்று இன்றைய காலத்தில் உற்பத்திச் சக்திகளின் அபரித வளர்ச்சி என்பது தேச எல்லைகளை உடைத்து உலகமயமாவதை நாம் எதிர்கொண்டு உற்பத்தியையும் விநியோகத்தையும் நியாயமாகப் பங்கீடு செய்ய வேண்டும் என்பது அவர்கள் கருத்து. மூன்றாம் உலக இடதுசாரிகள் உலகமயமாக்கலைக் கடுமையாக எதிர்க்கிறார்கள். இதிலே உலகமயமாக்கல் மூலம் தலித்துகள் பொருளுற்பத்தியில் நேரடியாகப் பங்குகொண்டு ஓரளவு பொருளியல் முன்னேற்றத்தைச் சாத்தியப்படுத்தலாம் என்றும் சில தலித் அறிஞர்கள் கூறுகிறார்கள். இது குறித்து உங்கள் கருத்து என்ன?

நான் ‘டங்கல் என்னும் நயவஞ்சகம்’ என்றொரு சிறு நூல் வெளியிட்டுள்ளேன். காலச்சுவடு வெளியிட்டுள்ள, தொ.ப.வின் ‘மரபும் புதுமையும்’ நூலில் இடம் பெற்றுள்ளது. இனி ஓர் உலகப் போர் வராது. ஏனெனில் உலகப் போரைத் தவணைமுறையில் நடத்திக்கொள்ள ஏகாதிபத்தியம் கற்றுக்கொண்டுவிட்டது. எனவே உலகமயமாக்கல் என்பது ஒரு கொடுமையான பொருளாதாரச் சுரண்டல் மட்டுமல்ல அதைவிடப் பன்மடங்கு மோசமான கலாச்சாரச் சுரண்டல் என்று நான் நினைக்கிறேன். ஏனெனில் சுயமான பொருளுற்பத்தி, சுயமான அறிவுற்பத்தி இவை இரண்டும் தங்களைத் தவிர வேறு எவரிடமும் இருக்கக் கூடாது எனக் கருதித் திட்டமிட்டு அழிக்கிறார்கள். ஆனால் உலகமயமாக்கலிலே வேறு சில விளைவுகளும் உண்டு. குறிப்பாக இந்தியாவினுள்ளே கணிப்பொறியியல் வருகை எனக்கு மிகவும் மகிழ்ச்சியைக் கொடுத்தது. ஏனெனில் அதுவொரு பயனுறு அறிவியல். வெள்ளைக்காரன் கொண்டுவந்த சூத்திரங்களை மனனம் செய்யும் பார்ப்பனர்களுக்குச் சாதகமான கல்விமுறையைக் கணிப்பொறி உடைத்துள்ளது. உனக்கு என்ன மனப்பாடம் செய்யத் தெரியும் என்ற கேள்வியைத் தவிர்த்து உனக்கு என்ன செய்யத் தெரியும் என்ற கேள்வி கல்வித் துறையிலே கேட்கப்

படும் நிலை தோன்றியுள்ளது. இது நமக்குச் சாதகமான சில பின்விளைவுகளை உண்டாக்கும்.

ஒரு காலத்திலே கிராமத்திலிருந்து பார்ப்பனர்கள் நகரங்களுக்குச் சென்று குடியேறினார்கள். இதற்கும் மற்ற சாதியினர் நகரமயமானதுக்கும் இடையே ஒரு பெரும் வித்தியாசம் உண்டு. பார்ப்பனர்கள் அதிகாரங்களைத் தேடி, இழந்துபோன அதிகாரங்களை மீட்டெடுக்கும் முயற்சியிலே நகரங்களுக்குக் குடிபோனார்கள். நகரங்களின் பெரும் பதவியைக் கைப்பற்றினார்கள். முதலில் மாவட்டத் தலைநகர்களுக்குப் போனார்கள்; அங்கும் நம்மவர்கள் சென்றபோது சென்னைக்குப் போய் மாம்பலம் போன்ற புதிய குடியிருப்புகளை உருவாக்கி னார்கள். அங்கும் நம்மாட்கள் போனபோது அவர்கள் வட இந்தியாவை நோக்கி நகர்ந்தார்கள். மாதுங்கா, சௌத்பிளாக் போன்ற இடங்களைக் கையகப்படுத்தினார்கள். பின் தம் பூர்வதேசம் என்ற பெருமையோடு இங்கிலாந்துக்குப் போனார்கள். இங்கிலாந்தின் கை தளர்ந்தபோது அமெரிக்காவுக்குப் போனார்கள். ஆனால் இன்றைக்கு அமெரிக்காவிலே இருக்கக்கூடிய இந்தியர்களிலே கணிசமானோர் பார்ப்பனர் அல்லாதவர்கள்... அங்கும்போய் அவர்கள் சாதிச் சங்கங்கள் உருவாக்குவது கவலைக்குரியது. உலகம் முழுவதும் பரவுதல் தனக்கு மட்டுமே சாத்தியம் என்ற பார்ப்பனியக் கருத்தியலை ஒடுக்கி, கணிப்பொறி மூலம் அந்த வெளிக்குள் பார்ப்பனர்கள் அல்லாதவர்கள் பிரவேசித்துள்ளார்கள்.

மீண்டும் பெரியாரை முன்வைத்து ஒரு கேள்வி. தமிழ்நாட்டில் ஒரு சில பின் நவீனத்துவச் சிந்தனையாளர்களைத் தவிர்த்துப் பார்த்தால் பெரியாரை ஏற்றுக்கொண்டு பேசுபவர்களும் சரி, பெரியாரை மறுத்துப் பேசுபவர்களும் சரி பெரியாரைப் பகுத்தறிவு, கடவுள் மறுப்பு, சாதிப்பிரச்சினை, பெண் விடுதலை போன்ற எல்லைகளுக்குள் மட்டுமே நிறுத்திப் பேசி வருகிறார்கள். பெரியாரிடம் காணக்கிடைக்கும் பல ஒழுங்கமைப்புவாதக் கூறுகளை இவர்கள் பேசுவதில்லை. குடும்பம், குழந்தை பெற்றுக் கொள்ளல், நீதிமன்றம், நீதி, காதல் போன்ற அறங்களையெல்லாம் உடைத்தெறிந்து இயங்கியவர் பெரியார். இன்று வெகுசனங்களின் தலைவர்களுக்கெனச் சுட்டப்படும் புனிதங்களையெல்லாம் பெரியார் கலைத்துப் போட்டவர். நிர்வாணம் தொடங்கி நீதிமன்ற அவமதிப்புவரை அவர் காட்டாத கூத்துக்கள் கிடையாது. பெரியாரின் இந்தக் கலகப் பண்புகள் குறித்து இன்றைய ஒடுக்கப்பட்டோரின் தலைவர்கள், சிந்தனையாளர்கள் மௌனம் சாதிப்பது ஏன்? இவர்களின் அதிகார வேட்கைக்குப் பெரியாரின் கலகப் பண்புகள் ஒரு தடையெனக் கருதுகிறார்களா?

ஆம். பெரியார் ஒரு கலக மரபுச் சிந்தனையாளர். அவர் நீதிமன்றங்களில் பேசியதைக் கவனித்தாலே அவற்றைப் புரிந்து கொள்ளலாம். குறிப்பாக நாடு விடுதலை பெற்ற பிறகு, அவர் தமிழ் மக்களின் பெரும் தலைவர் ஆனதன் பிறகு கிட்டத்தட்ட அவருடைய எழுபத்து நான்காவது வயதிலே "நான் அப்படித்தான் அய்யா சொன்னேன். அதுதான் நியாயமென்று இப்போதும் கருதுகிறேன். என்ன தண்டனை கொடுக்கிறீர்களோ கொடுங்கள்" என்று திருச்சி நீதிமன்றத்திலே மாவட்ட ஆட்சித்தலைவர் மலையப்பன் வழக்கிலே பெரியார் சொன்னார். பெரியாரின் கலகமரபுகளைப் பின்பற்றியவர்கள் 1967க்கு முன்னே தி.மு.க. வில் சிலர் இருந்தார்கள். ஆனால் அரசியல் அதிகாரம் என்ற தேனைத் தொட்டு நாக்கிலே தடவியபோது இவர்கள் பெரியாரை என்ன, எதை வேண்டுமானாலும் விற்கத் தயாராகவிருந்தார்கள்; இப்போதும் தயாராக இருக்கிறார்கள்.

நேர்காணல்: **ஷோபாசக்தி**
காலம் — 18

4

சாதி – வர்ணம் – நடைமுறை

பண்பாடு என்ற சொல்லாக்கத்தைப் பற்றிக் கூறுங்களேன்.

பண்பாடு இரண்டு வகைப்படும். ஒன்று, உலகியல் பண்பாடு; அதாவது மெட்டீரியல் கல்ச்சர் என்று சொல்லப்படுவது. இன்னொன்று அது அல்லாத அதற்குப் புறனாக இருக்கக்கூடிய பண்பாட்டு அசைவுகள். பண்பாடு என்ற சொல்லைப் பொருத்த மட்டில் அது இருபதாம் நூற்றாண்டிலே இரசிகமணி டி.கே.சி. யின் ஆக்கமாகும். "பண்பெனப்படுவது பாடறிந்து ஒழுகுதல்" என்ற கலித்தொகை வரிகளிலிருந்து அவர் உருவாக்கினார். ஆனால் நம்முடைய பழைய தமிழ் மரபிலே நாகரிகம் என்ற சொல் ஆங்கிலத்திலே *Culture* என்றும் *Civilization* என்றும் இரண்டாகச் சொல்கிறோமே அந்த இரண்டையும் ஒருசேரக் குறிக்கும். "பெயக்கண்டும் நஞ்சுண்டமைவர் நயத்தக்க நாகரிகம் வேண்டுபவர்" என்பது ஒரு மனச் செவ்வியைக் குறிக்கும். எனவே நமக்குப் பழைய சொல் நாகரிகம்தான். அதுவே *Culture* என்பதையும் *Civilization* என்பதையும் குறிக்கும். பண்பாடு என்பது இருபதாம் நூற்றாண்டுச் சொல்; ஆனால் இது மிக நல்ல சொல்லாக்கம் ஆகும். இதற்கு இணை கிடையாது.

பண்பாடு என்பது மதம் சார்ந்ததா அன்றி நிலம் சார்ந்ததா?

பண்பாடு என்பது நிலம் சார்ந்தது. ஏனென்றால் உலகில் மதங்களெல்லாம் உருவாகிச் சில நூற்றாண்டுகள்தான் ஆகின்றன. ஆனால் பண்பாடு

உருவாகிப் பல நூற்றாண்டுகள் ஆகிவிட்டன. மதம் என்பது ஒரு நிறுவனக் கட்டுமானம். அது நிறுவனமாக மாறுவதற்கு முன்னாலேயே, மனிதன் எப்பொழுது மனிதனானானோ அப்பொழுதே ஒரு பண்பாடு உருவாகிவிட்டது. இந்தப் பண்பாடு நிலம் சார்ந்துதான் உருவாகிறது. எடுத்துக்காட்டாகச் சொல்லுவதானால் திராவிடப் பண்பாடு, அரேபியப் பண்பாடு, சீனப் பண்பாடு, தென்னமெரிக்க மக்களின் பண்பாடு என்று பல்வேறு வகையான நிலம் சார்ந்த பண்பாடுகள் உருவாகின. இதை வரலாற்றிலே படிப்பதாக இருந்தால் கூட மஞ்சளாற்றங்கரை நாகரிகம், நைல் நதிக்கரை நாகரிகம், சிந்துச் சமவெளி நாகரிகம், காவிரிக்கரை நாகரிகம் என்றுதான் படிக்கிறீர்கள். எனவே பண்பாடு என்பது நிலம் சார்ந்தது.

நிலம் என்றால் வெறும் மண் அன்று. நிலப்பகுதியில் வாழ்கிற மக்கள், அவர்கள் பேசுகிற மொழி, அவர்களுடைய உற்பத்திப் பொருட்கள், அவர்களின் பல்வேறு வகையான கருவிகள், புழங்கு பொருட்கள், இசை – கலை – இலக்கிய வெளிப்பாடுகள், வாய்மொழி மரபுகள் எல்லாம் சேர்ந்ததற்குப் பெயர்தான் பண்பாடு. அது நிலம் சார்ந்துதான் பிறக்க இயலும். வேறெங்கும் வேண்டாம், தமிழ்நாட்டு அரிவாளைப் போல கனடாவிலோ உஸ்பெக்கிஸ்தானிலோ ஓர் அரிவாள் இருக்க முடியுமா? தமிழ்நாட்டுப் பாத்திரங்களைப்போல அங்கே ஒரு பாத்திரம் இருக்க முடியமா? தமிழ்நாட்டு இசைபோல அங்கே ஒன்று இருக்க முடியுமா? முடியாது. அவையவை அந்தந்த மண் சார்ந்து பிறக்கின்றன. அந்த மண்சார்ந்த பண்பாடு என்பதைக் குறிக்கின்ற மிகப்பெரிய தமிழ்ச் சொல்தான் திணை என்பது. வேறு வகையில் சொல்வதாக இருந்தால் *Culture Geography* என்று ஆங்கிலத்தில் சொல்வார்களே அதை உணர்த்துவதுதான் திணை. இங்கே தமிழ்நாட்டிலோ ஆந்திராவிலோ எந்தச் சாமியும் சட்டை அல்லது அது மாதிரி ஒரு அணிகலனைப் போட்டுக் கொள்வதில்லை. ஆனால் ஐரோப்பாவிலோ குளிர்நாடுகளிலோ எல்லாத் தெய்வமும் சட்டை மாதிரி ஒன்றைப் போட்டுக் கொண்டிருக்கும். மிகவும் அடிப்படையாக மொழி அளவிலே பேசுவதாக இருந்தால், 'ஒரு மனங்குளிர்ந்த வரவேற்பைத் தருகிறோம்' என்று நாம் சொல்கிறோம். ஆனால் ஆங்கிலத்தில் அதனை '*Warm Welcome*' என்று சொல்கிறார்கள். இந்த இரு நாடுகளிலும் பருவ காலச் சூழ்நிலையின் காரணமாக அந்த மொழியிலே அந்த வெளிப்பாடு வெவ்வேறாக அமைந்திருக்கிறது. இங்கு பண்பாடு என்பது நிலம் சார்ந்தது. மதங்கள் பிறப்பதற்குப் பல நூறு ஆண்டுகளுக்கு முன்பே மக்கள் பண்பாடுடையவர்களாக இருந்தார்கள். மதங்கள்

உருவாகிப் பண்பாட்டிலே இடைவெட்டாகப் பல செய்திகளை நிகழ்த்துகிறது. மதம் என்பது அதிகாரத்தை நோக்கிய ஒரு நகர்வு. அது எந்த மதமாக இருந்தாலும் சரி.

மதங்கள் என்பவை அதிகாரத்தை நோக்கிய நகர்வு என்று கூறுகிறீர்கள். இந்தக் கூற்று சமண, பௌத்த மதங்களையும் உள்ளடக்கியதா? அல்லது இந்த அவைதிக மதங்கள் அதற்கு விதிவிலக்கா?

சமண, பௌத்த மதங்கள் உபநிடத காலத்தினுடைய கருத்தாக்கங்களை எதிர்த்துப் பிறந்தவை. உபநிடத காலத்தின் கருத்தாக்கங்களில் முதன்மையான ஒரு விசயம் மனம் அல்லது ஆன்மா. இந்தக் கோட்பாட்டை நிராகரித்துப் பிறந்தவைதாம் சமண, பௌத்த சமயங்கள். பௌத்தத்துக்கு அனாத்மவாதம் என்றே ஒரு பெயர் உண்டு. ஆன்மா என்றொரு பொருள் இருக்க முடியாது என்பது அதன் வாதம்; மனம் என்பது மூளையினுடைய பிம்பம் அல்ல, பிரதிபிம்பம்; இரண்டாவதாக வினோதமானது. எனவே அது எதார்த்தமானது, உண்மையானது அன்று. சமண, பௌத்த மதங்கள் இந்தியாவிலே வணிக எழுச்சியின் காலத்திலே பிறந்தவை. அந்த இரண்டையும் வணிக மதங்கள் என்றே சொல்லலாம். அந்த இரண்டும் வணிகர்களுடைய ஆதரவில்தான் வளர்ந்தன. செல்வம் எப்பொழுதும் நில உடைமையாளர்களை விட வணிகர்களிடத்திலேதான் குவியும். இந்த வணிகர்களுக்கும் நில உடைமையாளர்களுக்குமான முரண்பாடு, இந்திய வரலாற்றிலே முக்கியமான ஒரு செய்தி; அதை எதுவரைக்கும் பார்க்கலாம் என்று கேட்டால் இந்திராகாந்தி – சரண்சிங் ஆகிய இரண்டுபேருக்குமான கருத்து வேறுபாடுவரை பார்க்கலாம். வணிகம், உற்பத்தி சாராத செல்வக் கொழிப்புக்கு வழி வகுக்கும். நம்முடைய பகுதியில் கூட சொல்வார்கள்; மிளகாயைப் பயிர் செய்யும் விவசாயியை விட, மிளகாயை நுகரும் மக்களைவிட, மிளகாயைக் கைமாற்றிக் கொடுக்கிற வணிகர் நிறைய இலாபம் பெறுவார். சமணம், பௌத்தம் ஆகிய வணிக மதங்கள், 'தனி ஒரு கடவுள் இருக்க முடியாது என்று சொன்னவை' இவை எல்லாமே நிரீஸ்வர மதங்கள்; அதாவது ஈஸ்வரன் என்ற ஒரு பொருள் இருக்க முடியாது என்று சொன்னவை. அதனால்தான் அவை வேதத்துக்கு மாறான சமயங்கள் என்று சொல்லப்படுகின்றன. இன்னும் சரியாகச் சொல்வதானால் ஒரு மதம் அல்லது ஒரு கருத்தாக்கத்தில் மூலதனப் பின்புலத்திலே நாம் பேசுவதாக இருந்தால் முதன்முதலில் சமண மதத்தையும், பௌத்த மதத்தையுமே பேசவேண்டும். அவை வணிக மூலதனத்திற்குச் சார்பாக இருந்தன.

பண்பாடு நிலம் சார்ந்தது என்கிறோம். தொல்காப்பியத்தில் நால்வகை நிலங்கள் பற்றிக் கூறப்பட்டு ஒவ்வொரு நிலத்திற்கும் தனித்தனியே ஒழுக்கம், பொழுது, யாழ், தொழில் முதலியன கூறப்பட்டுள்ளன. இவற்றை நால்வகைப் பண்பாடுகள் எனக் கொள்வதா? அப்படியானால் தமிழ்ப்பண்பாடு என்பதை எவ்வாறு வரையறுப்பது?

நான்குவகை நிலத்திலும் வாழ்ந்த மக்கள் பேசிய மொழி தமிழ்தான். ஒரு தேசிய இனம் என்று சொல்வதானால் ஒரு குறிப்பிட்ட நிலப் பகுதியினுடைய தட்ப வெப்பநிலை, விளைபொருள்கள், அரசியல் அதிகாரத்துக்குக்கீழ் இருக்கிற பொதுவான பல செய்திகளைப் பகிர்ந்துகொள்கிற ஒரு முறை. இவை எல்லாம் சேர்ந்துதான் ஒரு தேசிய இனத்தைத் தீர்மானிக்கிறது. தமிழர் என்பது ஒரு தேசிய இனமானால் தொல்காப்பியருடைய நூலை முழுமையும் அப்படியே நம்பி எடுத்துக்கொள்ள இயலாது. ஏனென்றால் தொல்காப்பியம் நிறைய இடைச்செருகல்களை உடையதாக விளங்குகிறது.

தமிழகம் முழுக்க நாட்டார் மரபுகள் இருக்கின்றன. நாட்டார் தெய்வங்கள் என்றுதான் அவற்றை வகைப்படுத்த வேண்டுமே தவிர இசக்கியம்மனைக் கும்பிடுபவர்கள், கருப்பசாமியைக் கும்பிடுபவர்கள், சுடலைமாடனைக் கும்பிடுபவர்கள், காத்தவராயனைக் கும்பிடுபவர்கள், செல்லியம்மனைக் கும்பிடுபவர்கள் என்றெல்லாம் பிரிக்க இயலாது. அடிப்படையான பொதுப்பண்பு அவைதிக தெய்வங்களை வழிபடுபவர்கள் தமிழர்கள் என்பதே. பெரும்பான்மையான தமிழர்கள் வேதச் சார்பற்ற தெய்வங்களை வழிபடுகிறவர்கள் என்பது அடிப்படையான செய்தி. எனவே இதன் காரணமாகவே எல்லாம் வேறுபட்டுப் போகாது. ஒரே மதத்துக்குள்ளாக மேரிமாதாவைச் சிலை வழியாகக் கும்பிடுபவர்களும் உண்டு; மேரி மாதா வழிபாட்டை நிராகரிப்பவர்களும் உண்டு. ஆனால் அவர்கள் எல்லாரும் கிறிஸ்தவர்கள் என்ற பொதுப் பெயராலேதான் அறியப்படுகிறார்கள். இதுபோல இஸ்லாம் மார்க்கத்திலும் கலிஃபாக்களில் வெவ்வெறு பிரிவினர் உண்டு. ஆனால் எல்லாருமே இஸ்லாத்தை ஒத்துக்கொள்பவர்கள். இது போலத்தான் இவர்கள் உள்ளுக்குள் இருக்கக் கூடிய பிரிவினர். ஆனால் ஒரு கருத்தாக்கம் சார்ந்த பிரிவுகள் அல்ல வட்டாரம் சார்ந்த பிரிவுகள். இந்த வட்டாரம் சார்ந்த தன்மையை அழிப்பது உலகமயமாக்கலின் குறிக்கோள். இந்த வட்டாரம் சார்ந்த தன்மையை அழிப்பதுதான் இந்துத்துவத்தின் குறிக்கோள். எனவே தான் இந்துத்துவத்தையும் உலகமயமாக்கலையும் நாம் ஒருசேர எதிர்க்க வேண்டும்.

தமிழ்ப் பண்பாடு என்று நீங்கள் கேட்கிறபொழுதே ஓர் அடையாளத்தை மொழியினை முதன்மைப்படுத்துகிறீர்கள். அது மிகமிக நியாயமானது. ஒரு மொழி பேசுகிறவர்கள் ஒரு நிலப்பகுதியிலே பலகாலமாக (பல நூற்றாண்டுகாலமாக) தொடர்ந்து வாழ்கிறவர்கள். அவர்களுடைய சமூக அசைவுகள், அவற்றின் வெளிப்பாடுகள் இவைதாம் பண்பாடு. நீங்கள் கேட்கும் கேள்விக்கு மிக அடிப்படையாக ஒரு பதில் சொல்கிறேன். உலகமெங்கிலும் இல்லாத ஒரு பழக்கம் தமிழ்ப்பண்பாட்டுக்கு உண்டு. பண்பாடு என்று சொல்வதாக இருந்தால், தமிழ்ப்பண்பாடு என்பதை விட திராவிடப் பண்பாடு என்பது இன்னும் மிகப் பொருளுடையது. திராவிட மொழிபேசும் எல்லா மக்களிடத்திலும் இருக்கக்கூடிய ஒரு வழக்கம் முறைப்பெண், முறைமாப்பிள்ளை. *Cross cousin marriage* என்று சொல்வார்கள்; அது எப்படி வெளிப்படுகிறது என்று கேட்டால் 'தாய் மாமனுக்கான மரியாதை' யாக வெளிப்படுகிறது. வேறு எந்த மொழியிலும் தாய்மாமன் என்பதற்கான ஒரு சொல் கிடையாது. தமிழிலே மட்டும்தான் 'அம்மான்' என்ற சொல் உண்டு; அம்மையுடன் பிறந்தவன். மலையாளத்தில் இது 'அம்மாவன்' என்று வழங்கப்பெறும். இந்த எதிர்நிலைப்பால் உறவு திராவிட மொழிபேசும் இனத்தாரிடம் உள்ளது. உலகத்திலே வேறெங்கும் இது கிடையாது. இந்திய சாதிகளைப் பற்றி ஆராய்ந்த ஆக்ஸ்ஃபோர்டு பல்கலைக்கழகப் பேராசிரியர் ஹட்டன் எவ்வாறு வகைப்படுத்துகிறார் என்றால், "*It is purely non bhrahminical*" என்றார். பிராமணரல்லாத எல்லா சாதியாருக்கும் தமிழ், தெலுங்கு, மலையாளம், கன்னடம், துளுவைப் பேசுகிற எல்லாச் சாதியாருக்கும் இந்த முறைமாப்பிள்ளை – முறைப்பெண் என்ற மரபு உண்டு. இங்கு தாய்மாமன் மகனும் மகளும் பரஸ்பரம் கேலிசெய்யக்கூடியவர்கள். ஆனால் வடநாட்டில் இந்த நிலையில்லை. எனவே சாதி எதுவாக இருந்தாலும் அதாவது பார்ப்பனர் அல்லாத சாதி எதுவாக இருந்தாலும் மாமியார் மருமகன் உறவு என்பது திராவிடச் சமூகத்திலே ரொம்ப இறுக்கமானது. பெரும்பாலான திராவிடச் சாதிகளிலே, மாமியார் மருமகனை நேரில்நின்று வரவேற்பதோ, தொட்டுவிடுவதோ, வாழ்த்துச் சொல்வதோ அல்லது மாமியார் காலில் மருமகன் விழுந்து வணங்குவதோ கிடையாது. இது ரொம்ப அடிப்படையான விசயம்.

இரண்டாவதாக திராவிடப் பண்பாடு என்று எதையும் காட்ட முடியுமா என்றால் அது 'இறந்தவரின் உடலுக்கான மரியாதை'. இந்த இறந்துபோன உடலை ஆங்கிலத்திலே *Corpse* என்பார்கள். இறந்துபோன உடலுக்கான மரியாதை திராவிட சமூகத்தில் மிகவும் முக்கியமானது. யார் யார் இரத்த உறவு

உடையவர்களோ அவர்கள் அந்தப் பிணத்தைத் தொட்டு, அதன் மீது விழுந்து, அழுது புலம்பி அரற்றுவது என்பது இறந்த உடலுக்கான மரியாதை. இறந்துபோன ஒரே காரணத்துக்காக ஓர் உடலைத் தனக்கு அந்நியமாகக் கருதுவது தமிழ்நாட்டிலே பார்ப்பனர்களிடம் மட்டுமே வழக்கமாக உள்ள ஒன்று.

மூன்றாவதாக, பெண்ணின் உடல் மீதான வன்முறை உலகின் எல்லாச் சமூகங்களிலும் இருக்கின்றது. மனைவியைக் கணவன் அடிப்பது, ஒரு ஆண் தன் தாயை அடிப்பது. ஆனால் இங்கு குடும்ப அமைப்புக்கு வெளியே, பொதுஇடங்களில் பெண்ணின் உடல் மரியாதைக்குரியது என்பது திராவிடப் பண்பாடு. எனவே எந்த ஆண் மகனும் தன் மனைவியைத் தெருவிலே நின்று அடிக்கக் கூடாது. நாகரிகம் உருவாகிறபொழுது எல்லாச் சமூகத்தைப் போலவும் திராவிடச் சமுதாயமும் சங்க இலக்கியச் சமூகமும் ஆணாதிக்கச் சமூகம்தான். ஆனால் அந்த ஆணாதிக்கம் என்பது குடும்ப எல்லையைத் தாண்டி வரக்கூடாது என்ற ஒரு கட்டுப்பாடு திராவிடச் சமூகத்திலே உண்டு. மனைவியை வீட்டுக்குள்ளே அடிக்கலாம்; ஆனால் வெளியிலே அடிக்கக்கூடாது. இது ஓர் எதிர்மறையான வெளிப்பாடு; உடன்பாடான வெளிப்பாடு என்னவென்று கேட்டால் உடல் என்கிற அளவில். உலகில் எல்லா நாகரிகங்களிலும் குழந்தைகள் மரியாதைக்குரியவர்கள். சில நாகரிகங்களிலே முதியோர்கள் மரியாதைக்கு உரியவர்கள், சலுகை அளிக்கப்பட்ட குடிமக்கள். ஆனால் திராவிடப் பண்பாட்டிலே கருக்கொண்டு இருக்கின்ற ஒரு பெண் சலுகை அளிக்கப்பட்ட குடிமகள். இது வீட்டிற்குள்ளாக மட்டும் அல்ல, வெளி அரங்கிலும் நடைபெறும். தற்போதும் உயிர்ப்போடு இருக்கிற ஒரு வழக்கம். வாயும் வயிறுமாக ஒரு பெண் நகரப் பேருந்திலே நின்றுகொண்டு வந்தால் யாரேனும் ஒரு வயது முதிர்ந்த பெண்ணோ ஆணோ அந்தப் பெண்ணுக்கு இடம் தருமாறு குரல் கொடுக்கின்றனர். எனவே அவள் சலுகை அளிக்கப்பட்ட குடிமகள். அங்கே சாதியோ மதமோ தொழிற்படுவது இல்லை என்பது முக்கியமான செய்தி. தள்ளிய வயிற்றோடு ஒரு பெண் நிற்கிறபொழுது சாதியோ மதமோ தொழிற்படாமல் அவள் பெண் என்பது மட்டுமே அங்கு தொழிற்படுகிறது. இம்மாதிரியான கலாச்சார அசைவுகளைக் கொண்டதுதான் திராவிடச் சமூகம்.

ஐவகைத் திணைகளில் பாலைத்திணை குறித்து மட்டும் தொல்காப்பியம் விரிவாகச் சொல்லவில்லை; கருப்பொருட்கள் கூறவில்லை. இதற்குத் தொல்காப்பியர் காலத்தில் இந்த நிலம் அல்லது திணை இல்லை எனப் பொருள் கொள்ளலாமா அல்லது அவரது காலத்திற்கு முன்பு இருந்து அவர் காலத்தில் மறைந்து

விட்டது, அதனால் சொல்லாமல் சென்றுவிட்டார் என்று பொருள் கொள்ளலாமா?

தொல்காப்பியம் நூற்றுக்கு நூறு வாழ்க்கை சார்ந்த நூல் அன்று. "எழுத்தும் செய்யுளும் ஆயிரு முதலின்" என்பதுதான் தொல்காப்பியம். அதாவது வாய்மொழி மரபும் அதிகாரம் சார்ந்த எழுத்து மரபும் சேர்ந்த ஒரு நூல்தான் தொல்காப்பியம். அது வாழ்க்கையைக் கவிதையாக்குவதற்கான இலக்கணம்தானே தவிர வாழ்க்கையை நேரடியாகக் கவிதையாக்குவதற்குரிய இலக்கணத்தைத் தரவில்லை. வாழ்க்கையைக் கவிதையாக்கும்போது சில விசயங்கள் வடிகட்டப்படும். வேறொரு வகையில் சொல்கிறேன். பரத்தமை என்பது மிகப் பெரிய நிறுவனம். தொல்காப்பியர் உட்பட அனைவரும் ஏற்றுக்கொண்ட நிறுவனம். பரத்தைக்குக் குழந்தை இருந்ததாகப் பாடலே இருக்கக்கூடாது. இது எழுதப்படாத மரபு. ஆனால் பரத்தைக்குக் குழந்தை இல்லாமல் இருந்திருந்தால் அடுத்த தலைமுறைக்குப் பரத்தை கிடைத்திருக்க மாட்டாள். வாழ்க்கையை அப்படியே கவிதையாக்குவதற்குத் தொல்காப்பியர் இலக்கணம் செய்யமுடியாது. வாழ்க்கையைக் கவிதையாக்குவதற்குச் சில வடிகட்டி முறைகளைக் கொண்டுதான் தொல்காப்பியர் இலக்கணம் செய்திருக்கிறார்.

ஏனென்றால் தொல்காப்பியர் எழுத்துமரபு சார்ந்து பேசுகிறார். ஒன்றை மறந்துவிடக்கூடாது. இன்றுவரை இந்த தேசத்திலே மூன்று பேரில் ஒருவர் எழுத்தறிவு பெறாதவர். எனவே எழுத்துமரபு என்பது அதிகாரம் சார்ந்தது. தொல்காப்பியர் எப்படிக் கவிதையாக்கலாம் என்பதற்குத்தான் இலக்கணம் வகுக்கிறார். பெரும்பகுதி அவற்றைச் சார்ந்ததாக இருக்கிறது. நூற்றுக்குநூறு வாழ்க்கை சார்ந்தது என்றால் அதற்குத் தொல்காப்பியர் இலக்கணம் செய்யத் தேவை இல்லை. நீங்கள் நிலம் என்று எத்தனை சதுர கிலோ மீட்டர்களை வைத்துக் கொள்கிறீர்கள் என்பது எனக்குத் தெரியாது. ஆனால் ஒரு நிலப்பகுதி கொண்டே, உதாரணமாக நெல்லை, ஆங்கில அரசு உருவாக்கிய ஒரு வருவாய் மாவட்டம். இந்த நெல்லை மாவட்டத்துக்குள்ளே சங்கரன்கோயிலில் மட்டும்தான் தினை விளைகிறது. அங்கு உள்ள கோமதி அம்மன் கோயிலில் தினைமாவைக் கொண்டு மாவிளக்கு ஏற்றுவார்கள். எனவே இடம் என்பதும் நாடு என்பதும் இருபது சதுர கிலோ மீட்டருக்கு இடையிலே மாறுபாடுடையதாக உள்ளது. நாடு என்பது தமிழ்நாடு என்ற அளவிலே பாண்டியநாடு, சோழநாடு என்கிற அளவிலே நீங்கள் புரிந்துகொள்ளக்கூடாது.

"முன்னூறு ஊர்த்தே தண்பறம்பு நன்னாடு" என்பது பாரியினுடைய பறம்பு நாட்டைப்பற்றிக் கபிலருடைய கருத்து.

அந்த நிலப்பகுதியிலேயே சின்ன வேறுபாடு ஒன்று இருக்கிறது. ஆனால் ஒட்டுமொத்தத் தமிழ்நாட்டின் அடிப்படையான கலாச்சாரக் கூறுகளைப்பற்றி நான் முதலிலே சொன்னேன்.

திருநெல்வேலியிலே நாங்கள் சந்தி, முடுக்கு என்று சொல்லுவோம். கொஞ்சம் தள்ளிப்போய் கங்கை கொண்டானில் கேட்டால் கோடி என்று சொல்வார்கள். இது மாதிரியான வேறுபாடுகள் தவிர்க்க இயலாதவை. ஏனென்றால் பயணம் அதிகமாக இல்லாத சாலைப் போக்குவரத்தும் வேறுவகையான தொலைத் தொடர்பு வசதிகளும் இல்லாத காலம். எனவே அது அப்படித்தான் இருக்கும்.

தொல்காப்பியர் கூறும் களவியல், கற்பியல் என்பனவற்றை வாழ்க்கைக் குரிய இலக்கணமாகக் கொள்ளலாமா அல்லது வாழ்க்கையில் நடக்கிற விசயங்களை எழுத்து வடிவில் கொண்டுவந்தார் என்று கருதலாமா?

தொல்காப்பியர் கருத்துப்படி அவர்காலச் சமூகம் திருமணத் துக்கு முந்திய உடலுறவை அனுமதித்தது. அந்த முதல் உடலுறவு காதலனுக்கும் காதலிக்கும் இடையே ஏற்படுவதற்கு மனிதம் காரணம் அல்ல, ‘பால்’ என்னும் தெய்வம் காரணம் என்று தொல்காப்பியர் நம்பினார். ஆனால் அரசுருவாக்க முயற்சிகளில் அவற்றை ஒழுங்குபடுத்த வேண்டிய தேவை தொல்காப்பியருக்கு ஏற்பட்டது. அரசுருவாக்கமும் அதிகார வழிகளும் உருவாகிற போது இயற்கையான காதலில் சில வேறுபாடுகள் தோன்று கின்றன. பொய்யும் வழுவும் தோன்றுகின்றன. ‘பொய்யும் வழுவும் தோன்றிய பின்னர் ஐயர் யாத்தனர் காரணம் என்ப’ என்று தொல்காப்பியர் சொல்வதிலிருந்தே, சில ஆண்களோ பெண்களோ தங்களுடைய காதலை மறைத்துக்கொள்ளத் தலைப்பட்டிருக்கிறார்கள் என்பதுதான் உண்மை. ஆனால் திராவிட மரபில் ஓர் ஆணும் ஒரு பெண்ணும் சேர்ந்து பழகுவது கருத்தியல்ரீதியாக ‘பால்’ என்னும் ஒரு தெய்வத்தின் காரணமாக நிகழ்வதாகும். எனவே அவர்கள் சேர்ந்து பழகுவதைக் ‘களவு ஒழுக்கம்’ என்று சொன்னார்கள். அந்த ஆணும் பெண்ணும் ஊராரை எதிர்த்து ஓடிப்போனால் அதை ‘உடன்போக்கு ஒழுக்கம்’ என்று சொன்னார்கள். காதலிப்பவரைக் கைவிட்டு விட்டால் அந்த ஆண்மகனை அறமில்லாதவன்(அறமிலி) என்று சொன்னார்கள். ஒரு பெண்ணை ஆடவன் ஒருவன் காதலிப்பது ஒழுக்கம். பிறகு ஏன் ‘களவியல்’ என்று வந்தது என்று கேட்டால் அது ஆதிக்கச் சமூகம் உருவாகிவிட்ட காரணத்தினால் ஆகும். அந்தப் பெண்ணினுடைய தாய் தந்தை அனுமதியில்லாமல் இவன் அவர்களுக்குத் தெரியாமல் எடுத்துக்கொண்ட

காரணத்தினாலே அதைக் 'களவு' என்றனர். மற்றபடி அதற்கு 'ஒழுக்கம்' என்றுதான் பெயர்.

'பால்' என்னும் தெய்வத்தைக் குறித்துக் கூறினீர்கள். இதை விளக்க முடியுமா?

'பால்' என்னும் தெய்வத்தைக் குறித்து தொல்காப்பியரும் பேசியிருக்கிறார். சங்க இலக்கியச் செய்யுள்களிலும் குறிப்பு வருகிறது. 'பால்' என்று சொன்னால் பிரிவு என்று பொருள். அறத்துப்பால், பொருட்பால், இன்பத்துப்பால் என்று கூறுகிற பொழுது 'பால்' என்பதற்குப் 'பிரிவு' என்றுதானே பொருள். அதுகூட எழுத்து மரபு சார்ந்த செயற்கைப் பிரிவு என்று சொல்லலாம். ஆண்பால், பெண்பால் என்று சொல்லுகிறபோது பால் என்பது இயற்கையான ஒரு பிரிவு. இந்தப் பெண்ணுக்கு இந்த ஆண் என்று தீர்மானித்தது அந்தப்பால் என்னும் தெய்வம். அதற்கு முன்னே என்ன நடந்தது? கரடிக் குழுவைச் சேர்ந்த பெண்கள்ளெல்லாம், புலிக்குழுவைச் சேர்ந்த ஆண்களுக்கு மனைவிமார்கள். புலிக்குழுவைச் சேர்ந்த பெண்கள் கரடிக் குழுவைச் சேர்ந்த ஆண்களுக்கு மனைவிமார்கள். இதன் பெயர் *Polyandry*. பிறகு அடுத்தகட்ட வளர்ச்சியாக கரடிக் குழுவிலே இருக்கிற ஒருவன் புலிக்குழுவிலே உள்ள ஒரு பெண்ணைத் திருமணம் செய்துகொண்டால் அந்தப் பெண் இந்த ஆண்மகனுக்கு மட்டுமல்லாமல் அவனோடு பிறந்த எல்லாருக்கும் மனைவி. இதற்கு 'சகோதரப் பல கணவன்' முறை என்று பெயர். இந்த நீண்ட வழக்கத்திலேதான் திரௌபதியைப் புரிந்துகொள்ள வேண்டும். நாட்டார் மரபு இந்தச் சகோதரப் பல கணவன் முறையை ஏற்றுக்கொண்டதால் "திரௌபதி ஐவருக்கும் தேவி அழியாத பத்தினி" என்று சொன்னார்கள். இதற்குப் பிறகு 'ஒருவனுக்கு ஒருத்தி' வருகிறது. 'பரத்தைமை' என்ற நிறுவனம் அங்கீகரிக்கப்பட்ட பின்னாலே 'ஒருத்திக்கு ஒருவன்' 'ஒருவனுக்குப் பலர்' என்றானது. தேவதாசி ஒழிப்புச் சட்டம் வந்த இருபதாம் நூற்றாண்டு நடுப்பகுதி வரையிலே இதுதான் தமிழகத்தின் ஒழுக்கமாக இருந்தது. பலதாரத் திருமணத் தடைச்சட்டம் வந்த பிறகும் நிறைய அரசு ஊழியர்கள் கூட தங்கள் மனைவியின் தங்கைகளைத் திருமணம் செய்திருப்பதையும் ஒன்றாக வாழ்க்கை நடத்தி வருவதையும் நடைமுறையில் காண்கிறோம்.

இந்தப் 'பால்' என்னும் தெய்வம் இன்னாருக்கு இன்னாரென்று பிரித்துக்காட்டியது. அது மட்டுமல்லாமல் உணவிலேயும்கூட இன்னாருக்கு இவ்வளவு என்று பிரித்துக் காட்டியது. கிரேக்க மரபிலேயும் இதுபோல ஒரு தெய்வம் இருந்தது. *Morrea* என்று பெயர். 'ரித' என்ற சொல் இதிலிருந்துதான் தோன்றியது. இது

வேதகாலத்திலேயே செத்துப்போன ஒரு கடவுள். ‘பால்’ என்னும் தெய்வமும் செத்துப்போய் ரொம்பக் காலமாகி விட்டது. ஆனால் இந்த வழக்கத்தின் எச்சத்தை நாம் மலையடிவாரக் கிராமங்களில் இன்றும் காணலாம்:

“சாதிப்பாகுபாடு தமிழர்களுடையது; வருணப்பாகுபாடுதான் ஆரியர்களுடையது; சாதி இங்கிருந்துதான் வடநாட்டிற்குச் சென்றது” என்று ஒரு சிலர் கூறுகின்றார்களே, இது குறித்து தங்கள் கருத்தைக் கூறுங்கள்?

ஒன்றை நினைவில் கொள்ள வேண்டும். சாதி என்பதற்கு நம்மிடம் ஒரு மாற்றுச்சொல் கிடையாது. இந்தச் சாதி என்ற சொல் வடமொழி வேரான ‘ஜா’ என்றதிலிருந்துதான் தோன்றியது. வடமொழியில் மட்டுமல்ல இந்தோ ஆரியமொழிகள் எல்லாவற்றுக்கும் ‘ஜா’ என்பது பிறப்பைக் குறிக்கிற ஒரு சொல். வனஜா, ஜலஜா என்று வடமொழியில் சொல்வதாக இருந்தாலும் ‘ஜீன்’ என்று விஞ்ஞானக் கலைச்சொல்லாகச் சொல்வதாக இருந்தாலும் சரிதான். இவை அனைத்திலும் இந்தோ ஆரியமொழி வேர்ச்சொல்லான ‘ஜா’ என்னும் சொல் பிறப்பைக் குறிப்பதாகவே உள்ளது. ஜனனம், ஜாதகம் என்ற சொற்கள் எல்லாம் சான்றுகள். தமிழிலே குடி, கணம் ஆகிய சொற்கள்தான் இருக்கின்றன. இச்சொற்கள் இன்றைய சாதிப் பாகுபாடுகளை விளக்கிக்காட்டுமா என்றால் காட்டாது. இன்று சாதி என்று நாம் எதை அர்த்தப்படுத்திக் காட்டுகிறோமோ அதைக் குடி, குலம், கணம் என்ற சொற்கள் அர்த்தப்படுத்திக் காட்டாது. இந்தச் சொற்களை வெவ்வேறு பொருட்களிலே நம்மவர்கள் பயன்படுத்தியிருக்கிறார்கள். வருணக்கோட்பாடு ஆரியர்களுடைய குடும்ப நூல்களில்தான் இருந்தது. *Scriptures*இல் தான் இருந்தது. அது ஒருபோதும் நடைமுறையிலே இருந்ததில்லை. நடைமுறையிலே இந்தியாவில் பொதுவாக இருந்ததெல்லாம் மேலாண்மையிலே பார்ப்பன சாதி, பார்ப்பனர்களை அடுத்த ஒரு மேல்சாதி. சாதியப் படிநிலையில் சில இடங்களிலே சத்திரிய சாதியாக (போர்வீரர் சாதியாக) இருந்தது. சில இடங்களிலே அஃது அல்லாத ஒரு சாதி. இவை அல்லாத ஒடுக்கப்பட்ட சாதி. இந்த நான்கு பெரும் பிரிவுக்குள்ளாக இந்தியாவிலுள்ள எல்லாச் சாதிகளும் அடங்கிவிடும். இதுதான் இந்தியா முழுக்கப் பொதுவிதி. இதிலே நிறைய வேறுபாடுகள் உள்ளன.

வருணத் தத்துவப்படி பார்ப்பன, சத்திரிய, வைசிய, சூத்திரர் இதன்படி பார்ப்பதாக இருந்தால் தமிழ்நாட்டில் பார்ப்பனர் களை அடுத்த மேல்ஜாதியாக வன்னியர்களும் மறவர்களும் இருந்திருக்க வேண்டும். வேளாளர்கள், சூத்திரர்களாக

இருந்திருக்க வேண்டும். வேளாளர்கள் தங்களைச் சைவ வேளாளர்கள் என்றனர். சிவஞான போதம் இந்த வருணக் கோட்பாட்டை ஒத்துக்கொண்டு சறுக்குகிற இடம் இதுதான். தங்களைச் சூத்திரர்கள் என்று ஒத்துக்கொள்ளவும் அவர்களால் முடியவில்லை; இந்த வருணப் பாகுபாட்டிலிருந்து தங்களை விடுவித்துக்கொள்ளவும் இயலவில்லை.

எனவே வேளாளர்கள் சத் சூத்திரர்கள்தான். சூத்திரர் களில் வேறானவர்கள் அல்ல. அவர்களைவிட வைசியர்கள் உயர்வானவர்கள் என்றால் அந்தச் சாதிக்காரர்கள் ஒத்துக்கொள்ள மாட்டார்கள். நான் என்ன சொல்ல வருகிறேன் என்றால் வருணக்கோட்பாடு ஒருபோதும் வடநாட்டிலும் தென்நாட்டிலும் நடைமுறையில் இருந்ததில்லை. இங்கு சாதி அடுக்குகள்தான் உள்ளன. இந்தச் சாதிகள் வட்டாரம் சார்ந்து தொழில்சார்ந்து, அரசு இயந்திரம் என்னும் நிறுவனத்தின் வளர்ச்சி சார்ந்து வேறுவேறாகக் கிளைத்தன. அரசு இயந்திர வளர்ச்சி அல்லது தொழில் வளர்ச்சி என்பதற்கு எடுத்துக்காட்டு சொல்ல வேண்டும் என்றால் "துடியன் பாணன் பறையன்கடம்பன் என்று இந்நான்கல்லது குடியுமில்லை" என்ற பாடலில் 'பறையன்' என்ற ஒரு குடியைப் பற்றிச் சங்க இலக்கியம் பேசுகிறது.

இன்றைக்குப் 'பறையர்' எனப்படுவோர் பெரும்பாலும் ஒடுக்கப்பட்ட மக்களாகவும் உழுதொழிலாளர்களாகவும் இருக்கின்றனர். நிலமற்ற கூலித்தொழிலாளர்களாக சில இடங்களில் இருக்கின்றனர். அப்படி மட்டும்தான் இருக்கிறார்களா? பெரிய புராணத்தைக் கூர்ந்து கவனித்தால் நந்தனார், பறையர் என்னும் பிரிவைச் சார்ந்தவர். சேக்கிழாரே சொல்வார், "ஊரில் விடும் பறைத்துடைவை உணவுரிமையாக் கொண்டு சார்பில் வரும் தொழில் செய்வார்." எனவே பறைத்தொழில் என்றால் என்ன? இறந்த விலங்குகளினுடைய உடலோடு தொடர்புடைய தொழில் களைச் செய்ததினாலே நரம்பு சார்ந்த இசைக்கருவிகளைச் செய்தும், தோல் சார்ந்த இசைக் கருவிகளைச் செய்தும் இதன் காரணமாகவே இசையுருவாகி இசைஞானமும் பெற்றவர்கள், சேக்கிழார் கருத்துப்படியே நந்தனார் இசை கற்றவர், "ஆடுதலும் பாடுதலுமாகி வல்லார்" என்றே சொல்கிறார். கோரோசனை எடுத்ததினாலே மருத்துவத் தொழில் செய்பவர். தோலைப் பதப்படுத்துவதற்கு மிக அடிப்படையான சுண்ணாம்புத் தொழில் செய்பவர். அப்படியானால் ஒரு பறையர் என்பவர் மருத்துவத் தொழில் செய்பவர், இசையாளர், இசைக்கருவிகளை ஆக்குபவர், இசைக்கருவிகளைப் பழுது நீக்குபவர், நல்ல நடனக் கலைஞர், சுண்ணாம்பிலே தொழில் செய்பவர், உழுதுதொழில் செய்தவர்.

இன்னொரு விசயம் கேள்விப்பட்டிருப்பீர்கள்; வள்ளுவர் பறையர்; அவர் நெசவுத்தொழில் செய்தவர் என்று. பறையர்களிலே வாதிரியார் என்ற பிரிவினர் இன்னமும் நெசவுத் தொழில் செய்து வருகின்றனர். அப்படியானால் இத்தனை தொழில்களையும் ஒரு சாதி செய்கின்றதென்றால் சமூக உற்பத்திக்கு எவ்வளவு பெரிய பங்களிப்பைச் செய்த சாதியாக அது இருந்திருக்கவேண்டும். அது எப்படி இழிந்த சாதியாகப் போயிற்று? அரசு உருவாக்கத்தின்போது அந்தச் சாதி சார்ந்த தொழில்களையெல்லாம் சுத்த அசுத்தக் கோட்பாட்டைக் கொண்டு இழிவாக்கி அந்தச் சாதியை இழிந்த சாதியாக்கி விட்டனர். தமிழகத்தில் சாதி ஒரு குடிதான். இன்றைக்கும் நெல்லை மாவட்டத்திலே ஒரு சாதியைச் சொல்லி அந்தச் சாதி மக்கள் குடியிருக்கிற தெருக்களைச் சொல்கிறபோது குடி என்றுதான் சொல்கிறார்கள். அது பார்ப்பாரக் குடியிருப்பு, அது வெள்ளாளர் குடியிருப்பு என்றுதான் சொல்கிறார்கள். சாதி என்ற சொல்லால் அல்ல.

வருணாசிரமக் கோட்பாடான பார்ப்பன, சத்திரிய, வைசிய, சூத்திர என்பதற்கும் தொல்காப்பியத்தில் கூறப்பட்டிருக்கும் அரசர், அந்தணர், வணிகர், வேளாளர் என்ற பிரிவிற்கும் உள்ள வேறுபாடு என்ன? முறைவைப்பிலும் மாறுபட்டுள்ளதே?

அரசர், அந்தணர், வணிகர், வேளாளர் என்று சொல்லக்கூடிய தொல்காப்பிய நூற்பாவை நான் ஏற்றுக்கொள்ளவில்லை. தொல்காப்பியத்திலே இடைச்செருகலாகச் செய்யப்பட்ட நிறைய நூற்பாக்களிலே அது ஒரு நூற்பா. ‘வணிகன்’ என்ற சொல் சங்க இலக்கியத்திற்குள்ளே எங்காவது வந்திருக்கிறதா? சங்க இலக்கியப் புலவர்களின் பயன்மொழியில் ஒரே ஒரு இடத்திலே ‘அறவிலை வாணிகன்’ என்று வந்திருக்கிறது. அந்தச் சொல்லுக்குப் பெருவழக்கு கிடையாது. ஏனென்றால் அச்சொல்லுக்கான வேர்ச்சொல் திராவிட மொழியிலே கிடையாது. வேறு ஒரு சொல் வணிகனைக் குறிக்கத் தமிழ்மொழியில் இல்லை. சங்க இலக்கியத்தில் பெருவழக்குப் பெறவும் இல்லை. தொல்காப்பியத்தில் இருக்கிற நிறைய சொற்கள் சங்க இலக்கியத்தில் இல்லை. ஏனென்றால் அவை இடைச் செருகல்கள், வருணன் என்ற சொல் 2681 சங்க இலக்கியப் பாடல்களிலே ஒள்றில்கூட இல்லையே. பின் எப்படி அந்தத் தொல்காப்பிய நூற்பாவை, அதிகாரப் பூர்வமானதாக எடுத்துக்கொள்ள முடியும்?

களப்பிரர்கள் அயலவர்கள், களப்பிரர் காலம் இருண்ட காலம் என்று ஒரு பிரிவினராலும், களப்பிரர் காலம் சமணம் முதலிய அவைதிக மதங்கள் எழுச்சியுற்ற காலம் என்று வேறொரு பிரிவினராலும்

கூறப்படுகிறதே, அக்காலத் தமிழ்ச்சமூகத்தில் களப்பிரர்கள் உருவாக்கிய தாக்கம் என்ன?

களப்பிரர்கள் காலம் அவைதிக சமயங்கள் எழுச்சி பெற்ற காலம் என்பதில் எந்தவிதக் கருத்து வேற்றுமையும் கிடையாது. அதுதான் வரலாற்று முடிவு. அவைதிகமதங்கள் எழுச்சியுற்ற காரணத்தினாலே வைதிகமதங்களைச் சேர்ந்தவர்களுக்கு அது இருண்ட காலமாகத்தான் தோன்றும். சங்க இலக்கிய காலத்துக்கும் இந்தக் களப்பிரர்கள் காலத்துக்கும் இடையேயுள்ள வேறுபாடு என்னவென்று கேட்டால் சமூக வளர்ச்சி, உற்பத்தி வளர்ச்சி, நெடுஞ்சாலைப் பெருக்கம், உற்பத்திப் பொருள்களுக்குச் சிறிய அளவிலான சந்தை போன்றவையே. ஏறத்தாழ, 'அவைதிகம்' என்று அறியப்பட்ட சமணம், பௌத்த மதங்கள் இரண்டுமே வணிகர்களின் ஆதரவினால் வளர்ந்தவை. தட்சணாவரம் என்று சொல்லக்கூடிய தென்னகப் பெருவீதியைப் பெரிய வழியாக்கியாக்கியது சமணர் கூட்டம்தான். ஆனைமலைக் கல்வெட்டைப் பார்த்தால் உப்பு வாணிகன், கடல் வாணிகன் என்று வணிகர்களின் பெயராகவே இருக்கும். அந்தக் காலத்திலே நிறுவனமதம் போல இருந்த பார்ப்பன மேலாண்மை (அப்பொழுது வைதிக மதங்கள்தான் இருந்தன. சைவ, வைணவ மதங்கள் இல்லை. அவற்றின் குறுவித்துகளைத்தான் அப்பொழுது பார்க்கிறோம்.) வைதிகம் தன்னை முதன்மைப்படுத்திக் கொண்ட காலம்.

வைதிகம் என்று நான் குறிப்பிடுவது கோயில்சாராத, வேதத்தை மட்டும் கொண்டாடுகிற மிகப் பிற்காலத்திலே 'ஸ்மார்த்தர்கள்' என்று அறியப்பட்ட பார்ப்பனர்கள் சமூக அரசியல் மேலாண்மையைப் பெற்றிருந்த காலம். "நின் முன்னோர் பார்ப்பார் நோவன செய்யார்" என்றெல்லாம் அரசனைத் தான் உயர்த்திய கைக்குக் கீழே குனிய வைக்கிற அளவுக்கு வல்லமை பெற்றிருந்த காலம். அந்த வல்லமையை சமணமும் பௌத்தமும் சாய்த்துக் காட்டின. வைதிகம் மீண்டும் எழுகிறபோது சைவத்தையும் வைணவத்தையும் உள்வாங்கிக் கொண்ட வைதிகமாக எழமுடியவில்லை. இதன் பின்னாலே சங்கரர் காலத்தில் அது மறுபடியும் தலை தூக்கியது. களப்பிரர் காலத்தைப் பற்றி அறியப் போதுமான கல்வெட்டுச் சான்றுகள் இதுவரை கிடைக்கவில்லை என்றுதான் சொல்ல வேண்டும். 'களப்பாளர்கள்' என்று சில குடும்பங்கள் இங்கே இருந்திருக்கின்றன. களப்பிரர் பிற மொழியாளர்கள் அல்லர். இங்கேயே அவைதிக மதமாக எழுச்சிபெற்ற ஒரு புதிய அரசியல் அதிகாரம் பெற்றவர்கள் என்றுதான் கூறவேண்டும்.

புனிதம் X தீட்டு, சுத்தம் X அசுத்தம் இந்தக் கோட்பாடு தமிழ்ச் சூழலுக்கு எப்படி வந்தது, இங்கு மதிப்பு | மரியாதை என்பதுதானே மரபு?

பார்ப்பனியத்தின் உயிர்நாடியான பண்புகளில் ஒன்று இந்த சுத்தம் – அசுத்தம் என்ற கோட்பாடு. இதைப் பிற்கால வைணவம் பார்ப்பனியத்துக்கு எதிராக உடைத்தெறிய முற்பட்டது என்று நானே ஒருமுறை கூறியிருக்கிறேன். இந்தச் சுத்த x அசுத்தக் கோட்பாட்டிலேதான் பார்ப்பனியம் தொக்கி நிற்கிறது.

குழந்தையின் மலம்பட்ட தாயின் உடம்பு அழுக்கானதா? எல்லாப் பெண்ணும் தோட்டிதானே. அழுக்கைக் கொண்டாடுகிற ஒரு கடவுளையே தமிழன் கொண்டிருந்தானல்லவா? அழுக்கை உரமாக்குகிற மூத்ததேவி என்ற கடவுள், அந்தத் தேவியை அழுக்கை உரமாக்குகிற, செல்வத்தின் ஆதாரத்தை உருவாக்கித் தருகிற ஒரு தேவியைச் சுத்த – அசுத்தக் கோட்பாடு என்று கொன்றுவிட்டார்கள். எல்லா அழுக்கும் உரம். உரமெல்லாம் செல்வம். அப்படியானால் அழுக்கெல்லாம் செல்வம். இதுதான் நம் மரபு வழிப் பார்வையாக இருக்க முடியும். ஒரு ஆட்டைப் புதைத்த இடத்திலே ஒரு முருங்கை மரம் நட்டால் அது அப்படிச் செழித்து வளரும் என்று பெருமையோடுதான் சொல்வார்கள். இறைச்சியிலிருந்தும் எலும்பிலிருந்தும் வளர்ந்த காயென்று அதை ஒதுக்கமாட்டார்கள். அழுக்கு – அசுத்தம் எல்லாம் உடலுழைப்போடு சம்பந்தமில்லாத, ஆனால் உற்பத்தியை ஏதேனும் ஒரு வகையிலே கட்டுப்படுத்த முயல்கிற பார்ப்பனியத்தின் வெளிப்பாடாகும்.

***தமிழ் ஒப்புரவு*, எண் 7**
அக்டோபர் – நவம்பர் 2004

5

காஞ்சி மடமும் கைதான மடாதிபதியும்

காஞ்சி மடம்பற்றி இப்போது என்ன சொல்லத் தோன்றுகிறது?

காஞ்சி மடமே கடந்த 75 ஆண்டுகளில் பத்திரிகைகள் கட்டி உருவாக்கி எழுப்பிய மணற்கோட்டை; இது சிருங்கேரி மடத்தின் கும்பகோணம் கிளை மடம்தான். பத்தொன்பதாம் நூற்றாண்டின் துவக்கத்தில் இவர்கள் கும்பகோணத்திலிருந்து காஞ்சிக்குக் குடிபோனார்கள், ஆதிசங்கரரே கி.பி.எட்டாம் நூற்றாண்டுக்காரரர் என்னும் போது காஞ்சி மடம் 2500 ஆண்டு பழைமை வாய்ந்தது என்பது வாய்கூசாமல் சொல்லும் பொய்யாகும்.

தமிழ்நாட்டில் பெருங்கோயில்களுக்குப் பக்கத்திலே இன்றுவரை சிருங்கேரி மடத்துக்குத்தான் கிளை மடங்கள் உண்டே தவிர, காஞ்சி மடத்துக்குக் கிடையாது. திருநெல்வேலி, மதுரை என எந்த ஊரிலும் இதைப் பார்க்கலாம். அதுதான் 'ஒரிஜினல்' மடம் என்பதாலேயே இந்த நிலை. இந்தக் கிளை மடங்கள் கூட நாயக்கர் ஆட்சிக்காலத்தின் தொடக்கத்தில் வந்தவைதான்.

தமிழ்நாட்டிலுள்ள மற்ற மடங்களுக்கும் காஞ்சி மடத்துக்குமுள்ள முக்கியமான வேறுபாடு என்ன தெரியுமா? இந்த மடத்தின் சகல சடங்குகளிலும் தமிழ் விலக்கப்பட்ட மொழியாகும். மடாதிபதிகளும் (இப்போது வேலூரில் குடிகொண்டிருப்பவரைத்

தவிர) தெலுங்கு அல்லது கன்னடத்தைத் தாய்மொழியாகக் கொண்ட பார்ப்பனர்கள்தாம்.

இந்த மடமும் பிராமணர்களில் ஒரு சிறுபிரிவான ஸ்மார்த்த களுக்கு மட்டுமே உரியதாகும். சிவ பிராமணர்களுக்குக்கூட இங்கே இடம் கிடையாது.

தமிழ்நாட்டிலுள்ள எல்லாக் கோவில்களுக்கும் தலைமைப் பீடம்போல காஞ்சி மடம் நடந்துகொள்கிறதே. உண்மையில் கோவில்களுக்கும் இந்த மடத்துக்கும் உள்ள தொடர்பு என்ன?

இவர்களுக்கும் கோவில் வழிபாட்டுக்கும் எந்தச் சம்பந்தமும் கிடையாது. காஞ்சி காமாட்சியம்மன் கோவிலை மட்டும் இவர்கள் வளைத்துக்கொண்டார்கள். அந்தக் கோவிலிலும் அம்மனைத் தொட்டுப் பூசை செய்யும் உரிமை இவர்களுக்குக் கிடையாது. ஆதி சங்கரரின் தத்துவமோ கோவில் வழிபாட்டுக்கு எதிரானது. இவர்கள் பரமாத்தியத்திலே (உயர்ந்த தத்துவ நிலையில் சொல்வதானால்) நாஸ்திகர்கள். அதனால்தான் இவர்கள் திருநீறு பூசிக்கொண்டாலும் யாருக்கும் எடுத்துக்கொடுப்பதில்லை. (திருநீறு என்றுக் கூடச் சொல்லமாட்டார்கள். புஸ்பம் என்றே சொல்வார்கள்.)

காமாட்சியம்மன் கோவில் ஒரு காலத்தில் பௌத்தர்களின் சாராதேவி கோவிலாக இருந்தது என வரலாற்றறிஞர்கள் நிறுவியுள்ளனர். இந்தக் கோவிலுக்குப் பழைய காலத்தில் காமக்கோட்டம் என்று பெயர். அதை வைத்து இவர்கள் காமகோடி என்று பெயர் வைத்துக்கொண்டார்கள். சங்கரர் உருவாக்கிய மடம் என்று கதை கட்டினார்கள்.

காஞ்சி மடாதிபதி இந்துக்களின் ஏகோபித்த தலைவர், இந்துமதத்தின் லோககுரு என்றெல்லாம் பெருங்குரல் எழுப்பப்படுகிறதே?

முதலில் இந்து மதம் என்று ஒரு மதமே கிடையாது. எல்லா இந்துக்களுக்கும் இவர் தலைவரும் ஆகமாட்டார். சைவம், வைணவம், சாக்தம், த்வைதம், விசிஷ்டாத்வைதம் என்கிற மாதிரி பலதில் ஒன்று ஸ்மார்த்தம். ஸ்மார்த்தம் என்பது அத்வைதத்தைக் குறிக்கிற சொல். எனவே ஸ்மார்த்தப் பிராமணர்களின் தலைவராக (இந்துக்களின் தலைவராவது அப்புறம்) இவரைச் சொல்ல முடியுமே தவிர ஒட்டு மொத்த பிராமணர்களின் தலைவராகக்கூட இவரைக்கொள்ள முடியாது.

(வைணவக் கோவில்களுக்குள் காஞ்சி மடாதிபதி மூக்கை நுழைப்பதை ஜீயர்கள் வன்மையாக எதிர்த்துள்ளனர். எல்லாவற்றை யும் மீறி அராஜகமாக எல்லாக் கோவில்களுக்குள்ளும்

அத்துமீறுவதை காஞ்சி சாமியார் நடைமுறையாகக் கொண்டுள்ளார்.)

பிறகெப்படி இந்த மடம் இவ்வளவு செல்வாக்குப் பெற முடிந்தது?

இவருக்கு முன்னிருந்த சங்கராச்சாரி பெரிய 'படிப்பாளி.' இம்மடத்தின் கொள்கையான வர்ணாசிரம தர்மத்தில் அழுத்தமான பிடிப்புக்கொண்டவர். காங்கிரசுக்கு உள்ளேயும் பிராமணரல்லாதோர் குரல் தேசிய இயக்க நாட்களில் ஓங்கி ஒலித்தபோது ராஜாஜி இந்த மடத்துக்கு காந்தியடிகளை அழைத்து வந்துவிட்டார். இச்சந்திப்புக்குப் பிறகுதான் காந்தியடிகள் "நான் வர்ணாசிரமக் கொள்கையில் நம்பிக்கை உள்ளவன்" என்று தமிழ்நாட்டிலிருந்து அறிவிப்புச் செய்துவிட்டுப் போனார்.

அதன்பிறகு வர்ணாசிரமத்தில் நம்பிக்கையுடைய தமிழ்நாட்டுப் பிராமணத் தலைவர்களோடு வடநாட்டுத் தலைவர்களும் வந்து போகிற திருத்தலமாக அது மாறியது. மடத்தின் சொத்துக்களும் பெருக ஆரம்பித்தன.

எழுபத்து மூன்றாண்டுகளுக்கு முன்னால் 1932லேயே 'குடி அரசு' இதழில் சங்கராச்சாரியின் பெருகிவரும் செல்வாக்கை எதிர்த்தும் கண்டித்தும் பெரியார் எழுதியிருக்கிறார். பெரியார் தீர்க்கதரிசி என்பதற்கு இதுவும் ஓர் உதாரணம்.

தவிரவும் சங்கர மடத்தின் பிரம்மாண்டம் *ஆனந்தவிகடன்*, பிறகு *கலைமகள், கல்கி, இந்து, தினமணி* போன்ற இதழ்களால் கட்டி எழுப்பப்பட்ட ஒன்று. பழைய சங்கராச்சாரியரின் உரைகளைக் கலைமகள் 'தெய்வத்தின் குரல்' என்றே வெளியிட்டது. கல்கியிலிருந்து சாவிவரை எல்லாரும் சங்கராச்சாரியாரை எல்லாவற்றுக்கும் அப்பாற்பட்ட புனிதராக எழுதிக்காட்டினர்.

["மற்ற எல்லா மதத்தையும் விட நம்முடைய மதமொன்றே (இந்து மதம்) ஆதிகாலத்திலிருந்து சிரஞ்சீவியாக இருந்து வருவதற்கும், நம்முடைய நாகரிகமே உலகத்தின் மற்ற நாகரிகங்களைவிட மகோன்னதமாக இருந்து வருவதற்கும் காரணம் மற்ற மதங்களில் இல்லாத இந்த வர்ணதர்மம்தான், (தெய்வத்தின் குரல்; 1021 & 1023ஆம் பக்கம்)

புதிய புதிய சாமியார்களின் எழுச்சிக்கு அவர்களுக்குப் பின்னால் திரளும் மக்கள் கூட்டம் தான் காரணம்; தமிழ்நாட்டில் பக்தி பெருகிவருகிறதா?

புதிதாகப் பெருகிவரும் பக்திமான்களைக் கூர்ந்து கவனித்துப் பாருங்கள். இவர்கள் எல்லாரும் அச்சு ஊடகத்துக்கும் தொலைக்காட்சி ஊடகத்துக்கும் பலியாகிப் போனவர்கள்.

பெரும்பாலும் நகர்ப்புறம் சார்ந்த நடுத்தரக் குடும்பம் சார்ந்தவர்கள். எளிதாகக் கிடைக்கும் பணத்துக்காகவும் உத்தரவாதமான வருமானத்துக்காகவும் கண் நிறையக் கனவுகளையும் கவலைகளையும் சுமந்து திரிபவர்கள்.

எளிய மக்களுக்கு இந்த வகையான பக்திக் கவர்ச்சி இல்லை. ஐயப்பன் வழிபாடு மட்டும் வாழ்க்கையைத் தொலைத்த எளிய மக்கள் சிலருக்கு ஒரு சின்ன ஒளியாகத் தெரிகிறது. (மார்க்ஸ் சொன்னதுபோல ஆன்மாக்களை இழந்த மக்களின் ஆன்மாவாக) நவீன காலத்து கல்வியைப் போல பக்தியும் செலவும் பிடிக்கும் விசயமாக மாறிவிட்டது. பிடிபடும் சாமியார்களின் எண்ணிக்கை பெருகப்பெருக இந்த மாயை குறைந்துவிடும்.

ஆனால் உண்மையில் ஆன்மீகம் அல்லது பக்தி என்பது ஆண்டுதோறும் கள்ளும் கறியும் கொண்டு தன்னைப் புதுப்பித்துக் கொள்ளும் நாட்டார் தெய்வங்களின் காலடியில் கிடக்கிறது.

அழிந்துபோய் வழிபாடற்றுக்கிடக்கும் கோவில்களெல்லாம் பெருந்தெய்வக் கோவில்கள் அன்றி – சுடலைமாடன், கருப்பசாமி, மாரியம்மா போன்ற நாட்டார் தெய்வக் கோவில்களல்ல. அறநிலையத்துறையும் ஆட்சியதிகாரத்தின் ஆதரவும் நிதி ஒதுக்கீடும் எளிய மக்களின் இந்தப் பக்திக்குத் தேவையில்லை.

ஜெயேந்திரர் கைது பற்றி ...?

சங்கராச்சாரியார் கைது இந்துத்வா சக்திகள் வலுவாகவுள்ள வடமாநிலங்களில் ஏற்படுத்திய சிறு சலசலப்பைக்கூட தமிழ்நாட்டில் ஏற்படுத்தவில்லை. ஏனெனில் இது தமிழையும் தமிழர்களையும் விலக்கிவைத்த மடம் அல்லவா? ஆளும் கட்சியும் எதிர்க்கட்சியும் வேறு எந்த நடவடிக்கையிலும் இவ்வளவு ஒற்றுமையாக இருந்ததில்லை என்பதை நாம் கவனிக்க வேண்டும். வழக்கின் முடிவு எப்படியானாலும் பத்திரிகைகள் உருவாக்கிய சங்கரமடப்புனிதம் நொறுங்கிப்போய்விட்டது. இதுவே உண்மை.

புனிதம் போச்சு என்றே சொல்லிவிடமுடியுமா?

இந்த மடத்துக்குச் சென்று வருவதை வாழ்க்கையின் பெரும் பேறாகக் கருதிய அதிகார வர்க்கத்தைச் சேர்ந்த முன்னாள் குடியரசுத் தலைவர்கள், அமைச்சர்கள் உட்பட யாருமே இப்போது வாயே திறக்கவில்லை.

அண்ணா அறிவாலயத்திலிருந்து வெளிவரும் குங்குமம் வார இதழ் சாவி பொறுப்பில் வந்தபோது அதன் முதல் இதழின் அட்டைப்படத்தில் குங்குமம் வைக்கும் பெண்ணின்

பின்புலத்தில் – சுவரில் காஞ்சி சங்கராச்சாரியாரின் படம் இருக்கும்.

இது வேடிக்கைதான். ஓரளவு படித்தவர்கள் வாசிக்கிற *ஜுனியர் விகடன்* பத்திரிகைகூட இன்னமும் சிறையிலிருக்கும் சங்கராச்சாரியாருக்கும் மடத்திலிருக்கும் இளைய சங்கராச்சாரியாருக்கும் டெலிபதி மூலம் தொடர்பு இருக்கிறது என்று எழுதிக்கொண்டிருப்பது பெரிய வேடிக்கை.

"ஏழாவது வயதிலேயே பெண்ணுக்குத் திருமணம் செய்துவிட வேண்டும். அந்த வயதில் அவனுக்குக் கணவனாக வருகின்றவனிடம் அவள் தன்னை ஒப்படைத்துவிட வேண்டும். அவனையே குருவாகவும் தெய்வமாகவும் ஏற்று அவனுக்குத் தன்னை அர்ப்பணித்துவிட வேண்டும். வயதாகிவிட்டால் பெண் எதிர்க்கேள்வி கேட்பாள். அதனால் இளம்வயதில் அவளை ஒருவனிடம் அர்ப்பணித்துவிட வேண்டும். அதன்பிறகு அவளுக்கென்று எதுவும் இல்லை. (தெய்வத்தின் குரல் பக். 870 II–ஆம் பாகம்.)

○○○

இந்தப் பெரியவாள்தான் மோசம், முந்தின பெரியவாள் அருமை என்று பேசிக்கொண்டிருக்கும் தலைவர்களுக்குச் சமர்ப்பணம்

நேர்காணல்: ச.தமிழ்ச்செல்வன்

கூட்டாஞ்சோறு

6

கால்டுவெல் என்ற மனிதர்

ஏறக்குறைய ஐம்பத்துமூன்று ஆண்டுகள் திருநெல்வேலி வட்டாரத்தில் வாழ்ந்து ஒப்பீட்டு மொழியியல், சமூகவியல், சமயம் எனப் பல்வேறு துறைகளில் சிறந்த பங்களிப்பைச் செய்தவர் கால்டுவெல். ஆய்வாளர் என்ற முறையில் கால்டுவெல் என்ற மனிதர் உங்களை எந்த அளவிற்குக் கவர்ந்துள்ளார்?

பதினெட்டாம் நூற்றாண்டின் நடுப்பகுதியில் கால்டுவெல் தமிழ்நாட்டில் அதன் தென்கோடிப் பகுதியான இடையன்குடிக்கு வருகிறார். ருச்செந்தூருக்கும் கன்னியாகுமரிக்கும் இடையிலுள்ள கடற்கரைப்பகுதி தமிழ்நாட்டிலேயே மிகமிக வெப்பமான பகுதி. இந்த இடத்தை அவர் தேர்வு செய்ததற்கான காரணம் நமக்குப் புரியவில்லை. ஆனால் இன்றுகூட அந்த ஊரிலே நம்மால் ஒருநாள் இருக்கமுடியாது. அந்த அளவுக்கு வெயிலும் செம்மணல் தேரியினுடைய சூடும் தாங்கமுடியாது. அந்த ஊரிலே இந்த ஐரோப்பியர் 53 ஆண்டுக்காலம் இருந்திருக்கிறார் என்பது என்னைப் பொறுத்த மட்டில் வியப்புக்குரிய ஒன்றாகவே உள்ளது. நான் அந்த ஊருக்குக் கால்டுவெல் நினைவுக் கருத்தரங்கிற்காக மூன்றுமுறை சென்றுள்ளேன். ஆண்டுதோறும் ஜூலையில் கருத்தரங்கை நடத்துகிறார்கள்.

கால்டுவெல் என்ற மிஷனரியைவிட, கால்டுவெல் என்கிற அர்ப்பணிப்பு உணர்வுடைய சமூகச் சீர்திருத்தவாதியைத்தான் எனக்கு ரொம்பப் பிடிக்கும். கால்டுவெல் வருகிறபோது, ஏன் இப்ப

ஒரு இருபது ஆண்டுகளுக்கு முன்னர் கூட அந்தப் பக்கம் பேருந்து வசதி கிடையாது. தேரிமணல், சாலைகளைக் காற்றிலே மூடிவிடும் என்பதனாலே பனைஓலைகளைப் போட்டு அதன்மீது ஜீப் ஓட்டுவார்கள். இதுதான் போக்குவரத்து வசதி. அப்படியென்றால் பதினெட்டாம், பத்தொன்பதாம் நூற்றாண்டின் நடுப்பகுதியிலே அந்த நிலம் எவ்வாறு இருந்திருக்கும்? கால்டுவெல் குதிரைவண்டியிலும் குதிரையிலும் தான் பயணம் செய்திருக்கிறார். இடையன்குடி என்ற பெயரோடு வழங்கிய சின்னக் கிராமத்தினுடைய செம்மணல் தேரிக்காட்டின் தென்பகுதியை விலைக்கு வாங்கி அதிலே ஒரு தேவாலயத்தைக் கட்டி, பக்கத்திலேயே தனக்கு ஒரு வீட்டைக்கட்டி, தேவாலயத்தினுடைய வலதுபுறத்திலே, தான் மதம் மாற்றிய அந்த எளிய நாடார் கிறிஸ்தவ மக்களுக்காகத் தெருக்களை, வீடுகளை அமைக்கிறார். அவ்வளவு நேர்த்தியாக, ஒழுங்காக இன்றளவும் அவை இருக்கின்றன.

கால்டுவெல் காலத்திய இடையன்குடி எப்படி இருந்திருக்கும் என்பதற்கு வேறு எடுத்துக்காட்டே தேவையில்லை. இன்றைக்கும் அந்த தேவாலயத்திற்கு நேர் எதிரே இருபது மீட்டர் தாண்டிச் சென்றால் அந்தப் பழைய இடையன்குடி கிராமம் உள்ளது. அதே பழைய ஓலைக்குடிசைகள். பனைமடலால் ஆன வேலிகள். அழுக்கு, வறுமை, வெள்ளாடு இவைகளோடு அப்படியே இருக்கிறது. கால்டுவெல் வருகிறபோதும் இப்படித்தான் இருந்திருக்க வேண்டும். கால்டுவெல் நாடார் மக்களிடம் வருகிறபோது அவர்கள் பதநீரை இறக்கிக் கருப்புக்கட்டி உற்பத்தி செய்துகொண்டிருந்தார்கள். அன்றைக்குத் தென்மாவட்டங்களிலேயே இடையன்குடிக்கு ஒரு ஆறு கிலோமீட்டருக்கு முன்னால் உள்ள திசையன்விளை பெரிய கருப்பட்டிச் சந்தை. அதை நம்பித்தான் அந்த மக்களுடைய வாழ்வாதாரம் இருந்தது.

இன்றைக்கு அந்த மக்கள் கல்வி, சமூக விடுதலை, பாதுகாப்பான வீடு இவற்றோடு நான்காவது தலைமுறையைக் கழித்துக்கொண்டு கால்டுவெல்லைத் தங்களுடைய குலதெய்வமாக, 'சாஸ்தா' என்று நாம் சொல்வதைப்போலக் கருதுகிறார்கள். னென்றால் அவர் தந்த வாழ்க்கைதான் இதெல்லாம். ஒரு சுவையான செய்தி. திசையன்விளையைச் சேர்ந்த ஒரு பெரிய தொழிலதிபர் பாளையங்கோட்டையிலே இருக்கிறார், *Bellpins* முதலாளி செல்லத்துரை நாடார், அவர் என்னிடம் ஒரு கேள்வியைக் கேட்டார். சீர்திருத்தத் திருச்சபைக்காரர்கள் எல்லாம் ஒரு புதிய இடத்தை வாங்கி அதில் ஊரை நிர்மாணிப்பார்கள். அப்படி நிர்மாணிக்கிறபோது அதற்குச் சமாதானபுரம், சுவிசேஷபுரம், கடாட்க்ஷபுரம், மெய்ஞானபுரம் என்ற மதம் சார்ந்த ஒரு பெயரை

இடுவார்கள். வேதாகமம் சார்ந்த பெயர்கள் அவை. ஆனால் கால்டுவெல் இடையன்குடி என்னும் பெயரை ஏன் மாற்ற வில்லை என்று கேட்டார். எனக்குத் தெரியவில்லை என்று சொன்னேன் நான். அவர் சொன்னார், "நான் கால்டுவெல் பிறந்த ஊருக்குப் போனேன். அவர் பிறந்த ஊரின் பெயர் *Shepherdyard*. அதாவது தமிழிலே சொல்வதானால் இடையன்குடி. இது தன்னுடைய ஊர்ப்பெயரை நினைவுபடுத்துகிற ஊர் என்பதாலே இந்த ஊர்ப் பெயரை மட்டும் கால்டுவெல் மாற்றவில்லை," என்றார். எனக்கு ரொம்ப வியப்பாக இருந்தது; நெகிழ்ச்சியாகவும் இருந்தது. இவர் தன்னுடைய ஊர்ப்பெயரைக் கொண்ட ஊரை இங்குத் தேர்ந்துகொண்டதாலோ என்னவோ அங்கு 53 ஆண்டுகள் வாழ்ந்திருக்கிறார். இடையிலே ஒரேயொருமுறை மட்டும் இங்கிலாந்து சென்று வந்திருக்கிறார். தன்னுடைய மகளைக்கூட பக்கத்தில் நாகர்கோயிலிலே இருந்த இன்னொரு மிஷனரியில்தான் திருமணம் செய்து கொடுத்திருக்கிறார்.

இப்பொழுது அங்குக் கால்டுவெல் தனக்காகக் கட்டிய வீடு இருக்கிறது. வீட்டிலே வேறெந்த நினைவுச்சின்னமும் இல்லை. கால்டுவெல் பயன்படுத்திய கோட்ஸ்டாண்டு மட்டும்தான் உள்ளது. தேவாலயத்திலிருந்து அந்த வீட்டிற்கு நடந்து செல்ல நூறு அடிதான். இந்த நூறு அடியையும் அந்த மணலிலே வெயிலிலே நம்மால் நடந்து செல்ல இயலாது. அதற்குப் பின்னாலே கால்டுவெல் மேனிலைப்பள்ளி உள்ளது. கால்டுவெல் மனைவி அந்த ஊர்ப்பெண்களுக்காக உருவாக்கிய ஒரு தையல்பள்ளியின் இடிந்த கட்டடம் இருக்கிறது. இவ்வளவுதான் அங்கு இருக்கிற மிச்சம்.

இந்த தேவாலயம் அவ்வளவு நேர்த்தியாக எண்ணி எண்ணிக் கட்டப்பட்டது. அந்தக் கோபுரமணியினுடைய ஓசை தனியாக இருக்கும். அது கால்டுவெல்லின் தம்பி ஐரோப்பாவிலிருந்து வாங்கி அனுப்பியது என்று சொல்கிறார்கள். இந்தக் கோபுரமணிக்குச் செல்லும் படிக்கட்டுகள் கூட கலைநேர்த்தியுடன் செய்யப்பட்டிருக்கின்றன. கொடைக்கானலிலே கால்டுவெல் இறந்தாலும் அவர் விருப்பப்படி மூன்று நாட்களாக அந்த உடலைப் பாதுகாத்து மலையிலிருந்து டோலி கட்டிக் கீழே இறக்கி (அன்றைக்கு அதானே சாத்தியம்) அங்கிருந்து ரயிலிலே மதுரை வழியாக திருநெல்வேலி கொண்டுவந்து, அங்கிருந்து பீட்டன் அல்லது சாரட் என்று சொல்லக்கூடிய குதிரை வண்டியிலே பாளையங்கோட்டை தேவாலயத்தில் வைத்துப் பூசைசெய்து, இடையன்குடிக்குக் கொண்டுசென்று அந்தத் தேவாலயத்திலே அடக்கம் செய்திருக்கிறார்கள். அவர் மனைவியும் அங்கேதான் அடக்கம் செய்யப்பட்டார். பெரிய வியப்பு இதுதான்.

சமூகவிடுதலை, பொருளாதார விடுதலை, சமூக மரியாதை இவைதான் அவர் பெற்றுத் தந்தது. இவற்றை அவர் மதம் மாற்றிய எந்தக் குடும்பமும் இதுவரை இழக்கவில்லை. மாறாகப் பெருக்கிக்கொண்டே இருந்திருக்கிறது. இன்னொரு செய்தி எனக்கே கொஞ்சம் வியப்புதான். நாடார்கள் என்று பதநீரும் கள்ளும் இறக்கும் தொழில்செய்யும் சாதிக்காரர்களை அவர் மதமாற்றம் செய்தார். அந்த சாதிக்காரர்களை மதம்மாற்றம் செய்வது எந்தப்பிரச்சினைக்கும் வழிவகுக்காது. இன்னொரு சாதியைச் சேர்த்தால் சாதிமோதலுக்கு வழிவகுக்கும் என்று அவர் நினைத்திருக்கலாம். அதனாலேதான் இடையன்குடியிலே தேவாலயத்திற்கு அறுபது மீட்டர் தூரத்திலே வாழக்கூடிய இடையர்கள் இன்றும் கிறிஸ்தவர்களாக ஆகாமல் அப்படியே இருக்கிறார்கள்.

அதுமட்டுமல்லாமல் கால்டுவெல்லைப் பற்றி நிறையக் கதைகள் அந்த ஊரிலே சொல்லப்படுகின்றன. அதிலே முக்கிய மான கதை. கால்டுவெல் ரொம்பக் கோபக்காரராம். தெருக்களில் வீட்டினுடைய ஓர் அறையை அரையடி முன்னால் தள்ளிக் கட்டினால் அங்கிருந்து கூப்பிட்டுச் சாதிப்பெயரைச் சொல்லித் திட்டுவாராம். அதைப் பெருமையோடும், மகிழ்ச்சியோடும் இன்றைக்கும் சொல்கிறார்கள். ஏனென்றால் அவரைத் தங்களுடைய முப்பாட்டன் அல்லது குலதெய்வம் என்று அவர்கள் கருதுவதாலே. சின்ன ஊராக இருந்தாலும். அந்த ஊரின் முகமே தனி அழகாக இருக்கிறது.

கால்டுவெல் காலத்தில் பயணம் மட்டுமல்ல, மின்சாரம் இல்லை, பேருந்து இல்லை, சாலை வசதி இல்லை. தனக்குக் கோதுமையை வாங்க வேண்டியிருந்தால்கூட கால்டுவெல் தூத்துக்குடிக்கோ பாளையங்கோட்டைக்கோதான் வந்திருக்க வேண்டும். இப்படி சிரமம்மிகுந்த காலத்திலே 53 ஆண்டுகள் ஒரேயொருமுறை இங்கிலாந்து சென்று வந்ததைத் தவிர அந்த ஊரிலே அந்த மனிதர் வாழ்ந்தார் என்பது மகத்தான தியாகம். ஒரு குளிர் நாட்டில் இருந்துவந்து இந்தத் தகிக்கிற வெப்பத்திலே 53 ஆண்டுகள் குடும்பத்தோடு வாழ்ந்திருக்கிறார். தன்னுடைய மகளையும் இங்கேயே திருமணம் செய்து கொடுத்திருக்கிறார். அதனால்தான் சொல்கிறேன். ஒரு மொழியியல் அறிஞர் என்பதை விட அவர் தேர்ந்தெடுத்துக்கொண்ட மக்கள் அன்றைக்குச் சமூக மரியாதையே இல்லாத ஒரு பெரிய மக்கள் கூட்டம்.

ஆனால் இந்த மக்கள் மிகுந்த நன்றியறிவுடையவர்கள் என்பதை அவர் கண்டுகொண்டார். இதனால் அவர்களுக்கு வேண்டிய எல்லாத் தேவைகளையும் நிறைவு செய்திருக்கிறார்.

மருத்துவவசதியை எப்படி செய்தார் என்பது பற்றிய எந்தத் தகவலும் எனக்குக் கிடைக்கவில்லை. அதுவரை அவர்கள் பனைஓலைக் குடிசைகளில்தான் வாழ்ந்து கொண்டிருந்தார்கள். இன்றைக்கு மூன்றாவது, நாலாவது தலைமுறைப் பட்டதாரிகளை இடையன் குடியிலே பார்க்கலாம். இதுதான் நான் அந்த ஊருக்குச் சென்றுவந்த அளவிலே கால்டுவெல்லைப் பற்றித் தெரிந்துகொண்ட செய்திகள்.

'திராவிடமொழிகளின் ஒப்பிலக்கணம்' என்ற கால்டுவெல் படைப்பைத்தான் பெரும்பாலும் எல்லாரும் தெரிந்திருக்கிறோம். ஆனால் அவருடைய மற்ற படைப்புகள் – அவற்றின் முக்கியத்துவம் பற்றிச் சொல்லுங்கள்.

குறிப்பாக *Sanars of Tamilnadu*ன்னு அவர் எழுதின புத்தகம் இருக்கு. *Ethinographic Study*ன்னு நாம இன்றைக்குச் சொல்றோமே... முதல்ல விஞ்ஞானப்பூர்வமாகச் செய்யப்பட்ட *Ethinographic Study* அதுதான். அதுலதான் அந்த *Lore* ஐ எல்லாம் அவர் கணக்குல எடுத்துப் பேசுவாரு. அதுல ஒரு கதை. நாடார்கள் ஈழத்துல இருந்து பனங்கொட்டையோட வந்தாங்க அப்படின்றது. நான் அதை ஒரு வரலாற்று உண்மையாகக் கருதுறேன். ஏனென்றால் ஈழம் என்ற சொல்லுக்குத் தமிழில் பனை என்ற பொருள் உண்டு. பனைமீது விதிக்கப்பட்ட வரிக்கு ஈழம்பூச்சி என்றே பெயர். ஈழவர் என்று கேரளாவிலே சொல்லப்படுகின்ற சாதியார் ஈழத்திலிருந்து கேரளாவிற்கு வந்தவர்கள். அதுபோல நெல்லை மாவட்டத்தினுடைய எல்லையோரத்திலே வாழ்கிற இல்லத்துப் பிள்ளைமார் என்று சொல்லப்படக்கூடிய சாதியினரை ஈழப்பிள்ளைமார் என்றுதான் சொல்வார்கள். அவர்களும் அங்கிருந்துதான் வந்திருக்கணும். *Sanars of Tamilnadu* ஓர் அருமையான *Ethimnographic Study*. இன்னுஞ்சொல்லப்போனா கனகசபை பிள்ளை, சீனிவாச ஐயங்கார் இவர்களுக்கெல்லாம் அது முன்னோடி நூலாக இருந்தது என்று நான் கருதுகிறேன்.

Ethinographic aspect –லே அவரோட படைப்ப நாம வச்சுப் பார்க்கற ஒரு தேவையும் அதனுடைய முக்கியத்துவமும் உங்களுடைய வார்த்தைகளில் இருந்து புரியுது. இந்தியர்களுக்கு வரலாற்றுப் பார்வை இல்லை என்பதாகக் கால்டுவெல் கருதுகிறார். அதுபோல ஒரு மன்னனைப் பற்றியோ ஒரு நிகழ்ச்சியைப் பற்றியோ உள்ளதை உள்ளவாறே எழுதுவதில் இந்தியர்களுக்கு மிகப்பெரிய சுணக்கம் இருக்கிறது. கவிஞர்களின் கட்டற்ற கற்பனைக்கு இடங்கொடுக்கும் போதுதான் எந்த ஒரு படைப்பும் ஆர்வம் ஊட்டுவதாக அமைகிறதென்று அவர்கள் கருதுவதுபோல் தோன்றுகிறது. புராதனமான இந்திய வரலாறு என்று நாம் சொல்வோமானால் கல்வெட்டுகளிலும் நாணயங்களிலும்

காணக்கிடைக்கும். பழமரபுக்கதைகள், புராணங்கள் இப்படி எந்தப் பெயரில் இருந்தாலும் அவை தூக்கியெறியப்பட வேண்டும். அதனால் சிறப்பு எதுவும் இல்லை; மாறாகச் சாதாரணமானதுதான் என்று கால்டுவெல் குறிப்பிடுகிறார். இதைப்பற்றி நீங்கள் என்ன நினைக்கிறீர்கள்.

History of Tinnevelly –யிலே ஓர் இடத்துல வந்து அவர் எழுதுறாரு, இந்த மக்களுக்கு வரலாற்று உணர்வு கிடையாதுன்னு. *Historic Sense* கிடையாதுன்னு. அது ஒரு அபத்தமான ஸ்டேட்மெண்ட். ஏன்னா கால்டுவெல் காலத்துல கல்வெட்டியல் துறை தொடங்கப்படல. இந்தியாவுல இருக்கிற கல்வெட்டுல 75 விழுக்காடு கல்வெட்டுகள் தமிழ்நாட்டுல. அதுல 75 விழுக்காடு தமிழ்க் கல்வெட்டுகள். அதுல கிட்டத்தட்ட ஒரு 30 ஆயிரம் கல்வெட்டுகள் அச்சிடப்பட்டிருக்கு. இதைத் தெரிந்திருந்தால் கால்டுவெல் அப்படிச் சொல்லியிருக்கமாட்டார். அவர் காலத்துல அதற்கான வாய்ப்பு அவருக்குக் கிடைக்கவில்லை. சுந்தரம்பிள்ளை போன்றவர்களுக்குக் கிடைத்த கல்வெட்டு வாசிக்கிற வாய்ப்பு அவருக்குக் கிடைக்கவில்லை. அவர் வாழ்ந்த நிலப்பகுதியும் அப்படிப்பட்ட பகுதி. இரண்டாவது, அந்த நிலப்பகுதி பார்ப்பனியத் தாக்கம் இருந்த பகுதி அல்ல. இந்த நிலப்பகுதியில் வாழ்பவர்கள் பார்ப்பனிய மேலாண்மைக்கு அடிமைப்பட்டவர்கள் இல்லை. அவர்களெல்லாம் வெள்ளாள மேலாண்மைக்கு அடிமைப்பட்டவர்களாகத்தான் இருந்தார்கள்.

History of Tinnevelly புத்தகத்துல ஒரு இடத்துல வரலாறு பற்றி அவர் சொன்ன கருத்தை நீங்க சொன்னீங்க. இந்திய வரலாறு அப்படின்னு ஒண்ணு சொல்லப்போனா அந்த வரலாறுங்கிற அர்த்தத்தைப் பிரதிபலிக்கக்கூடிய ஒரு கருத்துவந்து நம்முடைய நாணயங்கள்லேயும் கல்வெட்டுக்கள்லேயும் தான் இருக்கு. அதற்குப்பிறகு வேறு எதுலயுமே இல்ல அப்படின்னு கருத்து சொல்றாரு. அதேபோல மகாவம்சத்துலதான் இந்த வரலாறோட தன்மை இருக்கு. இலங்கைல இருந்து எழுதப்பட்ட மகாவம்சம் அது.

கால்டுவெல் காலத்துல எழுத்துமரபுக்கான மரியாதை இருந்தது. இன்றைக்கு இல்லை. இன்றைக்கு நாம வாய்மொழி மரபுக்கான மரியாதை தருகிறோம். கால்டுவெல் காலத்துல அப்படி ஒரு அறிவுலகம் தோன்றல. அவர் அதையெல்லாம் கதை என்ற நினைப்புலதான் பதிவு செய்யல.

வழக்கு மொழியிலிருந்துதான் வேர்ச்சொற்களையெல்லாம் திராவிடமொழிகளோட ஒப்பீட்டு நிலைக்கு முக்கியமாகப் பயன்படுத்தறார்.

ஆனா வரலாறு அப்படின்னு பார்க்கும்போது எழுத்துமொழியில அமைந்த வரலாற்றைத்தான் பார்க்கிறார்.

அவர் காலத்து அறிவுலகம் அப்படித்தான் இருந்தது.

இப்ப அதேமாதிரி எதார்த்தத்தை எதார்த்தமாகவே பதிவுபண்றது இந்தியர்களுக்குக் கைவராத கலைன்னும்சொல்றார்.

ஏன் அப்படின்னா, புலவர்கள் அல்லது கவிஞர்கள் ரொம்ப உணர்ச்சி மேலீட்டோட... கற்பனைநயம் கலந்து எழுதுவதைத் தான் அவர்களுடைய எழுத்துக்கள்ல பார்க்க முடியுது. ஒரு மன்னனைப் பற்றி நாம குறிப்பிடும்போதுகூட, மிகையாவே எழுதுறாங்க.

கால்டுவெல்லோட குற்றச்சாட்டு உண்மைதான். காரணம் அவர் காலத்துத் தமிழ் உரைநடை வளர்ச்சி பெறல. எல்லா மொழியும் கவிதையாகவே இருந்தது. கணக்கு உட்பட. எனவே இந்த மிகை வேடப்புனைதல் என்பது கவிதைக்குரிய அடிப்படைப் பண்பு. அறிவுக்கான ஊடகம் என்பது கவிதையாக இருந்தபோது இந்த மிகைவேடப்புனைதல் என்பது தவிர்க்கமுடியாத அம்சம்.

அந்த மிகையை வந்து அவர் ஏத்துக்கவே இல்ல. ஒரு இடத்துல அவர் என்ன சொல்றார்; *Poeticalo aspect* –லே எழுதப்பட்ட பனுவல்கள் *popular legends* இதெல்லாம் டிஸ்கார்டு பண்ணனும். அதனால பெரிய இழப்பு எதுவுமே இல்ல அப்படிங்கிறார்.

அவர் காலத்து அறிவுலகச் சூழல் அப்படி. பின்னால வரவர நமக்கு மாறிடுச்சு.

நேர்காணல்: **ஆ. தனஞ்செயன்**

மாற்றுவெளி, நவம்பர் 2008

7

சாதிகள் உண்மையுமல்ல...
பொய்மையுமல்ல...

தொ.பா.வின் மணிவிழாவினைத் திருநெல்வேலி இலக்கிய நண்பர்கள் அண்மையில் கோலாகலமாகக் கொண்டாடியுள்ளனர். அவரது மணிவிழாவினையொட்டி அவரது வீட்டில் நடந்த சந்திப்பு இது. அவருடன் செலவிடப்படும் ஒவ்வொரு நொடியும் வரலாறு குறித்த மாயையை அகற்றுகிறது. அவருடன் மேற்கொண்ட மிக இயல்பான உரையாடலிலிருந்து...

கடந்த 30 ஆண்டுகால தமிழ் இலக்கியச் சூழலில் ஒரு மாற்றம் ஏற்பட்டுள்ளது. தலித் கலை இலக்கியச் செயல்பாடுகள், பெண்ணிய விழுமியங்கள் முன்னிறுத்தப்படுதல், வரலாறு குறித்த தெளிவுகள் என மாறிவந்துள்ள இச்சூழலில் நாட்டார் வழக்காற்றியல், தொல்லியல், இனவரைவு ஆய்வுகள் ஆகிய துறைகள் முக்கியப் பங்களிப்பு ஆற்றியுள்ளன. தொல்லியல் ஆவணங்களும் உள்ளூர் வரலாறுகளும் முக்கியத்துவம் பெறும் பண்பாட்டு அடையாளங்களை மீட்டெடுக்கும் காலகட்டமாக இது இருக்கிறது. இதில் உங்களது பங்களிப்பு புதிய ஒளியைப் பாய்ச்சுவதாகக் கருதப்படு கிறது.

அண்மையில் என்னைப் பற்றிக் குறிப்பிடும் போது, ஐரோப்பிய முறையியலைத் தள்ளி

வைத்துவிட்டு எழுதுகிறார் என்று குறிப்பிட்டிருந்தார்கள். அதுதான் நான் எடுத்துக் கொண்டுள்ள முறையியல்; வேறு ஒன்றுமில்லை. கிராமத்துல, கம்மாய்க் கரையிலயோ கோயில் வாசல்லயோ பெரிசுகள் உக்காந்து பேசிக்கொண்டிருக்கும் இல்லையா, அதுதான் என்னோட முறையியல். அதை *all pervasive* என்பார்கள்.

ஒருமணி நேரம் அந்தப் பெரிசுகள் பேசிக் கொண்டிருப்பதைக் கேட்டாக்க, ஒரு மரத்தப் பத்தி பேசுவாங்க, வாழ்க்கையோட எத்திக்ஸ் பத்தி பேசுவாங்க, வெள்ளைக்காரனப் பத்திப் பேசுவாங்க, நவாப் காலம் பத்திப் பேசுவாங்க... சயன்டிபிக்கா பேசுவாங்கன்னு சொல்ல முடியாது. *Lore* என்று சொல்லக்கூடிய வழக்காறுகள் இருக்கு பாருங்க. அவர்கள் வழக்காறுகளில் பல விசயங்களைத் தழுவுகிறார்கள். இந்தப் பல விசயங்களையும் தழுவிப் பார்க்கிறபோதுதான், எல்லாக் கோணங்களிலும் ஊன்றிப் பார்க்க முடிகிறது.

யூரோப்பியன் சிஸ்டமாலஜி என்னன்னா *Profile*-ம்பான். அதனால ஒரு பக்கப் பார்வை மட்டும்தான் நமக்குக் கிடைக்கும், வரலாறுன்னா எந்த அரசன் எத்தனை வருசம் ஆண்டான்னு. அது அல்ல. அவன் காலத்தில் என்ன நிகழ்ந்தது? முக்கியமான செய்தி என்ன? அவன் எந்தப் பக்கம் ஆட்சி செய்தான்? இதெப் பார்க்கணும்னா *Lore*தான். *Lore* ன்னா வழக்காறுதான். இந்த வழக்காறுக்குள்ள நிறைய விஷயங்கள் புதைஞ்சு கிடக்குது. அதத் தோண்டித்தான் எடுக்கணும்.

அதில் புனைவுகளும் சேர்ந்துதானே இருக்கிறது? தரவுகளை எப்படிப் பிரிப்பது?

இல்லீங்க. அதுல புனைவு இருக்காது. உண்மை புதைஞ்சு போயிருக்கும். அது ரீடிங்கற கணக்குல வராது. ஈசைபர்மெண்ட் அப்படிங்கற கணக்குலதான் வரும். டென்னிஸ் பந்துல ஒரு கோடு போட்டிருப்பான். அது எங்க தொடங்குது. எங்க முடியுதுன்னு தெரியாது. பிரிக்கிறது பெரிய கஷ்டம். அப்படித்தான் பார்க்கணும். இந்த வழக்காறுல உள்ளதுதான் 'பார்ப்பானுக்கு முந்தி பறையன்'ங்கிறது. அது ஒரு சமூக நிகழ்வுதான். பிராமணர்கள் வருவதற்கு முன் யார் *Priest* ஆக இருந்தாங்கங்கற கேள்விக்கு அது பதில் சொல்லுது. அவர்கள் வருவதற்கு முன் பறையர்கள்தான் *Priest*ஆக இருந்தனர். 'தம்பி உடையார்'னு ஒரு கட்டுரை எழுதியிருக்கிறேன். எனக்கு ரொம்ப நாளா ஒரு கேள்வி. நான் பரமக்குடியில் இருந்தபோது கீழக்கரை முஸ்லிம்ககிட்ட மட்டும் ஒரு வித்தியாசமான பெயர் வழக்கு

இருந்ததக் கவனிச்சிருக்கேன். செய்குத் தம்பி, முகமது தம்பி, சதக்குத் தம்பினு பெயர் வைச்சிருப்பாங்க. இந்தக் கேள்விக்கு ரொம்ப நாளா எனக்கு விடை கிடைக்கல. திரும்பத் திரும்பத் தோண்டிப் பார்த்தா, சீதக்காதி அப்பா பேரு பெரிய தம்பி மரைக்காயர். யாருக்குப் பெரிய தம்பி? இவர் தம்பின்னா அண்ணன் யாருன்னு வரலாற்று ரீதியாப் பார்த்தா, விஜய ரகுநாத பெரிய தம்பி அவர் பேரு. அப்படின்னா சேதுபதிதம்பி. சேதுபதிக்கு எப்படி தம்பியானாங்கன்னு பாத்தா, போகலூர்ல இருந்த மண் கோட்டைய விட்டுட்டு, இராமநாதபுரத்துல கோட்டை கட்டறதுக்குப் பணம் கொடுத்து கிழக்க அழைச்சிட்டு வந்திருக்காங்க, கீழக்கரை மரைக்காயர்கள். இதுக்குப் பதிலா என்ன கேக்கிறாங்கன்னா, கடற்கரையின் மேலாதிக்கத்தக் கேக்குறாங்க. சங்கு வியாபாரம் செய்வது போன்ற உரிமைகள வாங்கிக்கிறாங்க. இப்படி ராஜா, தன்ன நிலைநிறுத்திய தம்பிங்கிறதால தம்பி பட்டம் கொடுக்கிறாங்க. இன்னமும் போட்டுக்கிட்டே வராங்க. இப்படி ஒன்றையொன்று தோண்டித் தோண்டிப் பார்க்கணும். இப்படிப் பார்த்தால் நிறைய விஷயங்கள் தெரியும். நான் இப்படித்தான் பார்த்துக்கிட்டிருக்கிறேன்; எழுதிக்கிட்டு இருக்கிறேன்.

இதற்கான கேள்விகள் உங்களுக்கு எங்கிருந்து எழுகின்றன. இது உங்கள் வாசிப்பு சார்ந்தவிஷயமா? அல்லது வேறு ஏதோ தேடல்கள் தொடர்பான விஷயமா?

வாசிப்பு, மறுவாசிப்பு ரெண்டுந்தான். இதுபோக, இந்த மாதிரி கேள்வி கேட்கிற பழக்கம் எங்கிருந்து வந்ததுன்னா, மயிலை சீனி. வேங்கடசாமி, ராகவன் பிள்ளை, வானமாமலை மூலம் ஏற்பட்ட பாதிப்புகளிலிருந்து வருது. இந்தக் கேள்விகளுக்கு விடை இல்ல. விடைகளைத் தேடுகிறபோது ஒரு பக்கம் வரலாற்று நிகழ்ச்சிகள்ல விடை இருக்கு. ஒரு பக்கம் வேறு இதுகள்ல விடை இருக்கும்.

அடிப்படையில் பெரியாரிஸ்டாக இருக்கிற நீங்கள், எப்படி இதுபோன்ற வாசிப்புகளுக்குள் வந்தீர்கள்?

ஒன்று வளர்ப்புன்னு சொல்லணும். நான் பிறந்து வளர்ந்த சூழல் இருக்கே அது. சமய நல்லிணக்கம் என்பது பெரியார் படிச்சு எனக்கு வரவில்லை. அது இயல்பாகவே என் வீட்டில் இருந்தது. இந்த ஊர்ல எல்லா இதயும் பார்க்கலாம். சவேரியார் கோயில் திருநாள்ல போயிப் பார்த்தீங்கன்னா, மற்ற மதத்துக்காரங்க கூட்டம் நிறைய இருக்கும். கிறிஸ்துமஸ்ஸுக்குப் பாலகன் பிறப்புன்னு பிறந்த குழந்தையப் பார்க்கப்போற ஒரு

கலாசாரம் இந்த ஊருல இருக்கு. உங்க வீட்டுல புதுசா ஒரு குழந்தை பிறந்திருந்துச்சுன்னா நான் சோப்பு, பவுடர், பால் பவுடர் டின் வாங்கிக்கிட்டுப் பார்க்க வருவது போல எல்லாச் சாதி மக்களும் பாலகன் பிறப்பு குடில் அமைக்கப்பட்டிருக்கிற இடத்துக்குப் போவாங்க. 'பாலகன் பிறந்துருக்கான் பாருங்க, பாலகன் பிறந்திருக்கான் பாருங்க'ன்னு போவாங்க. இந்தக் கலாசாரம் மத எல்லைகளைத் தாண்டிப் பாய்கிறது. இந்த மாதிரி சமய நல்லிணக்கம்ங்கிறது, சகிப்புத் தன்மைங்கிறதே ஒரு கெட்ட வார்த்தையாயிட்டுது. இந்தச் சமய நல்லிணக்கம் யாருகிட்ட இயல்பா இருக்குதுன்னா பெண்களிடம் இருக்கிறது. நம்மில் சரிபாதியாகப் பெண்கள் இருக்கிறதாலதான் இங்க மதக் கலவரங்கள் இல்ல. ஒரு குழந்த பிறந்தாலே பார்க்கணும்ங்கிற கலாச்சாரத்துல சாதியோ மதமோ ஆபரேட் ஆகிறதில்ல. இது தமிழ்நாட்டின் தென்பகுதியில் இருக்கு. ஏன்னா தென்பகுதி கல்சுரலா பெரிய சிரமங்களுக்கு ஆளாகாத பகுதி. *Undisturbed*. இந்த மாதிரியான சூழல்ல... ஊர், தெரு, வீடு எல்லாமே இயல்பாகவே சமூக நல்லிணக்கத்தப் பேணுகிற, விரும்புகிற சூழல்ல வளர்ந்தது ஒரு முக்கியக் காரணம். அதுல பாளையங்கோட்டைக்கு முக்கியப் பங்கு இருக்கு.

இந்த மாதிரியான சூழல் தமிழ்நாடு முழுவதும் இல்லையா? இல்லை என்றால் ஏன் இல்லாமப் போச்சு?

இங்க இருக்கு. தமிழ்நாடு பூரா இருக்கா இல்லையான்னு எனக்குச் சொல்லத் தெரியல. ஏன்னா என்னுடைய களஆய்வுகள் தென் மாவட்டங்களில்தான். *MRT* என்று சொல்லப்படுகிற மதுரை, இராமநாதபுரம், திருநெல்வேலி மாவட்டங்களில்தான் இருந்துள்ளது.

உங்கள் முதல் களஆய்வு மதுரை அழகர்கோயில் பற்றிய கள ஆய்வுதானா?

ஆமா. அதுல நான் எடுத்துக்கிட்டது வந்து... கோயில்னா ஒரு சட்டம் வச்சிருந்தாங்க. *Paradigm* இருந்தது. நான் அத எடுக்கல. ஒரு கோயிலுக்கும் நாலு சாதிகளுக்கும் உள்ள உறவ எடுத்துக்கிட்டேன். சித்திரைத் திருவிழாவில் பார்த்தால், எல்லாச் சாதிகளும் வராங்க. இப்ப, ஆகமம் உள்ள கோயில்கள் இருக்கு; ஆகமங்கள் இல்லாத கோயில்களும் இருக்கு. அடித்தட்டு மக்கள் மத்தியில் ஆகமங்களுக்கு எந்த மரியாதையும் கிடையாது. அப்படிப்பட்ட மக்கள் ஏன் சித்திரைத் திருவிழாவில் கூட்டம் கூடுகிறார்கள் என்பதுதான் நம் கேள்வி. அந்த மக்களான கள்ளர், பறையர், தாழ்த்தப்பட்ட மக்கள் , இடையர் ஆகிய நான்கு

சாதிகளுக்கும் அந்தக் கோயிலுக்கும் உள்ள உறவுதான் என் ஆய்வு. அப்படிப் போகும்போது சடங்குகளைப் பற்றிய நம்பிக்கைகள், பழமொழிகள், கல்வெட்டுகள் எல்லாம் பயன்பட்டது.

மதுரை அழகர் கோயிலிலுள்ள கள்ளழகர் கோயில் போலவே, திருவில்லிப்புத்தூர் அருகே திருவண்ணாமலையிலும் ஒரு கோயில் இருக்கிறதே?

அது மதுரை அழகர்கோயிலின் *Replica*. ஒரு ஊரோ கோயிலோ பெரிய அளவுக்கு முக்கியத்துவம் பெறும்போது அது மாதிரி *Replica*க்கள் உருவாகும். டூப்ளிகேட். காசின்னு ஒரு ஊரைப் பார்த்து தென்காசின்னு பேர் வைச்சாங்கள்ல அத மாதிரி.

இந்த இரு கோயில்களிலும் சில குறிப்பிடத்தக்க வழிபாட்டு முறைகள்கூட ஒரே மாதிரி உள்ளன?

வைணவம் நாட்டார் கோயில்களில் நிறைய இருக்கு. அந்த வகையில் மதுரை கள்ளழகர் கோயில்லயும் இங்கேயும் வழிபாட்டு முறைகள் ஒரே மாதிரி இருக்கலாம். தமிழ்நாட்டில் அரசர்கள் வைணவத்தை ஆதரிக்கவில்லை. சோழர்கள் சைவத்தைத் தான் ஆதரித்தார்கள்; வைணவத்தை விரட்டினார்கள். அதையும் மீறி வைணவம் எப்படித் தாக்குப் பிடிச்சுதுன்னா நாட்டார் மக்களாலதான். அதாவது 'நான் – பிராமின்' மக்களைக் கோயிலுக்குள் வரவழைச்சது மூலமா வைணவம் தாக்குப் பிடிச்சுது. நாட்டார் மக்களுடன் சமரசம் செய்துகொண்டு வாழத் தொடங்கியது. இது 12, 13ஆம் நூற்றாண்டுகளுக்குப் பிறகு. மேலோர் மரபுகள் வறுமைப் படும்போது கீழோர் மரபுகளுடன் எல்லா வகைகளிலும் சமரசம் செய்துகொண்டு மேலும் வாழ்கிறது. இவ்வாறு வைணவம் சிக்கல்பட்டபோது கீழோர் மரபுகளுடன் சைவம் அவ்வாறு செய்யவில்லை. இது தொடர்பாக 'வைணவம் எவ்வாறு நாட்டார் கூறுகளை வரவு வைத்துக்கொண்டது?' என ஒரு கட்டுரையும் 'தென்கலை வைணவத்தில் ஒரு கலகக் குரல்' என ஒரு கட்டுரையும் எழுதியுள்ளேன்.

தமிழ்நாட்டில் ராமஅவதாரத்துக்கு மரியாதை கிடையாது; கிருஷ்ண அவதாரம்தான். இப்ப மதவாத சக்திகள் ராமனைத்தான் கையில் எடுக்குது. 'ஜெய் ராம்', 'ஜெய் ராம்'ங்கிறாங்க. கிருஷ்ணனைக் கையில் எடுக்க மாட்டாங்க. ஏன்னா ராமன்தான் அரச வம்சத்தைச் சேர்ந்தவன்; அரசக் கல்வி கற்றவன்; ஆயுதப் பயிற்சி பெற்றவன்; கையில் ஆயுதம் தாங்கியவன். கிருஷ்ண அவதாரம் பார்த்தீங்கன்னா ஏழைக்குடி

யில் பிறந்தவன், அழுக்கானவன், திருடுபவன், பொய் சொல்பவன், பெண்களோடு கூடிக் குலாவுபவன். இதற்கு மூலம் பாகவதக் கதைகள். பாகவத மதம்தான் முதலில் உருவாகிறது. அதிலிருந்து வைணவம் உருவாகிறது. இந்தக் கதைகளைத்தான் ஆழ்வார்கள் பாடியிருக்கிறார்கள். ராமனைப் பற்றி அதிகமாகப் பாடியதில்லை. கிருஷ்ணாவதாரத்தின் பாகவதக் கதைகள்தான் ஆழ்வார் பாசுரங்களில் வருகின்றன. குறிப்பாக, பகவத்கீதையைப் பற்றி ஆழ்வார்கள் பேசவே இல்லை என்பது கவனிக்கத்தக்கது. ஒரே ஒருவர் போகிறபோக்கில் குறிப்பாகக் குறிப்பிடுகிறார். அதையும் தேடிக் கண்டுபிடிச்சாதான் உண்டு. அவ்வளவுதான். பகவத்கீதை கொண்டாட்டத்துக்குரிய ஒரு நூல் இல்ல.

அப்போ 18ஆம் நூற்றாண்டுக்குப் பின்னர் வந்த சமய சீர்திருத்தவாதிகள் ஏன் வைணவத்தைத் தூக்கிப் பிடிக்கவில்லை?

ஒன்று, அது மிகவும் சிறுபான்மை நலனாகிப் போச்சு. இன்னொன்று, அதைவிட நேரடியாக ஆங்கிலேய முறையியலைப் பின்பற்றிவிட்டார்கள். பெரியார் உட்பட எல்லோரும் ஐரோப்பிய நாகரிகத்தையே எடுத்துக்கொண்டார்கள்.

தொல்லியல் கூறுகளை இன்று இடதுசாரிகள் கையாள்கிறார்கள். அவர்கள்அதை எவ்வாறு பார்க்கிறார்கள்?

இன்னும் சரியாகச் செய்யவில்லை. உதாரணமாகச் 'சாமியாட்டம்' என்று ஒரு நாட்டார் கலை இருக்கிறது. ஐரோப்பிய முறையியலைப் படித்தவர்கள், பெரியாரைப் படித்தவர்கள் எல்லாரும் 'சாமியாட்டம்' ஒரு காட்டுமிராண்டித்தனம் என்றுதான் கூறுவார்கள். ஆனா அதைக் கூர்ந்து கவனிச்சா சாமியாட்டம் பழைய போர் நடனத்தின் எச்சப்பாடு என்பது தெரியும். அதாவது ஒவ்வொரு சமூகத்திற்கும் வார் டான்ஸஸ், பாஸ்டரா டான்ஸஸ் என்று உண்டு. தமிழ்ச் சமூகத்தின் வார் டான்ஸின் மிச்ச சொச்சம்தான் சாமியாட்டம். இப்படிப் பார்ப்பதற்கு இன்னும் நாம் பழகலை. சாமியாட்டம் நடந்தாலே விலகி ஓடுவார்கள். சாமியாட்டம் அந்த வட்டார வரலாறுகளோடு தொடர்புடையது. சில இடங்களில் ஆயுதம் தாங்யிருக்கும். சில இடங்களில் அது இல்லாம இருக்கும். ஆயுதம், தாங்கி இருந்தால் அது என்னவகையான ஆயுதம் ? அத எதுக்குப் பயன்படுத்தறாங்கன்னு பார்க்கணும். அப்படி மக்கள் கலாசாரத்தோட தம்மை முழுமையாக அடையாளப்படுத்திக்கொள்ளும் பார்வை இன்னும் இடதுசாரிகளுக்கு வரல்ல. சாமியாட்டம் வார்டான்ஸுன்னே அவங்க நினைக்கல, இல்லயா ? அத மாதிரி விளையாட்டுகள். இப்ப பல்லாங்குழி பற்றி ஒரு கட்டுரை எழுதினேன். அதப் படிச்சிட்டு

இடதுசாரிகளெல்லாம் தலையில தூக்கிக் கொண்டாடப் போறாங்கன்னு நினைச்சேன். ஆனா எந்த இடதுசாரியும் அதைப் படிக்கல. அது பிரைவேட் பிராபர்டீஸைக் கலாசார ரீதியாக நியாயப்படுத்துகிற ஒரு விளையாட்டு. உனக்கு ஏழு குழி, எனக்கு ஏழு குழி. குழிக்கு அஞ்சு முத்துகள் என இந்த விளையாட்டு சமத்தன்மையோடு தொடங்குகிறது. மீண்டும் குழிக்கு அஞ்சு முத்துகள் என்ற நிலையே ஏற்படக்கூடாது என்பதுதான் விதி. மேடு பள்ளமாவதும், பள்ளம் மேடாவதும் விளையாட்டு. தோற்றவன் நான் தோற்றுப் போனேன் என்றே நினைக்க மாட்டான். விதி என்னைத் தோற்கடித்துவிட்டது என்றுதான் கூறுவான். நீ என் சொத்தைப் பறித்துக்கொண்டாய் என்று கூறமாட்டான். விதிதான் என் சொத்தை அபகரித்துக்கொண்டது என்றுதான் நினைப்பான். தோற்றுப்போனவன் கடைசியில் கஞ்சி குடிக்கணும். 'கஞ்சி குடி, கஞ்சி குடி' என்பார்கள். தோற்றவனுக்கு அவர்கள் மீது கோபமே வராது. இந்த ஒழுங்குகளைக் கலாசாரரீதியாக உருவாக்குவதுதான் விளையாட்டு. இதை ஒவ்வொரு கட்டமாகப் பிரிச்சு எழுதியிருந்தேன். இதை இடதுசாரிகளால் புரிஞ்சுகொள்ள முடியவில்லை.

உள்ளூர் வரலாறுகளை எழுதும் முனைப்பு இன்று ஏற்பட்டுள்ளது. அதற்கான ஆதாரங்களை எவ்வாறு தேடுவது?

அந்த வட்டார நிலவியல், அந்த வட்டார வரலாறு, அந்த வட்டாரத்திலுள்ள நிறுவனங்கள் . . . பாளையங்கோட்டை வரலாற்றை எழுதினால் *Blind School* பத்தி பேசாம இருக்க முடியுமா? 100 ஆண்டுதான் ஆகிறது என்றாலும் தமிழ்நாட்டில் பார்வையற்றவர்களுக்காக உருவாக்கப்பட்ட முதல் பள்ளி... இந்தியாவிலேயே பெரிய பள்ளிக்கூடம். 1903ஆம் ஆண்டில் இந்தியாவிலேயே முதல்முறையாக *Brailey* எழுத்தில் புத்தகம் வெளியிட்டான். இவ்வளவு முக்கியத்துவம் வாய்ந்த நிறுவனத்தப் பத்தி எழுதாம இருக்க முடியுமா? இதுபோன்ற வட்டார நிறுவனங்கள், சடங்குகள், விழாக்கள் இதையெல்லாம் பார்க்க வேண்டியிருக்கு.

நீங்கள் பாளையங்கோட்டை வரலாறு எழுதுகிறீர்கள் இல்லையா? திருநெல்வேலி, பாளையங்கோட்டை இரண்டும் அடுத்தடுத்த ஊர்கள் என்றாலும் வேறு வேறு அடையாளங்களைக் கொண்டதாகத்தான் எப்போதும் இருந்திருக்கிறதா? அல்லது கிறித்துவத்தின் வருகைக்குப் பின்னர் இந்தத் தனி அடையாளங்களைப் பெற்றதா?

காலனியஆட்சி வந்த பிறகுதான் தனித் தனியானது. அதுக்கு முன்னாடி ஒன்னாத்தான் இருந்தது. காலனியாட்சி

வந்தபிறகுகூட சாதி வேற்றுமைகள் கடுமையாக இருந்தன. (இரண்டு நகரங்களின் அடையாளங்களைப் பிரிக்கும் முக்கிய அம்சமாக இது விளங்கியது.) குறிப்பாக, பிராமண ஆதிக்கம் பின்வாங்கிய பின்னரும் வெள்ளாள சாதி ஆதிக்கம் வந்து சேர்ந்தது. சாதி வேற்றுமையைப் பாதுகாப்பதற்காக வெள்ளாளர்கள் பட்டபாடு கொஞ்சநஞ்சமல்ல.

வெள்ளாளர்கள் கிறித்துவத்துக்குள்ளும் வந்தார்கள் இல்லையா?

அங்கயும் போயி எங்க சாதி ஆசாரம் உயர்வானதுன்னு சொல்லிருக்காங்க. அவன் முடியாதுன்னுட்டான். இதனால கிறித்துவத்தில் அவர்கள் நீண்டகாலம் வெற்றியடைய முடிய வில்லை. 'வெள்ளாள ஆசாரமும் குருமார் போதகமும்' என்று பாதிக்கப்பட்டவர்கள் ஒரு புத்தகம் எழுதியிருக்காங்க. கிறத்தவனானாலும் வெள்ளாளர்கள் வெள்ளாளர்தான். கோயிலில் நாடார்களுடன் சமமாக உட்கார முடியாதுன்னு சொல்லியிருக்காங்க. கல்லறையும் தனியா கட்டினாங்க. கச்சகட்டி பிள்ளைமார்களுக்கு எனத் தனிக் கல்லறைத் தோட்டம் உருவாக்குனாங்க. இதெல்லாம் நடந்திருக்கு.

சீர்திருத்தக் கிறித்தவம் வந்த பிறகுதான் இதெல்லாம் மாறியதா?

18, 19ஆம் நூற்றாண்டுகள்ல தாங்க முடியாத நெருக்கடி இருந்தது. நெல்லை மாவட்டத்துல ஏராளமான நாடார்கள் கிறித்துவத்துக்குப் போறாங்க. இந்த அளவுக்கு வேற எந்த மாவட்டத்துலயும் ஒரு சாதியினர் கிறித்துவத்துக்கோ இஸ்லாத்துக்கோ போனதில்ல. ஏன் போனாங்கன்னா வரலாற்றில் வழக்கமா சொல்கிற பிராமண ஆதிக்கம் இங்க கிடையாது. ஏன்னா இவங்க வாழ்ந்த நிலப்பகுதியில் பிராமணர்களே கிடையாது. வெள்ளாளசாதி ஆதிக்கம்தான் அதிகம் நிலவியது. அத எதுத்துதான் அவங்க போராடுனாங்க. உள்ளூர் வரலாறு எழுதும்போது இதமாதிரி பல தரவுகளுக்கான ஆதாரங்களத் தேடி நாம போகவேண்டியிருக்கு.

இனவரைவியல் ஆய்வுகள் எந்த அளவுக்கு முக்கியத்துவம் வாய்ந்தவை?

இன்றைக்குச் சாதிகளின் வரலாற்றைப் பத்தி ஆராய்வதுதான் இனவரைவியல் ஆய்வுகள் எனப்படுது. சாதிகள் உண்மையா, பொய்யா என ஆராய்ச்சியாளர்கள்கிட்ட கேட்டா, சாதி உண்மையுமல்ல பொய்யுமல்ல என்பார்கள். ஏன்னா பரம்பரையா இந்த மண்ணில் வாழ்ந்த மக்கள்தானே எந்த ஒரு சாதியினரும்.

எனவே மண்ணின் வரலாறு அவங்க சாதிக்குள்ள பாய்ந்திருக்கும், இவங்க வரலாறு மண்ணின் வரலாற்றுக்குள் பாய்ந்திருக்கும், இல்லயா? இதுதான் இனவரைவியல் ஆய்வுகள். ஆராய்ச்சியாளன பொறுத்தமட்டுல, சாதி உண்மையுமல்ல பொய்யுமல்ல.

ஆனால் தென் அமெரிக்கா போன்ற பகுதிகளில் மேற்கொள்ளப்படும் இனவரைவியல் ஆய்வுகளுக்கும், இங்கு நடைபெறும் இனவரைவியல் ஆய்வுகளுக்கும் இடையே வேறுபாடுகள் உண்டல்லவா?

ஆமா. சாதி என்பது இந்தியச் சமூகத்துக்கு மட்டும் Peculiar ஆனது.

சாதிகளில் உட்கூறுகளும் இருக்கின்றன...

அடிப்படையா சாதி என்பது உள்வட்டத் திருமணங்களுடைய வரம்பு சார்ந்தது. எதுவரை உங்க சாதி இருக்கும்னா எதுவரைக்கும் நீங்க கலியாணம் பண்ணிக்கலாமோ அது வரைக்கும் உங்க சாதி. அந்தக் காலத்தில பாளையங்கோட்டையில இருந்து சென்னைக்குப் பெண் எடுக்கவோ கொடுக்கவோ முடியாது. ஏன், இங்கிருந்து 20–30 மைல்கள் தாண்டிக்கூட பெண் எடுத்ததுமில்ல, கொடுத்ததுமில்ல. ஏன்னா ஒரு பொருளாதார யூனிட்டுங்கறது 10, 15 மைல்களுக்கு உள்ளதான் இருக்கும். எல்லாப் போக்குவரத்தையும் அதுக்கு உள்ளதான் வச்சுக்க முடியும். சாதிகளில் உட்பிரிவுகள் என்பது காலனி ஆட்சிக்கு வெகுகாலத்துக்கு முன்பு உருவாகியிருக்கு. தொழில்ரீதியாக் கீழ போகும்போது அவங்க சாதியிலயே கீழானவங்க ஆகறாங்க. இவ்வாறு ஒரே சாதியில் பல தொழில் பார்ப்பவர்கள் பல உள்சாதிகளாகப் பிரிக்கப்பட்டிருப்பதைப் பார்க்கலாம். உழவுத் தொழில் செய்கிறவர், மருத்துவம் பார்க்கிறவர், பூசாரித் தொழில் பார்க்கிறவர், சுண்ணாம்புத் தொழில் செய்கிறவர், இறந்த மாடுகளைக் கொண்டு டானரி தொழிலில் ஈடுபடுகிறவர் என ஒரே சாதியில் பல உட்பிரிவுகளைப் பார்க்கிறோம் இல்லையா? அதைப் போலத்தான்.

இதுபோன்ற உழைக்கும் சாதியினருக்கு எழுத்தறிவு என்பது எப்போதும் இருந்தது கிடையாதா?

எழுத்தறிவு என்பது அதிகாரம் சார்ந்தது இல்லையா? அது கீழ் சாதியினருக்கு அனுமதிக்கப்பட்டதில்லை. நில ஆவணங்கள் சம்பந்தப்பட்ட கணக்கப்பிள்ளைகள் எப்போதும் எழுத்தறிவு பெற்றவர்களாக இருந்துள்ளனர். அதிகாரிகள்

எழுத்தறிவு பெற்றவர்கள். மற்ற மக்கள் கையில் தொழில்நுட்ப அறிவு இருந்தபோதும் எழுத்தறிவு பெறாதவர்கள். நமது பாரம்பரிய விவசாயம் குறித்த அறிவுகள் எழுத்தில் ஒருபோதும் பதிவு செய்யப்பட்டதில்லை. நாம் வென்ற இடமும் தோற்ற இடமும் அதுதான். தொழில்நுட்ப அறிவு எழுத்தில் வராமல் நினைவுகளிலேயே தங்கித் தங்கி வந்திருக்கிறது. இப்படி பெருவாரியான மக்கள் எழுத்து தெரியாத குருடர்களாகத்தான் இருந்துள்ளனர்.

அடித்தட்டு மக்கள் வரலாறு என்பது நினைவுகளில்தான் தொடர்ந்து வந்துள்ளது.

ஆம்; ஆனால் நிலஉரிமையைப் பற்றிப் பேசுகிறபோது, Possession - ஐ முக்கியமாகக் கருதுனாங்க. அதாவது அனுபவ பாத்தியதை என்பது முக்கியமாக இருந்துள்ளது.

தமிழ் அடையாளங்களை முன்னிறுத்துவதில், தேடிக் கண்டுபிடிச்சுப் பதிப்பிப்பது முன்பு பதிப்புத்துறையில் காணப்பட்டது. அதுபோல தொல்லியல்களை, நாட்டார் வழக்காறுகளைப் பதிப்புகளாக்கும் முயற்சி உள்ளதா?

இல்லை. அதற்கான நிறுவனமோ அமைப்போ இதுவரை ஏற்படல. நாட்டார் வழக்காற்றியலில் நாட்டார் நம்பிக்கைகள், திருவிழாக்கள் என்று கொஞ்சம் பதிவு பண்றாங்க. ஆனா, ஒட்டு மொத்தமான தமிழ் அடையாளம் கருதி மேற்கொள்ளப்படும் அமைப்போ, நிறுவன முயற்சிகளோ இல்ல. நிறுவனங்களால்தான் இதைச் செய்யமுடியும். எம்.ஐ.டி.எஸ். மாதிரியான ஆட்கள் கொஞ்சம் கொஞ்சம் வர்றாங்க. 'அறியப்படாத தமிழகம்' பற்றி முழுமையாகக் கொண்டு வர வேண்டும். இடதுசாரிகள்தான் இதைச் செய்யமுடியும். அரசு இதையெல்லாம் கண்டு கொள்ளாது. இன்னமும் சாதியத்தில் உயிர்கொண்டுள்ளதால் அது கண்டுகொள்ளாது. அடையாளம் பற்றிய தன்னுணர்ச்சி பீரோகிரட்ஸ்க்குக் கிடையாது. இருந்திருந்தா உயிர்ப்பலி தடைச் சட்டத்தைக் கொண்டு வந்திருக்கமாட்டாங்க.

இதில் பெரியாரிஸ்டுகள் செய்த தவறு என்ன?

தவறு செய்தாங்கன்னு எந்த அடிப்படையில் முடிவுக்கு வர்றீங்க?

தமிழ் அடையாளத்தை முன்னிறுத்தி வளர்ந்த திராவிடக் கட்சிகள் கண்ணகி போன்ற அடையாளங்களுடன் தன்னைச் சுருக்கிக் கொண்டன இல்லையா? அடித்தட்டு மக்கள் வரலாறுகளை நோக்கி அது விரிவடைந்ததா?

உயிர்ப்பலி தடைச்சட்டத்தைக் கருணாநிதி கொண்டு வந்திருக்கவே மாட்டார். அந்த அம்மா இருக்கப் போயிதான் கொண்டு வந்தது. அரசு மட்டத்தில், பீரோகிரட்கள் மத்தியில் இன்னமும் மேட்டுக்குடி மனோபாவம் போகவில்லை. அரசு உணவாக இன்னமும் சைவ உணவுதானே உள்ளது. 92 சதவீத மக்களின் உணவான அசைவ உணவு அரசு மட்டத்தில் புறக்கணிக்கப்படுகிறதே?

இந்த மட்டத்தில் தி.மு.க. சமரசம் செய்துகொண்டதாகக் கூறலாமா?

ஆம்; சமரசம்தான் செய்துள்ளது. ஆனாலும் உயிர்ப்பலித் தடைச்சட்டம் போன்றவற்றைத் தி.மு.க. கொண்டு வராது என்று நினைக்கிறேன்.

இன்றைய அரசியல் சூழ்நிலையில், திராவிட இயக்க விழுமியங்கள் எந்த அளவுக்கு எதிர்காலத்தில் காக்கப்படும் என்ற அச்சம் எழுந்துள்ளதே?

ஒருகாலத்தில் வேதங்கள், சாத்திரங்கள் அடிமைப்படுத்தியது போல இப்போது மீடியா நம்மை அடிமைப் படுத்தியிருக்கு. இதுக்குக் காரணம் பன்னாட்டு மூலதனம். இன்றைய பிரச்சனை இந்தியாவோட முடிஞ்சு போற பிரச்சனையில்ல. தமிழ்நாட்டின் வெப்பச் சூழலுக்கு அரைக்கால் சட்டைதான் சரியான ஆடை. அப்படீன்னா அரைக்கால் சட்டையை நாகரிகமாக்குவதற்கு மலேசியாவில் அரைக்கால் சட்டையைக் கொண்டு வராங்க. சபாரி ஆடையிலேயே முழுக்கால் சட்டையில்லாமல் அரைக்கால் சட்டை போடறாங்க. தென் அமெரிக்க சட்டையைக் கேலி பண்ணி நாலு நாடகங்களை, வடக்கத்தி ஜவுளி வியாபாரிகள் ரேமண்ட்ஸ், விமல் போன்றவர்களுக்காகப் போடுவார்கள். முழுக்கால் சட்டையை ஆதரிக்கவேண்டிய கட்டாயம் அவர்களுக்கு இருக்கிறது.

அந்த நபர்களை 'டவுசர்' என்றுகூட கேலி செய்வார்கள்.

ஜவுளித் துறையில் ஏற்படுத்தப்பட்ட மூல தனத்துக்கு அது பாதிப்பு ஏற்படுத்தும். அரைக்கால் சட்டை போட ஆரம்பிச்சிட்டா

முழுக்கால் சட்டை நின்னு போகும், இல்லையா? இதனால அதச் செய்ய விட மாட்டாங்க. இன்னக்கி பன்னாட்டு மூலதனத்துக்குத் தேவையான சந்தையை உருவாக்குவதில்தான், கலைஇலக்கியத் துறை உட்பட அனைத்துத் துறைகளும் ஈடுபட்டிருக்கு.

பண்பாட்டு அடையாளங்களை மீட்டெடுப்பது என்பது உலகமய மாக்கலுக்கு எதிரான போராட்டமாகத்தான் முடியுமா?

ஆம்; அது பொருளாதாரரீதியான பண்பாட்டு மரபுகளை மீட்டெடுப்பது. இப்ப, திருநெல்வேலியில யூஸ் அண்ட் த்ரோ பிளாஸ்டிக் கப்புகளைத் தேநீர் விடுதிகளில் பயன்படுத்தக் கூடாதுன்னு ஆணை போட்டதால எல்லா இடத்துலயும் பேப்பர் கப்புகள் பயன்படுத்துறாங்க. 50 பைசா குறைவுனாலும் பரவாயில்ல. நாங்க எங்க வீட்டு நிகழ்ச்சிகளிலும் பிளாஸ்டிக் கப்புகளப் பயன்படுத்தறது இல்ல. ஏன்னா . . . பிளாஸ்டிக் கப்புகள் தீண்டாமையைப் பாதுகாக்கிற ஒரு கருவி. அதேபோல நானோ என் நண்பர்களோ எங்கள் வீடுகளில் மோர், தயிர் போன்றவற்றுக்கு மண்பாண்டங்களைத்தான் பயன்படுத்துகிறோம். இரட்டை மண்குடங்களை வைத்து நடுவில் தண்ணீர் ஊற்றி, காய்கறிகளை வைத்தால் பல நாட்களுக்கு வாடாது. வாழைக்காய், தேங்காய்களைத் தொட்டித் தண்ணியில் போட்டுவைக்கும் பழக்கம் இன்னமும் கிராமங்களில் உள்ளது. பல நாட்கள் ஆனாலும் கெட்டுப் போகாதே. பிரிட்ஜ் எதற்கு? மார்கழி மாதத்தில் மறுநாள் கோலத்தில் பூ வைப்பதற்கும் முதல் நாளே மொட்டுகளைப் பறித்து வந்து தொட்டித் தண்ணீரில் போட்டுருவாங்க. மறுநாள் காலையில் மலர்ந்துவிடுவதில்லையா?நாட்டார் கலைகளைப் போல, நமது பாரம்பரிய மருத்துவமும் முதலில் பாதுகாக்கப்பட வேண்டிய ஒன்று. இன்றைக்கு 1200 அலோபதி மருந்துகள் இருக்கின்றன என்றால், அதில் ஆயிரம் மருந்துகளின் காப்புரிமைகள் பன்னாட்டு நிறுவனங்களிடம் உள்ளன. அதிலும் பல நோய்களுக்கு மருந்தே இல்லை என்கிறான். அதனால் நமது பாரம்பரிய மருத்துவ அறிவுகளைக் கொள்ளையடிக்கத் தொடங்கிட்டான். நாம் நமது நாட்டார் மருத்துவத்தைப் பாதுகாக்கத் தொடங்கணும்.

அதுபோல நமது சிறு கோயில்கள், நடுகற்கள் குறித்த சொல்கதைகள், பாடல்கள் மறைந்துகொண்டே வருகின்றன. அதைச் சொல்வதும் பாடுவதும் கேலியாகப் பார்க்கப்படுகிறது.

ஆமா. அதுக்குக் காரணமும் மீடியாதான்.

இன்னும் 30 ஆண்டுகளில் இதெல்லாம் மறைந்துபோகும் என்ற அச்சம் ஏற்பட்டுள்ளதே!

இதையெல்லாம் முறையாக ஆவணப்படுத்த வேண்டிய தேவை உள்ளது.

'சென்னை சங்கமம்' போன்ற நிகழ்வுகள் மூலம் இது பாதுகாக்கப்பட வாய்ப்பு உள்ளதா?

அங்க வேடிக்கை பார்க்கதான் வாரான். எட்டுகால் மாடு இருக்குன்னு சொன்னா அத வேடிக்க பார்க்க வருவான் இல்லையா? அது மாதிரி. இதெல்லாம் வணிகமயமாகத்தான் வாய்ப்பு இருக்கிறது.

சந்திப்பு: **அப்பணசாமி**
***தீராநதி*, ஜுன் 2010**

8

திராவிடம் - பண்பாட்டு அடையாளம்

தமிழ்ப் பண்பாட்டு ஆய்வுத்துறையில் முன்னோடி நீங்கள்; இத்துறையில் நீங்கள் ஏற்படுத்திய திருப்பங்கள் என்ன?

ஆராய்ச்சி வழிமுறைகள் என்று சொல்லக்கூடிய ஆங்கிலேயர் வழிமுறையைத்தான் எனக்கும் கற்றுக்கொடுத்தார்கள். பாஜ்பாய், ஆண்டர்சன், பாலின் வி.யுங் போன்றவர்களின் முறையைத்தான் எனக்கும் கற்றுக்கொடுத்தார்கள். ஆனால் ஆங்கிலேயரின் முறையில் 'ப்ரொபைல்' என்று சொல்லக்கூடிய ஒருபக்கப் பார்வைதான் எல்லா விஷயங்களிலும் கிடைக்கின்றன. முழுமையான பார்வையை நான் நம்முடைய எளிய மக்களுடைய உரையாடலிலிருந்து எடுத்துக் கொண்டேன். அவர்களிடமிருந்து கற்றுக்கொள்ள வேண்டியது நிறைய இருக்கிறது என்பதுதான் என்னுடைய கருத்து.

குறிப்பாக அவர்களது சொல்லடைகள், பழமொழிகள், கதைகள், நம்பிக்கைகள், சடங்குகளிலிருந்து கற்றுக்கொள்வதற்கு நிறைய இருக்கிறது என்பதே எனது நம்பிக்கை. ஒரு உதாரணம் சொல்கிறேன். உயரமாக வளரும் ஒரு தென்னை நாற்றை வாங்கிச் செல்கிற ஒரு விவசாயி என்னுடன் பேருந்தில் வந்துகொண்டிருந்தார். இது என்ன ரகம் என்று கேட்டேன். அவர் 'நக்கவாரி' என்று பதிலளித்தார். அவருக்குத் தெரியாது, நக்கவாரம்

என்றொரு தீவு உண்டு என்பது; அதைத்தான் நாம் நிகோபர் தீவுகள் என்று சொல்கிறோம். முதலாம் ராஜேந்திர சோழன் வெற்றிகண்ட தீவுகளிலே ஒன்று அது. தென்னை வளம் மிகுந்த பூமி. நக்கவாரத்திலிருந்து வந்த அந்த வகைக்கு நக்கவாரி என்று இவர்கள் பெயர் இட்டிருக்கிறார்கள். எப்படி கலிங்கத்திலிருந்து வந்த பட்டாடை, பிறந்த இடத்தால் கலிங்கம் என்று பெயர் பெறுகிறதோ, சின்னாளப்பட்டியில் நெய்யப்பட்ட சேலை, சின்னாளப்பட்டி என்று பெயர்பெறுகிறதோ அதுபோல நக்கவாரத்திலிருந்த தென்னை நக்கவாரி என்று அழைக்கப் படுகிறது. நக்கவாரத் தீவைப் பற்றி அந்த விவசாயி தெரியாமல் இருக்கலாம். நக்கவாரி என்ற சொல்லின் வேரைக் கண்டுபிடிப் பதற்குக் கல்வெட்டுத் தகவல் வழிகாட்டுகிறது.

கல்வெட்டுகள், ஓலைச்சுவடிகளைத் தாண்டி ப்ரொபைல் என்ற குவிமைய ஆராய்ச்சி வழிமுறையிலிருந்து வேறுமுனைகளில் பண்பாட்டை ஆராய முடியும் என்ற கருத்தில்தான் என் முயற்சியைச் செய்தேன்.

இதேபோல் தமிழர்கள் விளையாட்டையும் ஆராய்ந்துள்ளேன். பல்லாங்குழி விளையாட்டையே எடுத்துக்கொள்ளுங்கள். பல்லாங்குழி விளையாட்டில் ஐந்தைந்து முத்துகளுடன் ஏழேழு குழிகள் இருவருக்கும் என ஆட்டம் தொடங்கும். திரும்ப எந்தக் குழியிலும் ஐந்து வரக்கூடாது. நான்கு வந்தவுடனேயே 'பசு' என்று எடுத்துவிடுவார்கள். ஐந்தைத் தொட்டுவிடக் கூடாது. இது ரொம்ப யோசிக்க வைக்கிற விளையாட்டு. தோற்றுப்போனால் எதிர்த்தரப்பு உங்களைச் சுரண்டிவிட்டது என்று நீங்கள் நினைக்கவே மாட்டீர்கள். நமக்கு விதி இந்த விளையாட்டில் இவ்வளவுதான் என்று சென்றுவிடுவீர்கள். தோல்வியை ஏற்றுக் கொள்ளும் மனப்பக்குவத்தை இந்த விளையாட்டு உங்களுக்குத் தருகிறது இல்லையா? நான் ஏமாற்றி விளையாடிவிட்டேன் என்று சொல்ல மாட்டீர்கள். நான்தான் குழியைத் தப்பாகாப் பிரித்து ஆடிவிட்டேன் என்று ஏற்றுக்கொள்வீர்கள். சமத்தன்மை குலைந்து பள்ளங்கள் மேடாகிவிடும், மேடு பள்ளமாகிவிடும் என்ற தத்துவத்தை விளக்கிச் சமத்துவம் எப்படி சமூகத்தில் சிதைகிறது என்பதைக் காட்டும் விளையாட்டு இது. தனிச்சொத்து எப்படி உண்டாகிறது என்பதையும் விளக்கும் விளையாட்டு. இது பெண்களுக்கு வீடுகளுக்குள் விளையாடக் கொடுக்கப்படுகிறது. இந்த ஆய்வுமுறையை வெள்ளைக்காரர்களால் ஒருபோதும் செய்யமுடியாது.

இதுபோன்ற ஆராய்ச்சிமுறைக்குத் தூண்டுதலாக இருந்தது, ஓரளவுக்குப் பேராசிரியர் வானமாமலை, சாத்தான்குளம் ராகவன்

பிள்ளை மயிலை. சீனி வேங்கடசாமி என்று சொல்லலாம். இவர்கள் மூன்று பேர்தான், புத்தகங்களுக்கு வெளியே போய் மக்களை வாசிப்பதைப் பற்றிக் கற்றுக்கொடுத்தவர்கள்.

உங்கள் காலத்தில் களப்பணிகள் செய்த அனுபவத்தைப் பற்றி...

நான் ஆய்வுசெய்தபோது காமிரா இருந்தது. அளவில் மிகப்பெரிய டேப்ரிக்கார்டர் இருந்தது. ஆனால் வண்ணப்படங்கள் எடுக்க முடியாது. மும்பைக்கு அனுப்பித்தான் புகைப்படங்களைப் ப்ரிண்ட் எடுக்க முடியும். பத்து, பதினைந்து முகவரிகளைக் கள ஆய்வு செய்வதற்குக் கையில் வைத்துக்கொள்வோம். பேருந்து நிலையத்திற்குச் செல்வோம். எந்த ஊருக்குப் பேருந்து உடனடியாகக் கிடைக்கிறதோ அந்த ஊருக்குப் போய்விடுவோம். சந்திக்கப்போகிற எளிய கிராமவாசியிடம் அப்பாய்ண்ட்மெண்ட் கேட்டுப் போகமுடியாது. அங்கே அவருக்காகக் காத்திருக்க வேண்டும். அதைவிடப் பெரிய விஷயம் என்னவென்றால், போன உடனேயே நேரடியாகவோ மறைமுகமாகவோ நமது சாதி குறித்துக் கேட்பதில் அவர்கள் தெளிவாக இருப்பார்கள். இன்றுவரை தமிழகத்தில் ஒடுக்கப்பட்ட மக்கள் கள ஆய்வு செய்யமுடியாது என்பதே பச்சையான உண்மை. நெல்லை மாவட்டத்திலாவது பரவாயில்லை. மற்ற மாவட்டங்களில் நிலைமை மிகவும் மோசம்.

நீங்கள் ஒரு சொல்லை உச்சரிக்கும் முறையிலிருந்தே அவர்கள் சாதியைக் கண்டுபிடித்துவிடுவார்கள். இன்னும் சாதி வழக்காறுகள் இருக்கின்றன. நெல்லை மாவட்டத்திலே அவாள், அவுக, அவிய, அவ்வ ... எனப் பல சொற்கள் இருக்கின்றன. இந்தச் சொல்லை உச்சரிக்கிற முறையிலேயே அவர்கள் என்ன சாதி என்பது வெளிப்பட்டு விடும்.

தமிழகத்தில் முற்காலத்தில் தாய்த்தெய்வ வழிபாடு பரவலாக இருந்ததைப் பற்றி ஆராய்ந்துள்ளீர்கள். இப்பின்னணியில் அப்போதிருந்த பெண்களின் நிலைக்கும் தற்போதிருக்கும் பெண் களின் நிலைக்கும் வித்தியாசம் என்ன?

பெண்களின் எழுதப்படாத சோகங்கள் காலம்காலமாக நீடித்தே வருகின்றன. ஆனால் தாய்த்தெய்வ வழிபாடு அவர்களுக் கெல்லாம் ஒரு மருந்துபோல, ஓபியம் போல இருந்தது. பெண் அதிகாரத்தைப் பெறமுடியும் என்ற நம்பிக்கையை ஊட்டியது தாய்த்தெய்வங்கள்தான். கையிலே ஆயுதம் வைத்திருக்கக்கூடிய தாய்த்தெய்வம் அவளது நம்பிக்கையின் சின்னமாக இருக்கிறது. அதனால் தாய்த்தெய்வக் கோயில்களிலே பெண்கள் சாமியாடுவதும் திருநீறு வழங்குவதும் ஏற்றுக்கொள்ளப்பட்ட

ஒன்றாக இருந்திருக்கிறதே, அதுவே அதற்குச் சான்று. பெண்கள் தாங்கள் அன்றாடம் ஒடுக்கிவைக்கப்படும் வாழ்வில் நம்பிக்கை வைக்கும் இடமாகத் தாய்த்தெய்வக் கோயில்கள் இருக்கின்றன. இன்றுவரை அது தொடர்கிறது. ஆகமப் பெருஞ் சமயக் கோயில்களை விட ஆயிரம் மடங்கு அதிகமான சிறிய கோயில்கள் இன்றும் இருக்கின்றன. சென்னையிலே ஒரு கபாலீஸ்வரர் பார்த்தசாரதி பெருங்கோயில்களுக்கு நடுவே ஐந்நூறு அம்மன் கோயில்கள் இருக்கின்றன அல்லவா? இதுதான் அதற்கு உதாரணம்.

நீங்கள் திராவிட இயக்கத்தின் தாக்கம் உள்ளவர்; பெரியாரியர். நீங்கள் மேற்கொள்ளும் பண்பாட்டு ஆய்வுகளும் பெரியாரின் கருத்துகளும் முற்றிலும் முரண்படுவதல்லவா?

மேலோட்டமாகப் பார்ப்பவர்களுக்கு வேண்டுமானால் அப்படி இருக்கலாம். பெரியார், ஆகம வழிப்பட்ட விழாக்களை யும் பெரிய கடவுள்களான பிள்ளையாரையும் ராமனையும் எதிர்த்தாரே தவிர, அவர் சுடலைமாடனையும் கருப்பசாமியையும் காத்தவராயனையும் எதிர்த்தாரா? இல்லையே... ஏனென்றால் பெரியாரின் நோக்கம் என்பது விடுதலை என்பதுதான். ஆகமவழிபாடு, ஆகமநெறிக்குட்பட்ட நிறுவனங்கள், தெய்வங்கள், அதற்குரிய சடங்குகள் தோன்றும்போதுதான் கருமார்கள் உருவாகி அடிமைத்தனமும் சேர்ந்தே வருகிறது. நாட்டார் தெய்வ வழிபாட்டில் அடிமைத்தனம் கிடையாது. பெரியார் காத்தவராயன் சிலையை உடைக்கலையே! ராமர் சிலையைத் தானே உடைத்தார்.

இதில்தான் கடவுள் வேறு, தெய்வம் வேறு என்ற நிலைமையை வேறுபட்டு நின்று பார்க்கவேண்டும். கடவுள் என்பது எஜமானன். ராஜசிம்மாசனத்திலே உட்கார்ந்திருக்கிற எஜமானன். தெய்வம் என்பது என்னோடு சமதளத்தில் பழகிக்கொண்டிருப்பது. எங்களுக்கு வேண்டிய வரம் தரவில்லையென்றால் நம்வீட்டுப் பெண்கள் தெய்வத்தை நோக்கி, உனக்குக் கண் இருக்கிறதா என்று கேட்பார்கள். பெண்கள் கடவுளைச் சபித்து மண்ணள்ளித் தூற்றுவதைக்கூட நான் பார்த்திருக்கிறேன். இதிலே சமத்தன்மை குறையாத உறவுநிலை உள்ளது. இதுதான் தெய்வத்துக்கும் அவர்களுக்குமான உறவு. ஒவ்வொரு ஊரிலும் ஒவ்வோர் சாதியினருக்கும் ஒரு கோயில் உண்டல்லவா? அங்கே யாரேனும் ஒருவர் இறந்துபோனால் அந்தக் குறிப்பிட்ட தெய்வம் கதவைச் சாத்திக்கொண்டு குளிக்காமல் உண்ணாமல் துக்கம் காக்கிறது. மாநகராட்சிப் பகுதியிலே எந்தச் சாதிக்குரியவர் இறந்துபோனாலும் அதற்குரிய கோயிலின் நடை சாத்தப்படுகிறது.

அதற்குப் பூசை கிடையாது; அபிசேகம் கிடையாது; சடலத்தை எடுத்துப் போனபிறகுதான் எல்லாம் நடக்கும். ஒரு உறவினரைப் போல தெய்வமும் துக்கம் காக்கிறது. அப்போதுதான் தெய்வம் எனக்கு அணுக்கமாகிறது. அது எனக்கு அம்மா.

ஆகமவழிபட்டப் பெரிய வடிவங்களைத்தான் நான் கடவுள் என்கிறேன்.

13ஆம் நூற்றாண்டிற்குப் பிறகு தமிழகத்தில் ஆதிக்கம் செலுத்திய பிற பண்பாட்டுக் கூறுகள் அவற்றின் தாக்கங்கள் பற்றி நிறைய எழுதியுள்ளீர்கள்? அதன் சாதகங்கள், பாதகங்களை இன்றையச் சூழலின் பின்னணியில் சுருக்கமாகச் சொல்ல முடியுமா?

வெளிப்படையாகவே பேசலாம். விஜயநகர ஆட்சியின்போது பிராமணர்கள் தொடங்கி ஒடுக்கப்பட்டவர்கள்வரை தெலுங்கு மக்கள் தமிழகத்தில் குடியேறினார்கள். அவர்களுடைய வருகைக்குப் பிறகுதான் நிறைய விஷயங்கள் புராண அடிப்படையிலும் ஆகம அடிப்படையிலும் மாற்றப்பட்டன. அதற்கு முன்பு காரடையான் நோன்பும் வரலட்சுமி நோன்பும் இங்கே கிடையாது. தீபாவளிகூட அவ்வளவு சிறப்பாகக் கொண்டாடப்பட்டது கிடையாது. இதற்குப் பிறகு தமிழகத்தில் ஏற்பட்ட பாதகமான அம்சங்கள்தான் நிறைய. நேர்மறையான தாக்கங்கள் என்று சொன்னால், அங்கேயிருக்கும் உழைக்கும் மக்கள் தமிழ்நாட்டின் பருத்தி வேளாண்மைக்கும் நெசவுக்கும் செய்த தொண்டுதான் தமிழகத்தின் பொருளுற்பத்தி முறையில் பெரிய பங்களிப்பாக இருந்தது. செளராஷ்டிரர்களின் பங்களிப்பும் இதில் சேரும். இத்துடன் ஒரு பண்பாடு இன்னொரு பண்பாட்டை உள்வாங்கிக் கொள்ளும் வேறுசில முறைகளும் உள்ளன. குறிப்பாக ரொட்டி உண்ணும் பழக்கம் பற்றிப் பேச வேண்டும். தமிழகத்தில் வெள்ளையர் வருகைக்குப் பின்புதான் ரொட்டி என்ற உணவு அறிமுகமாயிற்று. அதைத் தமிழகம் புறம்தள்ளவில்லை. பிரசவத்துக்குப் பின்பு பெண்கள் சாப்பிடும் சத்துணவாக ரொட்டி இங்கு மாற்றப்பட்டுள்ளது. அதற்குப் பெயர்தான் கலாச்சாரத் தகவமைப்பு. இதற்கு 250வருட வரலாறு இருக்கிறது.

இத்துடன் சிவப்பு நிறத்தோல் மீது ஏற்பட்ட கவர்ச்சியும் தமிழக மக்களுக்கு 13 ஆம் நூற்றாண்டுக்குப் பிறகே ஏற்பட்டது. ‘கருப்பின் கண் மிக்குள்ளது அழகு’ என்று தமிழில் கறுப்பு நிறம் போற்றப்பட்டுள்ளது. இங்கே கறுப்புதான் அழகாக ஒரு காலத்தில் இருந்தது. இஸ்லாமியப் படையெடுப்புகள், அதற்குப்பிறகு ஏற்பட்ட படையெடுப்புகளைத் தொடர்ந்து

பார்த்துவந்தால் ஆட்சியதிகாரம் கறுப்புநிறத் தமிழ்மக்களிடம் இருந்து மெதுமெதுவாகப் பறிக்கப்படுகிறது. மனிதனுக்கு ஆதியிலிருந்தே அதிகாரத்துக்கான வேட்கை இயல்பு உண்டு. இதனால் சிவப்பு என்பது அதிகாரம் சார்ந்தது, அதிகாரத்தோடு தொடர்புடையது என்ற எண்ணம் மேலோங்கித் தமிழ் உளவியல் சிதைக்கப்பட்டு மாற்றப்படுகிறது. இன்றைக்கும் கறுத்த நிறமுள்ள ஒரு வட்டாட்சியரைவிட சிவப்பு நிறமுடைய வட்டாட்சியர் தன்னுடைய பணியைத் தமிழ்நாட்டில் வெற்றிகரமாகச் செய்ய முடியும் என்பதே யதார்த்தம்.

தமிழ்ப் பண்பாட்டுக்குள்ள தனித்தன்மை என்ன?

குடும்ப அமைப்பைப் பேணிக்கொள்வதற்குத் தாய்க்குத் தரப்படும் முக்கியத்துவம் தாய்மாமனுக்குத் தரப்பட்டிருக்கும். இன்னொன்று, பிணத்துக்குத் தந்திருக்கும் மரியாதை. மற்றொன்று பெண்ணின் உடல் மீதான வன்முறையை நீங்கள் பொதுஇடத்தில் இப்போது தமிழகத்தில் பகிரங்கமாய் யாரும் நடத்திவிட முடியாது. டெல்லிக்கு அருகே முப்பது ஆண்டுகளுக்கு முன்பு ஒரு காவல்துறை அதிகாரி ஒரு பெண்ணை நிர்வாணமாக அழைத்துக்கொண்டு போனது போன்ற சம்பவங்கள் இங்கே நடைபெறாது. தெருவழியாகத் துச்சாதனன் பாஞ்சாலியை இழுத்துச்செல்வதைப் பார்த்து பாரதியாரே பாடியுள்ளார். துச்சாதனன் தெரு வழியாகப் பாஞ்சாலி இழுத்துச் செல்லப்பட்ட காட்சியைப் பார்த்த ஜனங்கள் நெட்டைமரங்கள் போல, பெட்டைப் புலம்பலிட்டுப் பார்த்துக்கொண்டிருந்தனர் என்றும் ஏன் அடிக்காமல் விட்டார்கள் என்றும் கேட்கிறார். விருந்தோம்பல் என்பது நமது பண்பாட்டுக்கே உரிய தனித்த கூறு.

உலகமயமாதல் பின்னணியில் அனைத்துப் பண்பாட்டு அடையாளங் களும் ஒடுக்கப்படுவதால், பண்பாட்டுச் சிதைவுகள் ஏற்படும் இன்றைய சூழ்நிலையில் தமிழர்கள் எப்படி தங்கள் பண்பாட்டைத் தக்கவைக்கப்போகிறார்கள்?

பண்பாடும் கலாச்சாரமும் உற்பத்தி சார்ந்த விஷயம். இன்றைய நவீன உலகில் உற்பத்தி மூலதனத்தைச் சார்ந்துள்ளது. இந்த மூலதனம் பொருளுற்பத்தியிலிருந்து தனி நபரை அந்நியப்படுத்துகிறது. அதாவது பண்பாட்டிலிருந்து அந்நியப் படுத்துகிறது. நான் சிறுவனாக இருந்தபோது எனக்கு வேண்டிய காற்றாடியை நானே செய்துகொள்வேன். எனக்குவேண்டிய பட்டத்தை நானே செய்து கொள்வேன். எனக்கு வேண்டிய விசிலைப் பூவரச மர இலையிலிருந்து இரண்டு ஓட்டாஞ்சில்லு

வைத்துச் செய்துகொள்வேன். இன்று எல்லா விளையாட்டுக் கருவிகளும் கடையிலிருந்தே குழந்தைகளுக்கு வாங்கித் தரப்படுகின்றன. தனக்குரிய விளையாட்டுக்கருவியைத் தானே உற்பத்தி செய்துகொள்ளக்கூடிய வாய்ப்புகூட குழந்தைக்குத் தரப்படுவதில்லை. உற்பத்தியிலிருந்து அந்நியப்படும்போது மனிதன் கலாச்சாரத்திலிருந்து அந்நியப்படுகிறான். இன்றைய நுகர்வுக் கலாச்சாரம் மனிதனைப் பொருளுற்பத்தியிலிருந்து அந்நியப்படுத்திவிடுகிறது.

நீங்கள் பிறந்து வளர்ந்த பாளையங்கோட்டை உங்கள் ஆளுமையை எப்படிப் பாதித்துள்ளது?

இது பாரம்பரியமாக எழுத்தறிவு பெற்ற ஊர். பேராசிரியர் நா. வானமாமலை, ராகவன்பிள்ளை போன்றவர்கள் வாழ்ந்து எழுதிய ஊர். நான் பிறந்த வீட்டுக்குப் பக்கத்திலேயே மாவட்ட மைய நூலகம் இருந்தது. பெண்கள் கல்லூரி இருந்தது. கண் தெரியாதவர்களுக்கான பள்ளியும் காதுகேளாதவர்களுக்கான பள்ளியும் ஒரு நூற்றாண்டுக்கு முன்பாகவே தோன்றிய ஊர் இது. கல்வித் தாகத்தை இயல்பாகவே பெற்றுள்ள மண் இது. வாசிப்புப் பழக்கமுடையவர்கள் நிறைய இருந்தார்கள். அருகில் உள்ள திருநெல்வேலி நகரில் இல்லாத அளவுக்கு இங்கேதான் பழைய புத்தகக் கடைகள் அதிகம். அது மட்டுமல்ல; பார்வையற்றவர்களுக்கான பிரெய்லி எழுத்து வடிவ நூல் இங்கேதான் முதல்முறையாக ஆக்கப்பட்டது. “வறியவர்க்கெல்லாம் கல்விநீரோடை; வரவிடவில்லை மதகுருக்கள் மேடை” என்பார் பாரதிதாசன். இது சைவ, வைணவ மதகுருக்களுக்குத்தான் பொருந்தும். ஆனால் கிறிஸ்தவ குருக்கள் இங்கே கல்வியை வீட்டைத் தேடிக்கொண்டு வந்து தந்தார்கள். இலவசப்பள்ளிகளைத் தொடங்கினார்கள். அதிக கல்விக் கட்டணங்கள் கிடையாது. இந்த மாவட்டத்தில் மிகக் குறைந்த செலவில் கல்வியை, எளிய மக்களுக்கு வழங்கியதில் கிறிஸ்தவ மதத்துக்குப் பெரிய பங்குண்டு.

தமிழக மக்களாலும் திராவிடக் கட்சிகளாலும் ஒரு நல்ல தலையீட்டைச் செய்து ஈழத்தமிழர் இனப்படுகொலையை நிறுத்த இயலவில்லையே? மார்க்சீய இயக்கங்களும் இதில் சரியான நிலைப்பாட்டை மேற்கொள்ளவில்லையே? இதற்குக் கலாச்சார ரீதியான காரணங்கள் என்ன?

உலகத்திலேயே கொடுமையான தண்டனை ஏமாற்றம்தான். ஐம்பது ஆண்டுகால உழைப்பைக் கலைஞர் பாழாக்கிவிட்டார். ஒரு தமிழ் விரோதக் கட்சி மத்தியில் அதிகாரத்தில் இருக்க,

இங்கேயுள்ள மாநில ஆட்சி தனது அதிகாரத்தை இழக்க விரும்ப வில்லை. அதனால் தலைகுனிந்து தாள்பணிந்தது. மார்க்சியர் களைப் பொறுத்தவரை 1925இலிருந்தே ஏமாற்றி வருகிறார்கள்.

குறிப்பாக இந்தியா பல்வேறு மேடுபள்ளங்களை உடைய நாடு என்பதை அவர்கள் புரிந்துகொள்ளவே இல்லை. சாதி, மதம், இனம் கலாச்சார வெளிப்பாடு உடைய் நாடு என்பது அவர்களது உணர்வில் இல்லை. அவர்களுடைய சர்வதேச அரசியலில் மாவோ மட்டும்தான், மண்ணுக்கேற்ற மார்க்சியம் என்பதை நடைமுறைப்படுத்தியவர். ரஷ்யப்புரட்சியும் சீனப்புரட்சியும் வேறுவேறாகவே நிகழ்ந்தன. அது போன்றில்லாமல் ரஷ்யாவின் நிலைப்பாட்டையே எடுத்ததால் மக்களின் மனநிலையோடு இவர்களால் ஒன்றிப்போக இயலவில்லை. சிங்கூர் மக்களின் மனநிலையை இவர்களால் புரிந்துகொள்ள இயலவில்லை. தோற்றுப்போனதற்காக வெட்கப்பட்டார்களா?

ஸ்டாலின் காலத்தில் நடைபெற்ற அரசியல் களையெடுப்பைப் போலத்தான் கொள்கையாளர்களைத் தொடர்ந்து இவர்கள் கொன்றுகொண்டிருக்கிறார்கள். இந்தி பொதுமொழி என்பதில் ஆரம்பத்திலேயே கோசாம்பி போன்றவர்கள் முரண்பட்டார்கள். இந்தியா என்ற பெரிய அடையாளத்திற்குள் அனைத்துப் பிராந்திய அடையாளங்களையும் கரைக்க முயலும்போது இவர்கள் தொடர்ந்து தோற்றுத்தான் போவார்கள். திராவிட இயக்கத்தினருக்கு நேர்ந்ததும் அதுவே.

நாடாளுமன்ற ஜனநாயகத்தின் உள்ளார்ந்த பண்பே இதுதான். அனைத்து இயக்கங்களையும் மனத்தளவிலும் சிந்தனை அளவிலும் அரிக்க வைப்பது அது. அப்படித்தான் திராவிட இயக்கத் தலைவர்களும் சிதைவுக்கு உள்ளானார்கள். நாத்திகம் பேசிய இயக்கம், "ஒன்றே குலம் ஒருவனே தேவன்" என்று பேசவந்ததே வாக்குவங்கி அரசியல்தானே. அப்படித்தான் சிதைவு தொடங்கியது. அதையொட்டிச் சமூகமும் ஊழல்மயமானது. இலங்கையில் இனப்படுகொலை தீவிரமாக நடைபெற்ற வேளையில் என்னைப் போன்றவர்கள் தூக்கமாத்திரை போட்டுக் கொண்டுதான் தூங்கினோம். எங்களால் நிம்மதியாகத் தூங்க முடியவில்லை. இரவு ஒன்பதேகாலுக்கு நான் பி.பி.சி தமிழோசை கேட்பேன். அதையெல்லாம் அப்போது நிறுத்திவிட்டேன். எத்தனை நாளைக்குத்தான் சாவைக் கேட்டுக்கொண்டே இருப்பது. நாளைக்குச் சாகப்போகிறார்கள் மனிதர்கள் என்று தெரிந்தால் எப்படித் தூக்கம்வரும்? இந்தப் படுகொலையை நேரடியாக ஆதரித்தவர்கள், மறைமுகமாக ஆதரித்தவர்கள் மீதான ஆத்திரம் எனது உயிர்மூச்சு உள்ளவரை நீடித்திருக்கும்.

பண்பாட்டு ஆய்வுக்கு நீங்கள் வந்ததன் பின்னணி என்ன?

நான் என்ஜிஓ காலனியில் குடியிருந்தபோது எனது வீட்டுக்கு அடுத்த வீட்டில் சிறிய பையன் இருந்தான். விளையாடத் தோழர்களே இல்லாமல் இருப்பான். அவன் ஒத்தையாகப் பந்தைப்போட்டுக் கொண்டு ஆடிக்கொண்டிருப்பான். அதுபோல ஆடுகளம் இருந்து ஆடுவோர் இல்லாமல் அப்பகுதி இருந்தது. எனவே நான் இங்கு ஆடவந்தேன்.

இன்று நாட்டுப்புறவியல் ஆய்வும் படிப்புகளும் கவர்ச்சிகரமான துறைகளாகியுள்ளன. ஆனால் இதனால் நாட்டுப்புறக் கலைக்கும் கலைஞர்களுக்கும் ஏதாவது வளர்ச்சி ஏற்பட்டுள்ளதா?

நாட்டார் வழக்காற்றியல் துறையின் வளர்ச்சி என்பது இதுவரை ஊடகங்கள் கட்டியமைத்த பிம்பங்களுக்கு எதிரானது. அவற்றை அவர்கள் வளரவிடமாட்டார்கள். நாட்டார் வழக்காற்றியல் ஆய்வின் முடிவுகள், கடந்த ஒரு நூற்றாண்டாக அச்சுஊடகங்களும் கல்வி அமைப்பும் கூறிய கருத்துக்களை முழுவதும் உடைத்துள்ளது. அதனால் இந்தத் துறையின் வளர்ச்சியிலே அவை எதிர்மறையான பங்கையே ஆற்றும். தஞ்சை அருங்காட்சியகத்திலே இருக்கிற கஜசம்ஹார மூர்த்தி சிலையைவிட நேர்த்தியாக ஒரு கல்லிலே கருப்பசாமி சிலையை வடிக்கமுடியும் என்பதை அவர்கள் நம்ப மாட்டார்கள்; வடிக்கவும் முடியும். ரசிக்கவும் முடியும் என்பதை அவர்கள் ஏற்றுக்கொள்ளமாட்டார்கள். ஆளும்வகுப்பாருக்கு எது உகந்ததாக இருக்கிறதோ அந்தக் கலைகளைத்தான் அவர்கள் முன்னெடுத்துப் போவார்கள். நாட்டார் வழக்காற்றியல் துறையின் வளர்ச்சி, ஊடகத்துறைக்கு எதிரானது. சென்னை சங்கமம் போன்ற நிகழ்ச்சிகளெல்லாம் தேவையின் அளவில் மிகமிகச் சிறிய முயற்சிகள். இப்போதுதான் கூத்துப்பட்டறை போல தஞ்சாவூரில் பேராசிரியர் மு. ராமசாமி தலைமையில் ஓர் இடத்தை அமைக்க உள்ளார்கள். இதற்குக் கனிமொழி தனது நாடாளுமன்ற உறுப்பினர் நிதியிலிருந்து ஒரு கோடி ரூபாயை ஒதுக்கியுள்ளார். இதன்மூலம் பத்துப் பதினைந்து ஆண்டுகளில் தமிழ் கலாச்சார தலைநகரமாகத் திருச்சியைப் போல தஞ்சாவூர் மாறுவதற்கு வாய்ப்புகள் உருவாகலாம்.

தமிழ்ச் செம்மொழி மாநாட்டில் நீங்கள் பங்கெடுக்கிறீர்களா?

இல்லை; ஏனெனில் தூக்கமில்லாமல் கழிந்த இரவுகள் திரும்பத்திரும்ப நினைவுக்கு வருகின்றன. அதனாலே கலந்து கொள்ளப் போவதில்லை. கலைஞர் கூப்பிட்டதினால் சிவத்தம்பி போகலாம்; நான் போகமாட்டேன்.

இன்று மக்களிடையே கோவில்களுக்குச் செல்லும் வழக்கம் அதிகரித்துள்ளது. புதிய புதிய ஆன்மீகப் பின்பற்றல்களும் உருவாகியுள்ளன. நித்தியானந்தா போன்ற சாமியார்களின் வளர்ச்சி பற்றி என்ன நினைக்கிறீர்கள்?

98 முதல் 99 விழுக்காடு மக்களுக்குக் கடவுள் நம்பிக்கை உள்ளது. அதிலே தீங்கு ஒன்றுமே இல்லை. அவர்களின் ஆன்மீகத் தேவையை நிறைவேற்ற வேண்டிய சைவ, வைணவ மடங்கள் தம் கடமையிலிருந்து வழுவித் தங்கள் சொத்தைக் காப்பாற்றுவதில் குறிக்கோளுடன் மாறியதால்தான் இதுபோன்ற நிலைமைகள் ஏற்பட்டுள்ளன. அவர்களால் உருவான வெற்றிடத்தில் காஞ்சி மடம் போன்ற ஸ்மார்த்த நிறுவனங்கள் வந்தன. அதை சங்கராச்சாரியார் நிரப்பினார். இது ஒன்று.

இத்துடன் இதுபோன்ற புதிய பின்பற்றுதல்களுக்கு ஆளாகுபவர்கள் அதிகமும் மேல் நடுத்தர வர்க்கத்தினர்தான். அதில் நிறையப்பேர் பெண்கள். வயிற்றுக்குச் சோறு இல்லாத ஏழைக்கு இதில் பங்கே இல்லை. நித்தியானந்தர் விவகாரம் போன்றவை எல்லாம் ஊடக வன்முறை, அவ்வளவே. காலம் காலமாகச் சாமியார்கள் இதைத்தான் செய்து வருகிறார்கள். அதை, பத்துப் பக்கத்தில் படம் போட்டு விற்பனை பண்ணுவதுதான் ஊடக வக்கிரம்.

ஊடகங்கள் நுகர்வுவெறியை உருவாக்குகின்றன. உடல் சார்ந்த நுகர்வுவெறியின் வெளிப்பாடுதான் நித்தியானந்தாவும் தேவநாதனும். பாலுணர்வு இயற்கையானது. ஊடகங்கள்தான் அதை வக்கிரமானதாக மாற்றுகின்றன.

நீங்கள் நாத்திகர் என்கிறீர்கள். ஆனால் உங்களது ஆராய்ச்சிகளோ பெரும்பாலும் கோயில்கள் சார்ந்தது? இது எப்படி?

எனக்குத் தெய்வங்கள் மீது நம்பிக்கை இல்லை. அவற்றை வணங்குகிற மக்கள் மீது கவர்ச்சி இருக்கிறது; நம்பிக்கை இருக்கிறது. அவர்களின் அழகை நான் ரசிக்கிறேன். கோவிலுக்குப் போகும் அனைவரும் தினசரி சிவபூசையோ விஷ்ணுபூசையோ செய்கிற மக்கள் அல்ல. கோயில் என்பதும் திருவிழா என்பதும் நிறுவனங்கள். திருவிழாக்களின்றி ஒரு சமூகம் இயங்கமுடியாது. உங்களுக்கு நவராத்திரி; ரஷ்யாவிலே அது மேதினக் கொண்டாட்டம்; அவ்வளவுதான். திருவிழாக்கள் ஒரு சமூகம் இளைப்பாறிச் செல்கிற இடமாக உள்ளது. அதுதான் கோயிலும்கூட. இந்தக் கோயில்கள் அதிகார மையமாக மாற்றப்பட்டபோது பெரியார் அதைக் கண்டனம் செய்தார். எந்தக் கோயிலுக்குப் போனாலும் நான் சாமி கும்பிடுவதில்லை.

அன்றைக்குக்கூட பாண்டிச்சேரி போய்விட்டுத் திரும்பி வரும்போது சமயபுரம் போகவேண்டுமென்று எனது மனைவி கூறினார். ஆனால் கோயிலுக்குப் போனால் எனக்கு ஆராய்ச்சி உணர்வு வந்துவிடும். சமயபுரம் வந்தவுடனே மாலிக்காபூர் கொள்ளையடித்துப் போகும்வழியில் கண்ணனூரையும் கொள்ளையடித்துப் போகிறான் என்கிற செய்தி என் ஞாபகத்தில் வருகிறது. கண்ணனூர் என்று இஸ்லாமிய ஆவணங்களில் பதிவு செய்யப்பட்டிருக்கும் ஊர்தான் தற்போது சமயபுரம் என்றழைக்கப்படுகிறது. அங்கே ஒரு அரண்மனை உள்ளது. இந்தச் சமயபுரம் கோயிலே சோழமாதேவியின் பள்ளிப்படை கோயில் என்ற எண்ணம் உண்டு. சமயபுரம் அம்மனின் சிலை மிக அழகாக இருக்கும். ஒரு பெண் உயிருடன் அமர்ந்திருப்பது போன்ற தோற்றம்.

பெரியாரை ஜெயமோகன் போன்றவர்கள் மரபைப் பரிசீலிக்காமல் விரட்டியடித்தவர் என்று கூறுகிறார்களே?

பெரியார் ஓர்மையுடன் செயல்பட்டவர். அவர் அதிகார மையங்களையும் பெருங்கதையாடல்களையும் எதிர்த்தார். நாட்டார் நம்பிக்கைகள், அது சார்ந்த கதைகளை எதிர்க்கவில்லை. நாட்டார் தெய்வங்களைப் பற்றி அவர் பேசவேயில்லை. உயிர்ப்பலித் தடைச்சட்டம் வந்தபோது நான் கூறினேன், பெரியார் இருந்திருந்தால் அச்சட்டத்தை எதிர்த்திருப்பார் என்று. ‘அவன் சாமிய அவன் கும்பிடறான். அவன் சாமிக்கு அவன் வெட்டறான். சாமியா திங்குது? பத்து நிமிஷத்துக்குப் பிறகு மனிதன்தானே சாப்பிடுகிறான்’ என்று சொல்லியிருப்பார், என்றே நான் சொன்னேன். ஆனால் வீரமணி அச்சட்டத்தை ஆதரித்தார்.

கோயில் நுழைவுப் போராட்டங்களுக்குப் பெரியார் ராமானுஜரை மாதிரியாக எடுத்துக்கொண்டாரா?

எடுக்கவில்லை. ஏனெனில் ராமானுஜர், கோயில் என்னும் ஆன்மீக நிறுவனத்தைக் காப்பாற்றும் முயற்சியிலே ஈடுபட்டவர். இதுபோக ராமானுஜரைப் பற்றிய ஆய்வுகள் அப்போது பெரிய அளவில் இல்லை. ஆனால் ராமானுஜர் மேல் பெரியாருக்கு மரியாதை இருந்தது.

இப்போது திராவிடம் என்ற கருத்தாக்கம் கேள்விக்குள்ளாவது சமூகக் காரணங்களால் அல்ல; வாக்குவங்கி அரசியல் சார்ந்தது. இந்த முறையைத் தொடங்கிவைத்திருப்பவர் ராமதாஸ்; கட்சி அரசியல் சார்ந்த குழப்படியாக இது உள்ளது.

திராவிடம் என்பது அரசியல் என்பதைத் தாண்டிய பண்பாட்டு அர்த்தம். இன்றும் உயிர்ப்புடனேயே தொடர்கிறது. நான்கு தென்மாநிலங்களிலுள்ள பண்பாட்டுக் கூறுகளுக்கிடையில் ஒற்றுமை நிலவுகிறது. மூன்று பொதுக்கூறுகளைச் சுட்டிக்காட்டலாம் என்று நினைக்கிறேன். முதலில் தாய்மாமனுக்கான மரியாதை; இரண்டாவது தாய்த்தெய்வ வழிபாடு. மூன்றாவது இறந்த உடலுக்கான மரியாதை. இந்த நான்கு மொழிக்காரர்களுக்கிடையே இன்றும் இவை தொடர்கின்றன.

இன்றைக்கும் பிராமணர்கள் சடலத்துக்கு மரியாதை கொடுப்பதில்லை. பிராமணர்களுக்கும் பிராமணர் அல்லாதவர் களுக்கும் இன்னும் நீடித்திருக்கும் வித்தியாசங்கள் உள்ளன. பிராமணர்கள் இன்றும் கருப்பட்டி காப்பி சாப்பிடுவதில்லை. ஏனெனில் கீழ்சாதியினராகக் கருதப்படுபவர்கள் தம் கையால் தொட்டுச்செய்யும் பொருள் என்பதால் அவர்கள் அதை விரும்புவதில்லை. பிராமணர் வீடுகளின் உள்ளே பீன்ஸ் கூட சென்றுவிட்டது. ஆனால் இன்னமும் பனங்கிழங்கு செல்ல முடியவில்லை. ஏனெனில் பூமிக்குக் கீழே விளையும் பொருளைச் சூத்திரனும் பன்றியும் சாப்பிட்டுவிடுகிறார்கள். அதனால் அதை அவர்கள் தொடுவதில்லை. ஆம்லேட் சாப்பிடுகிறார்கள்; உருளைக் கிழங்கு சாப்பிட ஆரம்பித்துவிட்டனர். ஏனெனில் அவையெல்லாம் துரைமார் கொண்டு வந்த பொருட்கள். சங்கீத சீசனை டிசம்பரில் வைப்பது அவர்களது கண்டுபிடிப்புதானே. ஏன் தொண்டை கட்டுற டிசம்பரில் சங்கீத சீசன் வருகிறது, கோடையில்தானே வைக்க வேண்டும்? வெள்ளைக்காரர்களை மகிழ்விக்க அவர்களுக்குகந்த டிசம்பரில் சங்கீதக் கச்சேரிகளை வைத்தார்கள். அவர்களுடைய கிறிஸ்துமஸ் விடுமுறையில் மகிழ்விக்கத்தானே இந்த ஏற்பாடு.

தான் சாப்பிடுவதை அடுத்தவர்கள் பார்க்கக்கூடாதென்று தலைவாசல் கதவைச் சாத்திவைத்துச் சாப்பிடுவது பிராமணர்கள் தானே. அவர்களின் சாமிக்குக்கூட திரையை மூடித்தானே தளிகை வைக்கிறார்கள். ஆனால் சுடலைமாடனுக்கு முன்னால் பகிரங்கமாக ஆட்டை அறுத்துப் போட்டிருப்பார்கள்; அதை எல்லாரும் பார்க்கலாம். அதனால் பல வழக்கங்கள் உயிரோடு தான் இருக்கின்றன.

தமிழ் காட்டுமிராண்டி பாஷை என்று பெரியார் சொன்னது தமிழ்த்தேசியர்களைக் கோபத்துக்குள்ளாக்குகிறதே?

பெரியார் நிறைய அதிர்ச்சி மதிப்பீடுகளை வைத்தார்; ராமன் படத்தை செருப்பால் அடித்தார்; பிள்ளையார் சிலையை உடைத்தார். ஆனால் தமிழ் எழுத்துச் சீர்திருத்தத்தைப்

பெரியார்தானே செய்தார். வேறு எந்தத் தமிழறிஞரும் முன்வரவில்லையே! மறைமலை அடிகளோ, தெ.பொ.மீயோ, மு. ராகவய்யங்காரோ செய்யவில்லையே. காட்டுமிராண்டி பாஷையைத் திருத்துவதற்கு அவர் முயற்சி எடுத்தவர் இல்லையா? உரைநடை என்பது மணிக்கொடியால்தான் வளர்ந்தது என்று வேதவசனம் மாதிரி சொல்கின்றனர். ஆனால் 1925இல் பெரியாரின் தலையங்கங்களைப் பார்க்க வேண்டும். அவரின் உரைநடை அத்தனை அற்புதமாக இருக்கிறது. பாரதியைக் கூட விட்டு விடுகிறார்கள். இதுவெல்லாம் பெரியாரைத் திட்டி அதிகாரத்தைத் தக்கவைக்கிற முயற்சிகள்தான்.

கன்னடர்கள், தெலுங்கர்கள், மலையாளிகள் ஆட்சி செய்யமுடியுது...

தமிழர்கள் அல்லாதவர்களுக்கு வாக்களித்தது இங்குள்ள தமிழன்தானே. அவன் ஒரு குறுகிய எண்ணத்துக்குள் அடைபட்டவன் அல்ல என்பதைத்தானே காட்டுகிறது. இந்தியாவி லேயே அரசியல் தலைவர்கள் சாதிப்பட்டம் போடாமல் இருக்கிறது தமிழ்நாட்டில் மட்டுமே. கருணாநிதி, ஜி.கே. வாசன் ஆகியோரின் சாதி யாருக்காவது டெல்லியில் தெரியுமா? ஆனால் வட இந்தியாவில் பார்த்தீர்களெனில் குப்தாக்கள், சர்மாக்கள் என எல்லாரும் சாதிப்பெயர் கொண்டவர்கள். கேரளாவில் கூட நம்பூதிரி, மேனன் எல்லாம் இருக்கிறார்கள். அந்த வகையில் சாதிப்பட்டத்தைத் துறந்தவன் தமிழன். இது பெரியாரின் வெற்றி அல்லவா? யாவரும் கேளிர் என்ற அடிப்படையில் தெலுங்கனும் மலையாளியும் கேளிர் என்று வாழ்பவன் தமிழன். யார் ஆட்சிக்கு வந்தாலும் அவர் தமிழனுக்கு விசுவாசமாக இருக்கிறாரா என்றுதான் பார்க்கவேண்டும் என்று பெரியார் தெளிவாகச் சொல்கிறார். காவிரி விஷயத்தில் ஜெயலலிதா தமிழகத்தை விட்டுக்கொடுக்கமாட்டார் அல்லவா? அப்புறம் என்ன, தமிழ்த் தேசியத்தை முன்னெடுத்துப் போவதில் எல்லாராலும் ஏற்றுக்கொள்ளப்பட்ட வைகோ தெலுங்கர். அவரைத் தமிழர் இல்லையென்று சொன்னால் தமிழன் ஒத்துக் கொள்வானா?

திராவிடம் என்கிற கருத்தாக்கம் இன்னும் வலுவானது என்று நினைக்கிறீர்களா?

வலுவாக இருக்கிறது என்று கருதவில்லை; அர்த்தமுடையதாக இருக்கிறது என்று நினைக்கிறேன்.

கால்டுவெல் திராவிடமொழிக் குடும்பம் என்று சொன்னதன் மீதான விமர்சனம் பற்றி...

அவர் இன்னொன்றையும் சொன்னார்; அது தமிழ்த் தேசியர்களுக்கு உவக்காத விஷயம். பறையர்களைத் தனது

முதல்பதிப்பில் 'தூய தமிழ்ச்சாதி' என்று எழுதியிருந்தார். அதற்கடுத்த பதிப்பில் அந்தப் பகுதி அகற்றப்பட்டு விட்டது. அந்தப் பகுதியோடு சேர்த்து தற்போது ஒரு பதிப்பு கவிதாசரண் மூலம் வெளியிடப்பட்டுள்ளது. அத்துடன் கால்டுவெல் இனவரைவியலாளர்தானே தவிர அரசியல்வாதி அல்ல. அவர் வரலாற்றாய்வாளரும் கூட. அவருடைய கருத்துகளை எடுத்துக்கொள்வதும் மறுப்பதும் இவர்களது நேர்மை சார்ந்தது.

ராமதாஸ் சொல்லும் அதே கருத்துகளின் போக்கிலேயே விரக்தியான மனநிலையில் தலித்துகளும் சொல்கிறார்கள். திராவிட அரசியல் ஏமாற்றி விட்டது என்ற விமர்சனத்தை வைக்கிறார்கள். ஆனால் அம்பேத்கரின் எழுத்துகளை முதலில் மொழிபெயர்த்து இங்கே 1935ஆம் ஆண்டிலேயே அவரை அறிமுகப்படுத்தியவர் பெரியார்.

திராவிட இயக்கத் தலைமைகள் பின்பு இந்தியாவின் போலி ஜனநாயக அமைப்பை நம்பி நாசமாகப் போயின. குறிப்பாக அந்தத் தேர்வுக்குத் தொண்டர்கள் அல்ல காரணம்; தலைமைதான் காரணம்.

நேர்காணல்: சங்கர ராமசுப்பிரமணியன்

***சண்டே இண்டியன்* (2010)**

9

இருட்டறையில் வெளிச்சம் வரவேண்டும்

"என் அண்ணன் ஒளிந்து கொள்வதற்கு அவசரமாக இடம் தேடினான். எனக்கு நாலு வயது மூத்தவன். அவனை அடிப்பதற்கென்று மாமா துடித்துக்கொண்டு தேடியலைந்தார். அவர் கையில் அகப்பட்டால் தொலைந்தான். நான் ஒரு குற்றமும் அறியாதவன் என்றாலும் அண்ணாவின் பின்னால் இழுபட்டேன். என்னுடைய அண்ணனின் காலின் வேகத்துக்கு ஈடுகட்டும் விதத்தில் அவனுடைய மூளையும் வேலை செய்யும். கனவிலும் மாமா கண்டுபிடிக்க முடியாத ஓர் இடத்தை அவன் மூளை தெரிவு செய்தது. அந்த இடம் எங்கள் கிராமத்து நூலகம். அவன் உள்ளே நுழைந்தான். நான் அவன் பின்னால் முதன்முதலாக அந்த நூலகத்துக்குள் காலடி எடுத்து வைத்தேன்.

அப்படியே பிரமித்துப் போனேன். இவ்வளவு புத்தகங்களா! சிறுவர் பகுதியில் வண்ணப் படம் போட்ட அழகழகான புத்தகங்கள் அடுக்கி வைக்கப்பட்டிருந்தன. நான் உருவி எடுத்த புத்தகத்தின் பெயர் 'டாம் மாமாவின் இருட்டறை'; அது ஐம்பது பக்கங்கள் வரை இருக்கும். ஒரே அமர்வில் படித்து முடித்தேன். அந்த நாவலின் கதை அமெரிக்காவில் நடந்தது. எலைசா என்ற நீக்ரோ

பெண் அடிமை, தன் எசமானிடமிருந்து தப்பி ஓடுகிறாள். அவளுடைய துயரத்தையும் அவளுக்கு இழைக்கப்படும் அநீதிகளையும் கொடூரங்களையும் சொல்வதுதான் கதை. சில கட்டங்களில் என் மனம் நடுங்கியது. இளம்வயதில் அப்படியே மனத்தில் பதிந்துவிட்டது.

அதைப் படித்தபோது அது *Uncle Tom's Cabin* என்ற பிரபல அமெரிக்க நாவலின் மொழிபெயர்ப்பு என்பதோ, அந்த நாவலை எழுதிய பெண்மணியான *Harriet Beecher Stowe* என்பவர் உலகப் புகழ்பெற்றவர் என்பதோ, அமெரிக்கப் போர் மூள்வதற்கும் அடிமை ஒழிப்புக்கும் அது காரணமாக அமைந்தது என்பதோ, உலகத்தில் பைபிளுக்கு அடுத்தபடி அப்போது அதிகமாக வாசிக்கப்பட்ட புத்தகம் அது என்பதோ எனக்குத் தெரியாது. சிறுவயதில் நடந்த ஓர் அற்புதமான விபத்து என்று இதை எடுத்துக்கொள்ள வேண்டும்."

இப்படிச் சொன்னவர் மனோன்மணியம் சுந்தரனார் பல்கலைக்கழகத் தமிழ்த்துறைத் தலைவரும் பேராசிரியருமான டாக்டர் தொ. பரமசிவன். இவர் கடந்த ஜூன் மாதம் கனடாவின் *Academy of Tamil Arts and Technology* பி.ஏ இறுதி ஆண்டு மாணவர்களுடைய ஆய்வேடுகளைப் பரிசீலனை செய்வதற்காக வந்திருந்தார்; கனடாவில் இரண்டு வாரம் இருந்தார்.

இவர் தங்கியிருந்த வீட்டின் அழைப்பு மணியை அடித்தேன்; கதவைத் திறந்தது அவர்தான்; கறுப்பு உருவம்; மெலிந்த தோற்றம்; வாரிவிட்ட கறுப்பு முடி; இடைக்கிடை வெள்ளை தலைகாட்டும் மீசை; சதுரமான கண்ணாடி; கொலர்கள் மொடமொடவென்று தூக்கி நிற்க, அப்போதுதான் பிரித்த வெள்ளைநிற நீளக்கைச் சட்டையை அணிந்தபடி "வணக்கம்" என்றார். பளீர் சிரிப்பு; இனிமையான சுபாவம்; சிநேகமான உடல் மொழி.

"இந்தச் சட்டை அழகாயிருக்கிறது" என்றேன். ஒரு பேராசிரியரிடம் பேச வேண்டிய முதல் வசனம் அல்ல; என்றாலும் மனத்தில் பட்டதைச் சொன்னேன். அவர் வெட்கமாகச் சிரித்தார். "நான் எளிமையாக உடுப்பவன். கனடா பயணம் முற்றானதும் கடையிலே போய் இரண்டு சேர்ட் வாங்கினேன். ஒரே தரத்தில் இரண்டு சேர்ட் வாங்கி ஊதாரித்தனம் செய்தது இதுவே முதல் தடவை." அவர் என்னிடம் மன்னிப்பு கேட்பது போல பேசிக்கொண்டே காரின் முன் இருக்கையில் ஏறி உட்கார்ந்தார். பெல்ட்டை பூட்டச் சொன்னேன். தன்னுடைய வலது கை நீளச் சட்டையின் பட்டனை இடது கையால் பூட்டியபடியே காரின்

பெல்ட்டை இழுத்துக் கொளுவினார். அமைதியாக இருந்து பேசுவதற்காக பேர்ச் மவுண்ட் சாலையிலிருந்த *Country Style* உணவகத்தை நோக்கி நான் காரைச் செலுத்தினேன்.

பேராசிரியரிடம் இருந்தது நாலு மணி நேரமே. எனக்கோ கேட்க வேண்டிய கேள்விகள் நிறைய இருந்தன. கிளைக்குக் கிளை, கொப்புக்குக் கொப்பு, மரத்துக்கு மரம் தாவும் அணிலைப்போல என் கேள்விகள் இருந்தன. ஆயிரம் ஒட்டுப்போட்ட ஒரு பிச்சைக்காரனுடைய உடையை நினைவூட்டும் வகையில் இந்த உரையாடல் அமைந்தது என்றும் சொல்லலாம்.

பேராசிரியர் குடிப்பது தேநீர்தான்; ஒரு கப்பு சீனோவுக்கு ஓடர் கொடுத்தேன். தன் மஞ்சள் தலைமுடியைப் பந்துபோல் உருட்டி அதற்கு மேல் தொப்பி அணிந்திருந்த பரிசாரகி, காதிலே மாட்டியிருந்த ஒலி வாங்கியில் ஏதோ பேசியபடி எங்கள் பானங்களைத் தயாரித்தாள். வசதியான ஒரு மூலையில் அமர்ந்து அவற்றைச் சுவைத்தபடிப் பேச்சைத் தொடங்கினோம்.

அவர் பிறந்தது யாதவ சமூகத்தில். தகப்பன் சொந்தமாக லொறி வைத்து ஓட்டி உழைத்தவர். இவருக்கு நாலு வயதாக இருக்கும்போது ஒரு நாள் இரவு படுக்கப் போனவர் காலையில் எழும்பவில்லை. தூக்கத்திலேயே இறந்துபோனார். மிஞ்சியது நாலு மாடுகளும், ஒரு தொழுவமும். தாயார் பெற்றது பதினொரு பிள்ளைகள், மிஞ்சியது நாலு. இப்படி மிஞ்சியதை வைத்து அவர் சம்பாதித்துப் பிள்ளைகளைப் படிக்கவைத்தார்.

பாளையங்கோட்டையில் எல்லாக் குடும்பத்தினருக்கும் படிப்பு முக்கியம். சினிமா பாட்டுப் புத்தகம் காலிலே பட்டாலும் அவருடைய அம்மா தொட்டுக் கும்பிடச் சொல்லும்; அவ்வளவு பக்தி. எந்த ஏழை வீடு என்றாலும் பிள்ளைகளை எப்படியும் படிக்கவைத்துவிடுவார்கள். இவர் படித்தது கிறிஸ்தவப் பள்ளிக்கூடம். பள்ளிக்கூடம் என்றால் பெரிதாக நினைக்கக் கூடாது. ஒழுகாத கூரை, குடிப்பதற்குத் தண்ணீர். இது முக்கியம். இந்தப் பள்ளியில் படிக்கும்போது மேற்படி நூலகச் சம்பவம் நடந்தது.

அமெரிக்கா என்றால் பெரிய முன்னேறிய தேசம். அங்கே கறுப்பர்களை இப்படியா கொடுமைசெய்வார்கள் என்பதில் அவருக்கு அந்தச் சிறுவயதிலேயே ஆச்சரியம். ஆனால் அதைவிட ஆச்சரியம் அவரைச் சுற்றிப் பல அநீதிகள் அப்போதே நடந்து கொண்டிருந்ததுதான். அவை அவர் கண்களுக்குத் தெரியவில்லை; சூழல் அப்படி.

“என்னோடு படித்த ஒரு பிராமணப் பையன், என் வயதுதான் இருக்கும், வீட்டுக்கு விளையாட வருவான். என் அம்மா அவனை “சாமி” என்று அழைக்கும். மரியாதையாக நடத்தும். ஒன்றும் புரியாத வயது; எனக்கு வித்தியாசமாகப் படவே இல்லை.

எங்கள் வீட்டில் உரக்குழி இருந்தது. மாட்டுச்சாணம், வைக்கோல் என்று வேண்டாத சாமான்களை இதற்குள்தான் போட்டு வைப்போம். பந்து விழுந்தால் நாங்கள் இறங்கி எடுக்க முடியாது, தீட்டாகிவிடும் என்று அம்மா சொல்லும். ஜூன் மாதத்தில், கோவணம் மட்டும் கட்டிய பள்ளன் அதற்குள் இறங்கி, பதப்பட்ட உரத்தை அள்ளி எடுத்துக் கொண்டு வயலுக்குப் போவான். அம்மா அவனுக்குச் சோறு போடுவதற்குப் புறம்பான மண்சட்டி, சிரட்டை என்று வைத்திருக்கும். அது ஒன்றும் எனக்குத் தவறாகத் தெரியாது.

வகுப்பிலே நான் எப்பவும் முதல்தான். ஆனால் சோதனையில் முதல் இல்லை. நூற்றுக்குநூறு எடுத்தது கிடையாது. ஒரு கேள்வி வந்தால் அதற்கு எனக்குத் தெரிந்த அத்தனை பதில்களையும் எழுதிக்கொண்டே இருப்பேன். எல்லாம் எழுதி இனிமேல் இல்லை என்ற பிறகுதான் அடுத்த கேள்விக்குப் போவேன். ஒரு பரீட்சையிலாவது எல்லா கேள்விகளுக்கும் பதில் எழுதியது கிடையாது. எஸ்.எஸ்.எல்.சி எடுத்தபோது எனக்குப் பதினைந்து வயது முடியவில்லை. ஒன்றரை மாதம் குறைச்சலாக இருந்தது. தலைமை ஆசிரியருடைய சிறப்பு அனுமதி பெற்றுப் பரீட்சை எழுதினேன். அங்கேயும் ஒரு பாடத்திலாவது நான் கடைசிக் கேள்வியைத் தொடவில்லை.

நான் படித்தது கிறிஸ்துவப் பள்ளிக்கூடமாயிருந்தாலும் எங்கள் கிராமத்தில் சமயப் பிரச்சனை கிடையாது. அம்மா நேர்த்திக்கடன் என்று என்னை அடிக்கடி கோயிலுக்குக் கூட்டிப் போகும். டிசம்பர் 25இலிருந்து ஜனவரி முதலாம் தேதி வரைக்கும் எங்கள் கிராமம் விழாக்கோலம் பூணும். அம்மா எங்களை வெளிக்கிடுத்தி பாலன் பிறப்பு பார்க்க மாதா கோவிலுக்கு அழைத்துப்போகும். நான் சோர்ந்துபோய் மந்தமாக இருந்தால் பள்ளிவாசலுக்குக் கூட்டிப்போகும், தண்ணீர் ஓதி என்மீது தெளிப்பதற்கு! இப்படி எங்களுக்கு எல்லாமே ஒன்றுதான்.

வாசிப்புப்பழக்கம் அப்போது தொடங்கியது. ‘நற்கருணை வீரன்’ என்று ஒரு புத்தகம். படம் போட்டிருக்கும். காலணா காசு கொடுத்து வாங்குவோம். அந்த வயதில் அது பெரிய காசு. எங்கள் கிராமத்தில் திராவிட இயக்கப் படிப்பகங்கள் நிறைய

இருக்கும். எல்லாப் பத்திரிகைகளையும் ஆர்வமாக வாசிப்போம். அரசியல் கூட்டங்களையும் தவறவிடுவதில்லை.

மாணவனாயிருக்கும்போது அரசியலில் ஈடுபட பெற்றோரோ ஆசிரியரோ எப்படி அனுமதித்தார்கள்? படிப்பு கவனம் சிதறிவிடும் என்பதில் தமிழ்நாட்டுப் பெற்றோருக்குப் பயம் கிடையாதா?

அப்படியல்ல, நிலைமை வேறு. அரசியலில் ஈடுபட்டவர்களுக்கு நிறைய வாசிக்கும் பழக்கம் இருந்தது. வாசிப்பு, பொது அறிவையும் உலக ஞானத்தையும் பிரச்சனைகளை அலசும் கூர்மையையும் கொடுத்தது. ஆகவே அரசியலில் ஈடுபட்டவர்கள் இந்தக் காலத்தில் பரீட்சைகளில் உன்னதமான வெற்றிகளை அடைந்தார்கள்.

உங்கள் ஈடுபாடு எப்படித் தீவிரமடைந்தது?

1964, 65 ஆம் ஆண்டுகள் என் வாழ்க்கையில் முக்கியமானவை. அண்ணாவின் பேச்சை முதன்முதலில் திருநெல்வேலியில் கேட்டேன். காசு கொடுத்துக் கேட்ட பேச்சு. அந்தக் காலத்தில் பெருந்தலைவர்கள் பேச்சைக் கேட்க காசு கொடுக்க வேண்டும். இப்பொழுது போல அல்ல. பல நாட்களாகப் பணம் சேகரித்து அவர் பேச்சைக் காதால் கேட்டேன். வாழ்க்கையில் மறக்க முடியாதது. 65இல் எஸ்.எஸ்.எல்.சி தேர்வு எழுதினேன்; அது முக்கியமல்ல. முக்கியமானது என்னவென்றால் பக்தவத்ஸலம் காலத்தில் தி.மு.க. நடத்திய இந்தி எதிர்ப்புப் போராட்டம்தான். கறுப்புக் கொடி பிடித்து ஆர்ப்பாட்டம் செய்தோம். தமிழ்நாட்டில் முன்பு எப்பொழுதும் காணாத பெரும் போராட்டமாக அது உருமாறியது. ராணுவம் வெளிவந்து நூற்றைம்பது இடங்களில் துப்பாக்கி வெடித்தது. பள்ளிக்கூடங்கள் இரண்டு மாத காலம் பூட்டப்பட்டன. கடைசியில் நேருவின் உறுதிமொழியுடன் போராட்டம் முடிவுக்கு வந்தது.

இந்தப் போராட்டத்தின் முக்கிய விளைவு; முதல் முதலாகச் சனங்களுக்கு பொலீஸ் பயம் உடைந்தது. இதற்குப் பிறகு நாலு பேர் ஒன்றாகப் போனால் பொலீஸ் மற்றப்பக்கம் போய்விடும். இரண்டாவது, தி.மு.க முதல் முதலாக ஒரு மாபெரும் சக்தியாக அறியப்பட்டது. இதைத் தொடர்ந்து வந்த தேர்தலில் தி.மு.க. ஆட்சியைக் கைப்பற்றி அண்ணா முதலமைச்சரானார்.

எஸ்.எஸ்.எல்.சி எடுத்த பிறகு உங்கள் படிப்பு எப்படித் தொடர்ந்தது?

'மதுரைப் பல்கலைக்கழகம் – பி.ஏ.பொருளாதாரம். இது என் அண்ணாவுக்காகச் செய்தது. காரைக்குடி அழகப்பன் கல்லூரி – எம்.ஏ.தமிழ் – இது என் விருப்பத்திற்காகச் செய்தது.

மதுரைப் பல்கலைக்கழகம் – முனைவர் பட்டம். மூன்று வருட லீவும் பணமும் கொடுத்தார்கள். அதற்காகச் செய்தது. (அவர் வெள்ளையாகச் சிரித்தார். எங்கள் பக்கத்து மேசையில் ஒரு பெண் விளக்குச் சுடர் நீலத்தில் உடை, அதே கலரில் கண்கள். அவள் முன்னால் குடித்து முடித்த நாலு கடுதாசிக் குவளைகள் நேர்க்கோட்டில் நின்றன. கணுக்கால்களைக் கோத்துக் கொண்டு, அன்று முழுவதும் இருக்கத் தயாராக வந்தவள்போலச் சாவதான மாக யாருக்காகவோ காத்திருந்தாள். அடிக்கடி கைபேசியில் பேசினாள். வேறு ஒரு நாட்டில் புழங்கும் அந்த மொழி சங்கீதம் போலும் ஒலித்தது.

பேராசிரியருக்கு அடிக்கடி சிகரெட் பிடிக்க வேண்டும். ஒரு நாளைக்கு இருபது சிகரெட். இந்தியாவில் பிடித்தது வேறு. ஆனால் கனடாவுக்கு வந்து *du maurier*–க்கு மாறிவிட்டார். சிகரெட் பிடிப்பவர்களுக்குக் கனடா சிநேகமான நாடு அல்ல. ஆகவே அடிக்கடி வெளியே போகவேண்டி வந்தது. இரண்டு நாளைக்கு முன்பு கனடாவின் *smog* நிலை உச்சக்கட்டத்தை அடைந்திருந்தது.

அவருடன் நானும் வெளியே வந்து தரையிலே பொருத்தி யிருந்த மேசையைச் சுற்றி அடுக்கியிருந்த நாற்காலிகளில் உட்கார்ந்தோம். எங்களைப் பார்த்தவுடன் சாண்டில்யனுடைய 'கடல் புறாக்கள்' சில எங்களுக்கு அண்மையில் வந்து அமர்ந்தன. அதிலே ஒன்று பேராசிரியருடைய குரலையும் தாண்டித் தன் உயர்ந்த சத்தத்தால் எதையோ திருப்பித் திருப்பிச் சொன்னது. சங்கீதக்காரியே மேல் என்று எனக்குப் பட்டது. தன்னை அறியாமலே பேராசிரியரும் குரலை உயர்த்தினார். வலது கை நீளச்சட்டை பட்டனை இடது கையால் பிடித்திருந்தார். ஓட்டை சிறிதாகவும் பட்டன் பெரிதாகவும் இருந்தது. அவர் விடாமல் அதை இறுக்கிப் போட்டார். விலையுயர்ந்த *du maurier* புகையை வெளியே விட்டபடி தன் மீதிப் பேச்சைத் தொடர்ந்தார்.

கனடா போன்ற நாடுகளில் தமிழ் வளர்ச்சிக்கு உதவி செய்யும் நிறுவனங்கள் உள்ளன. திடீரென்று உங்களிடம் ஒரு லட்சம் ரூபாயைத் தந்து தமிழ் இலக்கியத்தை முன்னெடுக்கும் முக்கியமான பணி ஒன்றைச் செய்யச் சொன்னால் அந்தப் பணி என்னவாயிருக்கும்?

அச்சு ஊடகங்கள் தமிழ் மொழியை நவீனப்படுத்திய காலப் பகுதியில் (1840 – 1940) நடந்த அறிவு முயற்சிகளை அளவீடு (*survey*) செய்ய முயற்சிசெய்வேன். சமூகத்தினுடைய அடித்தளம் தாக்குதலுக்கு ஆளான காலகட்டம் இதுதான்.

பெண் கல்வியும் விதவை மறுமணமும் குழந்தை மண ஒழிப்பும் மூளையில் உறைத்த காலம். அதைவிட, காலம் காலமாகப் பேச்சுரிமையில்லாத பிற்படுத்தப்பட்ட, ஒடுக்கப்பட்ட மக்கள் தங்கள் உணர்வுகளை எழுத்திலே சொல்ல உரிமை கிடைத்த காலம். இன்னும் அரசியல் அதிகாரம் கோமாமிசம் சாப்பிடுபவன் கையிலே இருந்தது. அதை மேல்சாதி மக்கள் ஏற்றுக்கொண்ட காலம். ஆகவேதான் இந்தக் காலகட்டத்தில் ஏற்பட்ட அறிவு முயற்சிகளை அளவீடு செய்ய வேண்டியது முக்கியக் கடமை என்று கருதுகிறேன்.

வேகமாக மாறிவரும் உலகில் தமிழ் அழிந்துவிடும் என்ற கருத்து இருக்கிறது. இந்த இணைய யுகத்தில் தமிழின் எதிர்காலம் எப்படி?

உலகில் பல்வேறு கண்டங்களில் சிதறிக்கிடக்கும் பத்து கோடி மக்களால் பேசப்படும் மொழியின் அழிவு அவ்வளவு எளிதான நிகழ்வு அல்ல. இன்றைக்கும் தமிழ்மொழியின் முன்னாலே நிற்கிற பெரிய முரண்பாடு என்னவென்றால் 'கணிப்பொறிக்குள் நுழைந்துவிட்ட தமிழ், கோவில் கருவறைக்குள் நுழைய முடிய வில்லையே' என்று குன்றக்குடி அடிகளார் வருத்தப்படுவது போலத்தான். கணிப்பொறியோடு கலந்துவிட்ட ஒரு மொழி அவ்வளவு விரைவில் அழிந்துவிடும் என்றா கருதுகிறீர்கள்?

அப்படி இல்லை. ஆனால் நீங்கள் கண்ணால் பார்த்த சாட்சி. ஜூன் 21ம் தேதி கனடாவில் மறக்க முடியாத தினம்; ஹரிபொட்டரின் ஐந்தாவது நாவல் வெளியான நாள். 32 மில்லியன் சனத்தொகை கொண்ட இந்த நாட்டில் ஓர் இரவில் மட்டும் 70,000 புத்தகங்கள் அஞ்சலில் விநியோகிக்கப்பட்டன. இது தவிர, புத்தகக் கடைகளிலும் நடுநிசியிலிருந்து அமோகமான விற்பனை. ஆனால் நீங்கள் சொல்லும் பத்துக்கோடி தமிழ் பேசும் உலகத்தில் ஆயிரம் பிரதிகள் விற்பதே பிரச்சினையாக இருக்கிறது. நவீன தமிழ் இலக்கியப் படைப்பு ஏதாவது உலகத் தரத்தை எட்டியிருக்கிறதா? இன்னும் ஐம்பதாண்டுகளுக்குத் தாக்குப் பிடிக்கும் படைப்புகள் ஒன்றிரண்டு பற்றிக் கூறமுடியுமா?

இலக்கியப் படைப்பில் உலகத்தரம் என்பது பற்றி எனக்கு ஏதும் தெரியாது. சிலப்பதிகாரமும் கம்பராமாயணமும் திருக்குறளும் உலகத் தரமுடையன என்பதுதான் எனக்குத் தெரியும். ஐம்பது ஆண்டுக்காலம் என்பது நீங்கள் நினைக்கிற புனைகதை உலகத்தில் மிக நீண்டது; கவிதை உலகத்தில் மிகக் குறுகியது. பாரதியின் கண்ணன் பாட்டு, பாரதிதாசனின் சில கவிதைகள், ஈழத்துக் கவிதைகளில் சில கட்டாயம் நிற்கும். இயற்கையோடு உறவாடும் எழுத்துக்கள் எப்பொழுதும் நிற்கும்.

மரபுக்கவிதை புதுக்கவிதைக்கு வழிவிட்டது. மறுபடியும் மரபுக்கவிதை தலைதூக்கும் காலம் வருமா? இக்காலக் கவிகளுக்கு மரபுக் கவிதை பரிச்சயம் அவசியமா?

'கவிதை என்பது மனித உடலோடும் மனத்தோடும் பிசையப் பட்டது. மரபு, புதுமை என்பனவெல்லாம் ஒரு குறிப்பிட்ட காலத்திற்கான எழுத்துலக ஏற்பாடுகள், அவ்வளவுதான். நெஞ்சில் கனல் மணக்கும் பூக்களாக விரிகின்ற ஒப்பாரிப் பாடல்களின் கவித்துவத்தின் முன்னர் பெரியாழ்வாரும், கம்பனும் கூடத் தோற்றுப் போவார்கள். நினைவறியாக் காலம் தொட்டு வருகிற கவிதை என்னும் பேராற்றில் காலப் பங்கீடு செய்ய முடியாது. உலகின் கடைசி மனிதன் இருக்கும்வரை கவிதை இருக்கும். மரபுக்கவிதையினை ஒழுங்காகப் படிக்காத காரணத்தினால்தான் தமிழ்ப் புதுக்கவிஞர்களிடம் சொல்வறுமை கொடுமையானதாகக் காட்சியளிக்கிறது.

உங்கள் மாணவர்கள் யாராவது தமிழில் ஒப்பாரி, தாலாட்டுப் பற்றி ஆய்வு செய்திருக்கிறார்களா?

ஒப்பாரியும் தாலாட்டும் பெண்கள் படைத்தளித்த இலக்கியப் பேருலகமாகும். இன்னமும் ஒப்புக்கூட்டிப் (ஆசுகவி) பாடும் எழுத்தறிவில்லாப் பெண்கள் தமிழ்நாட்டில் நிறையவே இருக்கிறார்கள். தமிழ்மொழியில் பிறந்த தாலாட்டுகள் திராவிட மண உறவு முறையினை (உடன் பிறந்த ஆணும் பெண்ணும் தங்கள் பிள்ளைகளின் வழி அடுத்த தலைமுறையில் மண உறவு கொள்வதனை *(cross cousin marriage)* விளக்கிக்காட்டும் இலக்கிய வடிவமாகும். தாலாட்டின் சொற்களனைத்தும் அள்ளி மடியில் கட்டிக்கொள்ளும் அழகான கூழாங்கற்களாகும். அவை கால ஓட்டத்தினைக் காட்டக் கூடியன. என்னுடைய மாணவர்கள் தாலாட்டு, ஒப்பாரி குறித்து ஆராயவில்லை. ஆனால் தமிழ்நாட்டில் இவை குறித்து நூற்றுக்கணக்கான ஆய்வுகள் வட்டாரவாரியாக நடந்தேறியுள்ளன.

சிலப்பதிகாரத்தை நீங்கள் வேறு கோணத்தில் பார்க்கிறீர்கள். அரச பயங்கரவாதத்தை முதல்முதலாக எதிர்த்த காவியம் என்று குறிப்பிட்டிருக்கிறீர்கள்; இது புதுமையான பார்வை. கொஞ்சம் விளக்க முடியுமா?

சிலப்பதிகாரம் போன்ற செவ்விலக்கியங்கள் கால வெள்ளத்தை எதிர்த்து நின்று பல்வேறு வகையான வாசிப்புகளுக்கு இடம் தருவன. எனவேதான் அவை உயிர் வாழ்கின்றன. பாரதியின் சிலப்பதிகார வாசிப்பு வேறு, ம.பொ.சி.யின் சிலப்பதிகார வாசிப்பு வேறு. என்னுடைய மாணவர் 'சூழலியல் நோக்கில்

சிலப்பதிகாரத்தை' வாசித்துக் கட்டுரை எழுதியுள்ளார். இன்று தஞ்சை மாவட்டத்தில் வறண்டுகிடக்கும் காவிரியை நினைத்துக் கொண்டு சிலப்பதிகாரத்தின் கானல் வரியைப் படித்தால் எந்தத் தமிழனுக்கும் நெஞ்சடைத்துப் போகும். அதற்கான காரணம் சிலப்பதிகாரம் ஒரு செவ்விலக்கியம் என்பதுதான்.

என்னுடைய வாசிப்பும் வித்தியாசமானது. நிகழ்காலத் தமிழ்நாட்டுத் தமிழன் இப்படித்தான் சிலப்பதிகாரத்தை வாசிக்க முடியும். வெளியூர்க்காரனான கோவலன் மேல் குற்றம் சுமத்தப் படுகிறது. அவன் கையில் குற்றப் பத்திரிகை தரவில்லை. நீதிமன்றம் அழைக்கப்படவும் இல்லை. குற்றச்சாட்டிற்கு என்ன பதில் என்று அறியும் முயற்சியும் இல்லை. விசாரணை இல்லாமலே அரசன் 'கொன்று அச்சிலம்பு கொணர்க' எனத் தீர்ப்பு சொல்லி விடுகிறான்.

கிறிஸ்தவ மதத்தில் இறுதித் தீர்ப்பு நாளில்கூட மனித உயிருக்குத் தன் கட்சியைச் சொல்ல ஒரு வாய்ப்பு தரப்படுகிறது. இஸ்லாமிய மதத்தில் 'கியாமத் நாள்' என்று சொல்வார்கள். ஆனால் இங்கே அரசவையில் கோவலனுடைய கட்சியைக் கேட்க மன்னன் தவறிவிடுகிறான்.

இளங்கோவடிகள் தன் காவியத்தில் 'கொலைக்களக் காதை' என்று தலைப்புக் கொடுத்திருந்தாலும் கோவலன் கொலைக்களத்துக்கு இட்டுச் செல்லப்படவில்லை. அங்கு அழைத்துச் சென்றிருந்தாலாவது அவனுக்குத் தன் கட்சியைச் சொல்ல ஒரு வாய்ப்பு கிடைத்திருக்கும். அவன் வீதியிலே கொல்லப்பட்டான். குறுக்காக வெட்டப்பட்ட அவன் சடலத்தை கண்ணகி வீதியிலேதான் கண்டெடுத்தாள். எல்லா மனித உரிமைகளும் மீறப்பட்டன. இதைவிடத் துல்லியமாக அரச பயங்கரவாதத்தை வேறெந்தக் காவியமும் கூறவில்லை.

மதங்கள் பற்றி நீங்கள் பேசினாலும் அடிப்படையில் நாஸ்திகர். தமிழ்நாட்டில் அம்மன் விழாக்கள் பற்றி ஆராய்ச்சி செய்திருக்கிறீர்கள். பக்தி இலக்கியங்களை, குறிப்பாக நாலாயிர திவ்யப் பிரபந்தத்தை ஊன்றிப் படித்திருக்கிறீர்கள். காரணம் என்ன? பக்தியா அல்லது இலக்கிய ஆர்வமா?

பக்தி என்பது தனி மனித மீட்சிக்குரியது என்பது எழுத்து மரபு சார்ந்த மேலோர் பார்வையாகும். 'நான் யார் என் உள்ளமார்' என்று கேட்ட மணிவாசகர் கூட மக்களை மறந்தவரல்லர். 'பக்தி இலக்கிய' பக்தியும் பயம் கலந்த பக்தி அல்ல. பக்தி இலக்கியங்கள் அனைத்தும் மறுபுறமாக சமூக ஆவணங்களாகும். தமிழ்நாட்டு அம்மன் தெய்வம் எளிய மக்களின் உலகியல் சார்ந்த

ஆன்மீக வெளிப்பாடு. சக மனித வாழ்வின் இன்பதுன்பங்களை மறந்து கண்ணை மூடிக்கொள்ளும் போக்கு அங்கு கிடையாது. எனவேதான் பக்தி இலக்கிய வாசிப்பும் அம்மன் கோவில் விழாக்களும் எனக்கு மகிழ்ச்சியளிக்கின்றன.

(நேரம் ஓடிக்கொண்டிருந்தது. நண்பர்களுக்குச் சில பரிசுகள் வாங்க கடைக்குப் போகவேண்டும் என்றார் பேராசிரியர். கார் ரேடியோ, சார்ஸ் வியாதியால் மரணமடைந்த ஒரு மருத்துவமனைத் தாதியின் மரணச் சடங்கு விபரங்களைச் சொல்லிக்கொண்டிருந்தது. நான் ரேடியோவைப் பட்டென்று அணைத்தேன். கோடுபோட்டு அடைத்த இரண்டு தரிப்பிடங் களுக்குச் சொந்தமான இடத்தில் அவசரமாகக் காரைக் குறுக்காக நிறுத்திவிட்டு அவரைக் கடைக்குள்ளே அழைத்துச் சென்றேன்.

அவர் பல பேனாக்களை ஆராய்ந்தார். சிலதை எழுதிப் பார்த்து சிலதைப் பெட்டியோடு திறக்காமல் தேர்வு செய்தார். எத்தனை விதமான பேனாக்கள். திருகித் திறக்கும் பேனா, மைக்கட்டி அடைத்த பேனா, உருளும் பேனா இப்படிப் பல வகை. அச்சு அசல் சேக்ஸ்பியர் போல தோற்றம் கொண்ட காசாளரிடம் பேராசிரியர் கனடிய டொலர்தாள்களை ஒவ்வொன்றாக இரண்டுமுறை எண்ணிக் கொடுத்தார். அவர் ‘நன்றி, மீண்டும் வருக’ என்றார்; பாளையங்கோட்டையில் இருந்து திரும்பி வருவதற்கு மூன்று நாட்கள் எடுக்கும் என்பது காசாளருக்குத் தெரிந்திருக்க நியாயமில்லை.

இவ்வளவுக்கும் நாங்கள் ஒருகணமும் நிறுத்தாமல் எங்கள் உரையாடலைத் தொடர்ந்தோம்.)

இப்பொழுது தமிழ்நாட்டிலுள்ள கல்வி முறையில் எல்லாச் சாதியினருக்கும் படித்து முன்னேறும் வசதியிருக்கிறது. ஏற்கெனவே பொருளாதார வித்தியாசங்கள் ஓரளவுக்குச் சமனடைந்திருக்கின்றன. இந்நிலையில் இன்னும் இருபது வருட காலத்தில் தமிழ்நாட்டில் சாதியே அழிந்துவிடும் என்று சொல்ல முடியுமா?

இன்னும் ஒரு நூற்றாண்டுக்காலம் தமிழ்நாட்டில் சாதி அழிவதற்கான வாய்ப்புக்கள் இல்லை. காலம், வெளி, மொழி, உணவு, உணவாக்கும்முறை, அணிகலன், ஆன்மீகம், ஒப்பனை என்று சமூக அசைவின் எல்லாத் திசைகளிலும் சாதி தொழிற்பட்டிருக்கின்றது. அவை அனைத்தும் மறைந்து ஒரு பொதுத்தன்மையினை எட்டுவதற்கு இன்னும் ஒரு நூற்றாண்டுக் காலம் போதாது என்பதே என்னைப் போன்றோரின் கணிப்பாகும். சாதி ஒழிப்புப் பற்றிய நம்முடைய பார்வைகள் எல்லாம் அடிப்படையில்லாத ஆர்வக்கோளாறுகளே.

உலகமயமாக்கலின் தாக்கத்திலிருந்து நாடுகள் தப்ப முடியாது. இந்த நிலையில் தமிழ்க்கலாச்சாரம், பண்பு, அடையாளங்கள் அடிப்பட்டுப் போகும் சாத்தியக்கூறுகள் இருக்கின்றன. இதைத் தமிழ் மக்கள் எப்படி எதிர்கொள்ளலாம்?

உலகமயமாக்கல் என்பது தமிழ்க்கலாச்சாரத்துக்கு மட்டுமல்ல, மூன்றாம் உலக நாடுகளின் பல்வகைப்பட்ட கலாச்சார வேர்களையும் அழித்து ஒழிக்கும் முயற்சியாகும். கலாச்சாரம் என்பது ஏதேனும் ஒருவகையில் உற்பத்தி சார்ந்தது. உலகமயமாக்கம் மூன்றாம் உலக மனிதனை உற்பத்தியிழந்த உயிராக மாற்றுகின்றது. புல்லும் புழுவும் மரமும்கூட உற்பத்தி சார்ந்தவை. எனவே அவை கலாச்சாரமுடையவை. இலையும் கொம்பும் அடிமரமும் அழிந்தால்கூட மண்ணுக்குக் கீழே இருக்கும் வேர்களைக் காப்பாற்றிக்கொண்டால் எந்தத் தாவரமும் தன்னை மறுஉயிர்ப்பு செய்துகொள்ளலாம். இந்த உண்மையை உணர்ந்துகொண்டால் தமிழ்க் கலாச்சாரம் பிழைக்க வழியுண்டு. கவனிக்கப்படவேண்டிய செய்தி தாவரங்களிடையே துரோகம் கிடையாது. போராடிக்கொண்டிருக்கும் எந்த உயிரினமும் தன்னை அழிவிலிருந்து மீட்டுக்கொள்ளும்.

(இரவு எட்டு மணி. சூரிய கிரணங்கள் இன்னும் பலம் குறையாமல் அடித்தன. கனடாவில் இது கோடைக்காலம் என்றபடியால் முழு இருள் சூழ்வதற்கு இன்னும் சரியாக ஒரு மணிநேரம் இருந்தது. அவரைக் கூட்டிப்போக நண்பர் வரன் வந்திருந்தார். அவர்களை ஒரு கடைவாசலில் இறக்கிவிட்டேன், விடைபெறும்போது விருந்தினர்களிடம் வழக்கமாகக் கேட்கும் ஒரு கேள்வியைக் கேட்டேன். மாணவப் பருவத்தில் பேராசிரியர் பரீட்சைகளில் கடைசிக் கேள்விக்குப் பதில் அளித்ததே கிடையாது என்றாலும் என்னுடைய கேள்விக்கு அவரிடம் பதில் இருந்தது.)

நீங்கள் இரண்டு வாரம் தங்கியிருக்கிறீர்கள். கனடா தமிழருக்கு என்ன சொல்ல விரும்புறீர்கள்?

“கனடாவில் தமிழ் வாசிக்கும் பழக்கமுள்ள தமிழர்கள் ஒன்றரை லட்சம் பேராவது இருக்கிறீர்கள். ஒருவருக்கு ஒரு தமிழ்ப் புத்தகம் என்று பார்த்தாலும்கூட உங்கள் நூலகத்தில் 1,50,000 புத்தகங்கள் இருக்கவேண்டும். இல்லையே! பணவசதி இருக்கிறது. ஆர்வம் அதைவிட மேலாக இருக்கிறது. நீங்கள் எப்படியும் அடுத்த பட்டமளிப்பு விழாவுக்கு முன்பாக 1,50,000 புத்தகங்களைச் சேகரித்துவிடவேண்டும்.

(தமிழ்நாட்டின் ஒரு கிராமத்து நூலகத்தில் தூண்களின் மறைவில் இருந்துகொண்டு தன் பதினோறாவது வயதில் 'டாம் மாமாவின் இருட்டறை' என்ற புத்தகத்தை ஒரே மூச்சில் வாசித்துத் தன் இலக்கியப் பயணத்தைத் தொடங்கிய பேராசிரியர் என்னிடம் விடைபெறும்போது இப்படி மதியுரை வழங்கினார்.

அவரைத் திரும்பிப் பார்த்தேன். அங்கே நின்ற ஒரு மேப்பிள் மரத்தைக் கடந்து அவர் கடை வாசலை அணுகிவிட்டார். சடாரென்று பிளந்து திறக்கும் கதவு வழியாகக் கடையிலிருந்து மஞ்சள் கண்ணாடி அணிந்த பெண்ணொருத்தி வெளிப்பட்டாள். பேராசிரியர் உள்ளே நுழைந்தார். அவருடைய வலது கை நீளச் சட்டை பட்டனை இடது கை நெருக்கிப் போட்டபடி இருந்தது.)

நேர்காணல்: **அ. முத்துலிங்கம்**

'அங்க இப்ப என்ன நேரம்', தமிழினி 2004

10

திராவிடக் கருத்தியல் ஒரு நிரூபிக்கப்பட்ட உண்மை

உங்கள் குடும்பப் பின்னணி பற்றிச் சொல்லுங்கள்?

நான் இந்த ஊரில் (நெல்லையில்) பிறந்து வளர்ந்தவன். பத்து தலைமுறையாக இந்த ஊரைச் சேர்ந்தவன். ரொம்ப நடுத்தரமான குடும்பத்திலே பிற்படுத்தப்பட்ட வகுப்பிலே பிறந்தவன். இந்த ஊரினுடைய கல்விப் பின்புலம்தான் என்னை வெவ்வேறு வகையாகச் சிந்திக்கத் தூண்டியது. என் வீட்டுக்குப் பக்கத்திலேயே மாவட்ட மைய நூலகம், மேல்நிலைப்பள்ளி, கல்லூரிகள் அமைந்திருந்தன. இந்தப் பின்னணியிலிருந்து வந்ததுதான் என்னுடைய பலம் என்று நான் கருதுகிறேன். மற்றபடி எனக்கு வாசிப்புக்குரிய, குடும்பப் பின்னணி என்று எதுவும் கிடையாது. நான் முதல் தலைமுறைப் பட்டதாரி.

ஆனால் வாசிப்பு தொடங்குகிறபோதே, அன்றைக்கிருந்த பண்ணையார்த்தனமான காங்கிரஸ்காரர்களைப் பார்த்ததால் காங்கிரஸ் எதிர்ப்புணர்வோடுதான் நாங்கள் வாசிக்க ஆரம்பித்தோம். நான் பத்து வயதிலேயே முரசொலி வாசிக்கத் தொடங்கிவிட்டேன். நான் மட்டும் அல்ல, சராசரி வாசிப்புத் தன்மை அன்றைக்குத் தமிழ்நாட்டிலே நன்றாக இருந்தது. 1962ஆம் ஆண்டுத் தேர்தலில் அண்ணா தோற்றுப் போனதற்கு நாங்கள் நான்கு ஐந்து நண்பர்கள், (எட்டாம் வகுப்பு மாணவர்கள்) பள்ளி மைதானத்திலே நின்று, ‘அண்ணா தோற்றுப்போய்விட்டாரே’ என்று அழுதோம். எட்டாம் வகுப்புப் படிக்கும்போதே அந்த அளவுக்கு வாசிப்பு, அரசியல் ஈடுபாடு

இருந்தது. காரைக்குடியில் முதுகலை படித்தேன். அங்கு அன்று நல்ல ஆசிரியர் குழாம் இருந்தது.

பின்னர் மதுரைப் பல்கலைக்கழகத்தில் ஆய்வுக்குப் போனேன். முதலில் புதுமைப்பித்தன் பற்றி ஆய்வு செய்யத்தான் போனேன். என்னுடைய ஆய்வு நெறியாளர் மு. சண்முகம் பிள்ளை, 'கோயிலைப் பற்றி ஆய்வு செய்' என்று சொன்னார். அப்போது அழகர்கோயிலை எடுத்துக்கொண்டேன். அந்த ஆய்வு என்னைப் பல இடங்களுக்கு இழுத்துச் சென்றது. இன்றைக்கும் அந்த ஆய்வும் முறையியலும் மதிக்கக் கூடியவையாக உள்ளன.

குடும்பத்தை ஊரிலே விட்டுவிட்டு, கோயிலைப் பற்றி ஓர் ஆண்டுகாலம் நான் கள ஆய்வு செய்தேன். தெருவிலே சந்திக்கிற எல்லா மனிதர்களும் வாசிப்பதற்குரிய ஒரு புத்தகம் என்ற ஞானம் அப்போதுதான் வந்தது. கிராமங்களிலே இருக்கும் மக்களின் உலகம், புத்தகத்திற்கு வெளியே இருக்கிற உலகம். அதைப் புத்தகத்தால் அளக்கும்போது புதிய புதிய பொருள்கள் கிடைத்தன.

தமிழ்ச் சமூகத்தில் சாதி என்பது ஆரம்பத்திலிருந்து இப்போதிருக்கும் நிலையில்தான் இருக்கிறதா?

ஆதிச் சமூகத்தில் ஓர் இனக்குழு இன்னொரு இனக்குழுவைப் பார்த்துப் பயப்படும். அதற்குக் காரணம் மந்திர நம்பிக்கை.

இந்தக் குழுவைச் சேர்ந்தவன் நம்மை அழித்துவிடுவான் என்கிற அச்சத்தின் காரணமாக வேறுபாடுகள் இருந்தன. எனவே வெளியில் திருமணம் செய்வதில்லை. குழுக்களுக்குள்ளே திருமணம் செய்யத் தொடங்கினார்கள். சாதியினுடைய வரையறையையும் அதன் எல்லையையுமே ஆங்கிலத்தில் *Endogamy* என்று சொல்வார்கள். எதுவரைக்கும் நீங்கள் திருமணம் செய்துகொள்ள அனுமதிக்கப்படுகிறீர்களோ அதுவரைக்கும் அது ஒரு சாதி. ஒரே பட்டப் பெயரைத் தரித்திருந்தாலும்கூட ஒரே சாதிக்குள்ளே பல்வேறு பிரிவுகள் இருக்கின்றன. அந்தந்தப் பிரிவுகள் எல்லாம் அதற்குள்ளே மட்டும் திருமண உறவுகளை வைத்துக்கொள்ளும்.

சாதிகள் எப்படி உருவாகின என்பது குறித்துச் சரியான ஆய்வு தமிழ்நாட்டில் இல்லை.

புராதனப் பொதுவுடைமைச் சமூகத்தின் எச்சப்பாடுகளெல்லாம் இன்னும் சாதிக்குழுவில் இருக்கின்றன. சாதிக்குழுவிலே கோவிலை மையமிட்டோ அல்லது பொதுநிகழ்ச்சிகளை மையமிட்டோ வரி வசூல் செய்கிறார்கள். இந்த வரி வசூல் என்பது

ஏழை, பணக்காரன் அனைவருக்கும் சமமாகும். ஐம்பது ரூபாய் வரி என்றால், அதற்கு நூறு ரூபாய் கொடுத்தால் ஏற்றுக்கொள்ள மாட்டார்கள். "மிஞ்சிய ஐம்பது ரூபாயை 'நன்கொடை' என்று ஏற்றுக்கொண்டு வரவு வைத்துக்கொள்வோம், வரி ஐம்பது ரூபாய் என்றுதான் பற்றுச்சீட்டு தருவோம்" என்பார்கள்.

புராதனப் பொதுவுடைமைச் சமுதாயத்தில் இருந்த சமத்துவம் *(All are equal)* சாதிக்குள்தான் நிலைநாட்டப்படுகிறது. கணவாழ்வின் எச்சங்கள் சாதியில் இருக்கின்றன. சாதி என்பது ரொம்ப இளகியிருந்தது. அதிலே வருணாசிரமம் குறுக்கு வெட்டாய்ப் பாய்ந்தபோது மேல் கீழ் என்ற நிலை வருகிறது. தமிழர்களின் ஆட்சி வீழ்ந்து, விஜயநகர ஆட்சிக் காலத்தில் மேல், கீழ் நிலை மேலும் வலுப்பெற்றது. அப்பொழுதுதான் சாதிப் புராணங்கள் வருகின்றன. எல்லாச் சாதிகளும், 'நாங்கள் இந்தத் தேவர்களிடம் இருந்து பிறந்தோம், ராஜாவின் குடும்பத்துடன் உறவு கொண்டோம்' என்று சொல்லி வந்தார்கள். சாதிகள் இடம் பெயர்வது சாதிப் புராணங்கள் பெருக்கத்திற்கு ஒரு முக்கிய காரணம்.

திருநெல்வேலியில் இருக்கிற ஒரு குறிப்பிட்ட சாதியில் 200 குடும்பங்கள் மதுரைப் பக்கம் போவதாக இருந்தால் அங்கே கேட்பார்கள். 'உங்களுடைய சாதியின் சமூகத் தகுதி என்ன?'. [சடங்கியல் தகுதியே *(Ritual Status)* சாதியின் இடத்தைத் தீர்மானித்தது.] சாதியநிலையை வரையறுக்கக்கூடிய விஷயமாகப் புரோகிதப் பார்ப்பனியம்தான் இருந்தது. எடுத்துக்காட்டாகச் சொல்வோமானால் மணமுறிவும் மணவிலக்கும் உடைய சாதி கீழ்சாதி. ஆக ஒடுக்கப்பட்ட சாதியில் இந்த வழக்கம் இருந்ததாலே, இந்த வழக்கம் இருந்தவன் எல்லாம் கீழ்சாதி. இந்த வழக்கம் இல்லாதவன் மேல்சாதி என்பது மாதிரியான சாதிப் புராணங்கள் நிறைய வந்தன. எல்லாம் சேர்ந்து சாதி ரொம்ப இறுக்கமாக ஆகிவிட்டது.

அது எந்தக் காலகட்டம் என்பதை விளக்க முடியுமா?

ஒரே ஒரு இராப்பொழுதில் இது வந்திருக்க முடியாது. கொஞ்சம் கொஞ்சமாக வளர்ந்து விஜயநகர ஆட்சிக் காலத்தில் தான் வைதீகத்திற்கு அதிகமான செல்வாக்கு ஏற்பட்டது. அப்போதுதான் இது நிலைப்படுத்தப் பட்டது. அதற்குப் பிறகு வளர்ந்துகொண்டே வருகிறபோது சாதி தன்னைத்தானே மறுஉற்பத்தி செய்துகொள்கிறது. ஒரே சாதிக்குள்ளேயே ஒரு பிரிவு உயர்ந்தது, ஒரு பிரிவு தாழ்ந்தது என்று உள்ளது. எடுத்துக்காட்டாக ஒரு பிரிவில் மாமியார் தாரை வார்த்துக் கொடுப்பதில்லை; மாமனார்தான் தாரை வார்த்துக் கொடுப்பார்.

அதனால் அந்தப் பிரிவு உயர்ந்த பிரிவு. இது ஓர் ஆணாதிக்க வெளிப்பாடுதான். இப்படிப்பட்ட பிரிவுகள் காரணமாகச் சாதி வேறுபாடுகள் நிறைய வந்தன.

இராஜராஜ சோழனைக் கடுமையாக விமர்சித்துக் கட்டுரை எழுதியிருக் கிறீர்கள். இராஜராஜ சோழன் காலத்திலே பார்ப்பனர்களுக்கு முக்கியத்துவம் கொடுக்கப்பட்டதா, சாதி ஏற்றத்தாழ்வு இருந்ததா?

இராஜராஜ சோழன் ஒரு பேராண்மை என்பதால், அவன் காலத்திலே தேட ஆரம்பிக்கிறோம். ஆனால், பல்லவர் காலத்திலேயே பார்ப்பனர்கள் வர ஆரம்பித்துவிட்டார்கள். கிராமம் என்பது கிரமம் என்ற சொல்லிலிருந்து வந்தது. வேதத்தில் குறைந்தபட்சப் படிப்பு (அதாவது நம்முடைய 10வது, 12வது என்று வைத்துக்கொள்வார்கள்) வரைக்கும் படித்தவர்க்குக் கிரமம் என்றும் அவர்களுக்குத் தரப்பட்ட ஊரை, அதாவது வேதம் படித்தவர்கள் வாழும் ஊரைக் கிராமம் என்றும் அழைத்தார்கள். இது பல்லவர் காலத்திலேயே தொடங்கிவிட்டது.

இராஜராஜ சோழன் காலத்திலே காஷ்மீரிலிருந்து பார்ப்பனர்கள் அதிகமாக வந்தார்கள். அவர்கள் பெரும் பாலானோர் பிருகச்சரணம் என்று சொல்லக் கூடிய பிரிவாக இருந்தார்கள். பிருகச்சரணம் என்றால் பெரிய அளவில் இடம் பெயர்ந்தவர்கள் என்று அர்த்தம். நான்கு வேதம் படித்தவர்களை ‘சதுர்வேதி’ என்று அழைத்தார்கள். மூன்று வேதம் படித்தவர்கள் ‘திரிவேதி’ என்று அழைக்கப்பட்டார்கள். சோழர்கள் காலத்திலே வேதக்கல்வியை அரசாங்கம் ஊக்குவித்தது; வேதமுறைகளைக் கற்றுத் தருவதற்கு அரசாங்கம் ஏராளமான மானியம் கொடுத்தது. ஏனென்றால் நிர்வாகத்தைக் கையில் எடுத்துக்கொண்டு பார்ப்பனியம் தன்னை ஆழமாக நிலைநிறுத்திக் கொண்டது.

சோழர் காலத்துக் கல்வெட்டுகளில் கம்மாளச் சுடுகாடு, பறைச் சுடுகாடு என்று சுடுகாட்டில் கூட சாதிவேறுபாடு இருந்தது. அதற்குச் சான்று கல்வெட்டுகளில் இருக்கிறது. கோயில் கலாச்சாரம் என்று உருவாகும்போது அதில் சாதி வேறுபாடு வருகிறது. ஏனென்றால் கோயிலுக்குள்ளே குறிப்பிட்ட சாதியினரே அனுமதிக்கப்படுகிறார்கள். சாதியின் பல்வேறு பண்பு களில் ஒன்றாகத் தீண்டாமை உள்ளது. கோயிலுக்குள்ளேயும் வீட்டுக்குள்ளேயும் புறவெளியிலும் மக்களில் சிலருக்கு அனுமதி மறுக்கப்பட்டுள்ளது.

ஏழாம் நூற்றாண்டில் பல்லவச் செப்பேடுகளில் பார்ப்பன வீடுகளில் பின்புறம் உள்ள தென்னை மரம், பனை மரங்களிலே ஈழவர் மரம் ஏறக்கூடாது என்ற தடை இருந்தது. ஈழவர் என்பவர் வட மாவட்டங்களில் கள் இறக்கும் சாதியினர் ஆவர்.

பல்லவர்கள் தமிழர்கள்தான் என்று சிலர் கூறுவதைப் பற்றி விளக்கமுடியுமா?

இவர்கள் ஆந்திராவும் கர்நாடகாவும் சந்திக்கிற இடத்திலிருந்து வருகிற சாதியாவார்கள். அவர்கள் காஞ்சிபுரத்தைப் பிடித்துப் பல்லவ அரசை நிலைநாட்டிக் கொண்டார்கள். சங்க காலத்தில் கச்சிப்பேடு என்று அதற்குப் பெயர். காஞ்சிபுரம் ஒரு பெரிய ஊர்தான். அந்நகர் தமிழகத்தின் வடபகுதி என்பதால் சேரர்களும் சோழர்களும் அதைக் கைப்பற்ற முடியவில்லை.

பல்லவர்கள் தமிழர்கள் அல்லர். ஏனென்றால் அவர்களின் தொடக்ககாலச் செப்புப் பட்டயங்கள் சாருதேவி என்கிற ராணி வெளியிட்ட 'கீரகடகல்லி', 'குணபதேயம்' (இந்த நிலப்பகுதியெல்லாம் ஆந்திரப் பிரதேசத்தில் உள்ளன) ஆகியன எல்லாம் வடமொழிப் பட்டயங்களாகவே இருந்தன. எனவே இவர்கள் எல்லாம் தமிழ் மன்னர்கள் அல்லர். தமிழ்நாட்டிற்கு வந்து, தங்களைத் தமிழர்களாக ஆக்கிக் கொண்டார்கள்.

களப்பிரர்கள் பற்றி இரண்டு விதமான கருத்துகள் உள்ளன. 'களப்பிரர்கள் காலம் இருண்ட காலம்' என்று ஒரு பிரிவினரும், 'பார்ப்பனர் ஆதிக்கத்தை ஒழித்த காலம்; எனவே அது ஒரு பொற்காலம்' என்று இன்னொரு பிரிவினரும் கூறுகிறார்கள்? இதைப்பற்றி . . .?

களப்பிரர்கள் தமிழர்கள். இவர்கள் தஞ்சையைக் கைப்பற்றிச் சில காலம் வைத்திருந்தார்கள். இப்பொழுதும் தமிழ்நாட்டில் களப்பாளங்குளம் என்ற பெயருடைய ஊர்களை நிறையப் பார்க்கலாம். வேளாளர்களில் ஒரு பிரிவினர் தங்களைக் களப்பிரர்கள் என்று சொல்லிக் கொள்கிறார்கள். களப்பிரர்கள் காலத்தை இருண்ட காலம் என்று சொன்னது சைவ எழுத்தாளர்கள்தாம். ஏனென்றால் களப்பிரர்கள், சமணமதத்தை ஆதரித்தார்கள்; சமணமதம் வேதத்தை நிராகரித்தது. எனவே, களப்பிரர் காலத்தை இருண்டகாலம் என்று சொல்கிறார்கள். களப்பிரர்கள் காலம் இருண்ட காலம் என்பதைப் பற்றி மு. அருணாசலம் பிள்ளையின் நூல் ஒன்று ஆங்கிலத்தில் சென்னைப் பல்கலைக்கழக வெளியீடாக உள்ளது.

மயிலை சீனி. வேங்கடசாமி தொடங்கிவைத்த முயற்சியின் காரணமாக இன்றைக்கு இந்தக் கருத்து மாறிவருகிறது. அச்சுதன் என்கிற ஒரு மன்னனைத் தவிர வேறு எந்தக் களப்பிர மன்னனைப் பற்றியும் செய்திகள் இல்லை. விஜயாலயச் சோழன் களப்பிரர்களிடம் இருந்துதான் தஞ்சையைக் கைப்பற்றினான்.

களப்பிரர்கள் பற்றித் தமிழ்நாட்டில் கல்வெட்டுகள் இல்லை. கர்நாடகத்தில் கொஞ்சம் உள்ளது. அதுதவிர ஒரு

சில பாடல்கள் மட்டுமே உள்ளன. அவர்கள் தஞ்சைக்கும் திருச்சிக்கும் இடையிலான நிலப்பகுதியைக் கைப்பற்றி இருந்தார்கள். குறிப்பாகச் செந்தலை என்ற தஞ்சைக்கு அருகே யிருக்கும் ஊர் அவர்களுடைய தலைநகரமாக இருந்தது என்று தெரிந்தது. அதற்கு மேல் தெரியவில்லை. வரலாற்றுச் சான்றுகளும் கிடைக்கவில்லை.

சைவமதம் தமிழ் மதமே, சைவமதத்தைப் பின்பற்றிய பார்ப்பனர்கள் தமிழர்களே, குலம் என்ற சொல்தான் 'ஜாதி' என்று மாறியது என்று சிலர் கூறுகிறார்கள்; இது சரியா?

'ஜாதி' என்ற சொல்லில் உள்ள 'ஜா' என்ற வேர்ச்சொல் எந்த திராவிட மொழியிலும் கிடையாது. அது வடமொழியில் மட்டும்தான் இருந்தது. அதற்குப் 'பிறப்பு' என்று அர்த்தம். 'ஜா' என்று சொன்னால் பிறப்பு வழிப்பட்டது. பத்மஜா என்றால் பத்மத்திலே பிறந்தவர்; வனஜா என்றால் வனத்திலே பிறந்தவர்; கமலஜா என்றால் கமலத்திலே பிறந்தவர்; அந்த வேர்ச்சொல்லே தமிழ்ச் சொல்லாக இல்லாதபோது இன்றைக்கு இருக்கிற ஜாதி அமைப்பை நாம் கற்பனை செய்துகூடப் பார்க்கமுடியாது.

இரண்டாவது, சைவம்தான் தமிழ் மதம் என்பதை நிலைநிறுத்தும்போது பெரியார் கூட இருந்த சைவ அறிஞர்கள், குறிப்பாக மறைமலை அடிகள் போன்றோர் பார்ப்பன எதிர்ப்பு என்கிற அம்சத்திலே பெரியாரை ஆதரித்துக்கொண்டு, 'சைவ மதம்தான் தமிழர்களின் உண்மையான மதம்' என்ற நிலை எடுத்தார்கள். 'பழந்தமிழ்க் கொள்கையே சைவ சமயம்' என்று மறைமலையடிகள் ஒரு புத்தகமே எழுதினார். இந்தக் கருத்தோட்டத்தை ஆராய்ச்சியாளர்கள் யாருமே ஏற்றுக்கொள்ள மாட்டார்கள்.

உமா கூட தமிழ்ச்சொல் அல்ல. பார்வதியைக் குறிக்கும் இதன் தமிழ்வடிவம் 'உமை'. இந்தச்சொல் 'ஹிமா' என்ற வடசொல்லின் தமிழ் வடிவம். ஹிமா என்றால் பனி என்று அர்த்தம். ஹிமாத்திரி என்றால் பனிமலை, இமயமலை என்று அர்த்தம். ஹிமா என்ற சொல் தமிழில் 'உமா' என்று ஆகிவிட்டது. ஹிமாலய என்பதுதான் உமா. உமாதான் உமை; பார்வதியைக் குறிக்கும் பழைய சொல். பார்வதி என்பவர் இமயபர்வதத்தில் பிறந்தவர். முதலில் சைவ மதத்தின் வேர்கள் தமிழ்நாட்டில் இருந்திருக்கிறது. அதே நேரத்தில் காஷ்மீரில் ஸ்ரீகண்டர் உருவாக்கிய பாசுபத சைவம் இங்கே வருகிறது. அதை வைத்துக்கொண்டுதான் சைவத் தத்துவங்களை உருவாக்குகிறார்கள். இராஜராஜ சோழனின் குருமார்களெல்லாம் காஷ்மீர் சைவப் பண்டிதர்கள்தான். தஞ்சாவூர் கோயில் பாசுபத சைவ அடிப்படையில் கட்டப்பட்டது;

சித்தாந்த சைவம் அல்லது தமிழ்ச் சைவம் என்ற அடிப்படையில் கட்டப்படவில்லை. கோயில் உள்ளே போனால் பார்க்கலாம். அகோரம், வாமம், சதாசிவம், ஜாதம், ஈசானம் என்று ஐந்து மூர்த்தங்கள் இருக்கின்றன. இவையெல்லாம் பாசுபத சைவ நெறிகள்; தமிழ்ச் சைவநெறிகள் அல்ல.

பாசுபத சைவத்திற்கும் தமிழ்ச் சைவத்திற்கும் வேறுபாடு என்ன?

அறுபத்துமூன்று நாயன்மார்களில் மதுரைக்குத் தெற்கே ஒருத்தர் கூட இல்லையே என்று கேட்டால் சைவர்கள் அதிகம் கோபப்படுவார்கள். இதுதான் உண்மை. அப்பொழுது சமண மதம் செழித்து இருந்த பூமியாக அது இருந்தது.

அதற்குப் பின்னாலே பாசுபதம் வந்தது. பாசுபத சைவம் தமிழ்ச் சைவத்திற்கு மூத்த வடிவம். பாசுபத சைவம் பற்றி விரிவாகப் பல நூல்கள் வந்துள்ளன. தமிழில் திருமந்திரம் கூட பாசுபத சைவத்தில்தான் உள்ளது.

எல்லா மன்னர்களாலும் ஆதரிக்கப்பட்ட மதமாக சைவம் இருந்தது. அப்பொழுதுகூட தமிழ்ச் சைவம் வரவில்லை. இராஜராஜ சோழன் காலத்தில்கூட தமிழ்ச் சைவம் வரவில்லை. சோழ அரசு வைணவத்தை ஆதரிக்கவேயில்லை. சைவ மதத்தின் தோற்றம் என்று கேட்டால் அது காஷ்மீரம்தான். ஸ்ரீகண்டர்தான் அதைத் தோற்றுவித்தார். அதை லகுலீசர் தமிழ்நாட்டிற்குக் கொண்டு வந்திருக்கிறார். கிடாரிப்பட்டி மலைக்கோயிலில் லகுலீசர் சிற்பம் ஒன்று உள்ளது.

தமிழ்நாட்டில் அனைத்துச் சாதியினருமே நாங்கள்தான் ஆண்ட பரம்பரையினர் என்று சொல்லிக்கொள்கிறார்கள். இது எந்த அளவிற்கு உண்மை?

வரலாற்று ஆசிரியர்கள் வேடிக்கையாகச் சொல்வார்கள், 'இராஜா என்பவன் சாதி கெட்டவன்' என்று. ஏனென்றால் அரசியல் காரணங்களுக்காக எல்லா சாதியிலும் ஒரு பெண்ணை எடுத்துக்கொள்வார்கள். ஓர் அரசியல்வாதி அரசியல் செல்வாக்குள்ள சாதியிலே பெண் எடுத்துக் காட்டுவான். அந்த சாதியின் வாக்கெல்லாம் அவனுக்குக் கிடைக்கும். இதேபோல் தான் அப்போதும். எனவே ராஜாக்கள் ஒரே ஜாதி இல்லை என்பதை விட உண்மை இருந்திருக்க முடியாது. அந்தந்த ராஜாக்கள் பெயரை, பெருவாரியாக உள்ள ஜாதிகள் சில பட்டப்பெயராக வைத்துக்கொண்டு 'நாங்கதான் ஆண்டோம்' என்று சொல்கிறார்கள்.

'உடையார்'களை எடுத்தால், திருக்கோவிலூர்ப் பக்கத்திலே இருக்கிற மலைமான் திருமுடிக்காரி நாட்டுக் குடிமக்களாகிய

இவர்கள் இடப்பெயர்ச்சியாகி தெற்கு நோக்கி வருகிறார்கள். திருச்சி மாவட்டத்திலே லால்குடி, முசிறி போன்ற இடத்திலே தங்குகிறார்கள். திரும்பவும் தெற்கு நோக்கி தேவகோட்டை, இளையாங்குடி பகுதியில் தங்குகிறார்கள். தேவகோட்டை பகுதியிலுள்ளவர்களெல்லாம் பிரிட்டோ அடிகள் காரணமாக கிறிஸ்தவர்களாக மாறிவிட்டார்கள். ஆனாலும் இன்னும் மலையமான், சுருதிமான் என்ற பெயரால் பிரிவுகள் வைத்திருக்கிறார்கள். அவர்கள் மலையமான் நாட்டிலிருந்து இடம் பெயர்ந்து வந்த மக்கள்தானே தவிர மலையமான் அரச குடும்பத்தைச் சார்ந்தவர்கள் அல்லர். இப்படி நிறைய ஜாதிகளைச் சொல்லலாம்.

மூவேந்தர்கள் பற்றி?

பல்வேறு இனக்குழுக்கள் கலைந்தபோது மூன்று அரச மரபினர் மேலெழும்பி வருகிறார்கள். அதுதான் சேர, சோழ, பாண்டியர்கள். ஒவ்வொரு அரச வம்சத்துக்கும் பலவகையான பெயர்கள். பாண்டியன், செழியன், மாறன், வழுதி, தென்னவன், மீனவன். இத்தனை இனக் குழுக்கள் கரைந்து மேலே வரும்போது பாண்டியன் என்ற பொதுப் பெயரோடு வருகிறார்கள். இப்படி சோழர்களில் செழியன், வளவன், கிள்ளி, செம்பியன், சோழன் என இருந்தார்கள். இவர்களையெல்லாம் பார்த்தால் பத்துப் பேர் பதினைந்து பேர். அந்தப் பத்துப் பேரும் பதினைந்து பேரும் கரைந்து, கரைந்து அதில் ஒன்று மேல் வந்து நிலைத்து நிற்கும். அப்படித்தான் மூவேந்தர்கள் உருவானார்கள். வேந்தன் என்று சொன்னால் சேர, சோழ, பாண்டியன் ஆகிய மூன்று பேரையும் குறிக்கும். இவர்கள் கூடக் கடைசியில் போன இடம் தெரியாமல் மறைந்தார்கள். இறுதியாக 1648இல் பாண்டியன் ஒருவன் அப்படியே தெற்கு நோக்கி வந்து தென்காசிப் பகுதியில் முடிசூட்டிக் கொண்டான் என்று தெரிகிறது. அவனது பரம்பரையையே கண்டுபிடிக்க முடியவில்லை!

வேந்தர்களின் மீது ஜாதிப் பெயரைச் சூட்டி இன்று அழைப்பதை அறியாமை என்று சொல்லலாமா?

அப்படித்தானே சொல்லமுடியும்! பாண்டியன் என்ற பட்டப் பெயர் பல ஜாதியிலே இட்டுக்கொள்கிறார்கள். பாண்டியன் என்று பெயர் இட்டுக்கொள்கிறவர்கள் எல்லாம் பாண்டியர்களா? ஆனால் சேரன், சோழன் என்று பெயர்கள் இட்டுக்கொள்ளவில்லை. பாண்டியன் பெயர் மட்டும் மக்கள் பெயராகத் தொடர்ந்து நீடித்துக்கொண்டே இருக்கிறது. ஏனென்றால் அந்த அரசமரபுதான் பதினேழாம் நூற்றாண்டு வரைக்கும் உயிரோடிருந்தது. சேர, சோழ மரபுகள் காணாமல்

போய்விட்டன. வேந்தர்கள், இனக்குழுக்கள் காலத்தில் பிறந்தவர்கள். அவர்களைச் சாதியோடு தொடர்புபடுத்தவே முடியாது.

அதுபோல, பாண்டியனைக் குறிக்கும் பெயரை நெல்லை மாவட்டத்திலே இட்டுக்கொண்டே இருக்கிறார்கள். பாண்டியர்கள் இயற்கையாக இட்டுக்கொள்கிற பெயர் வேம்பன். வேம்பன் என்பது வேப்பமரத்தைக் குறிப்பது. நெல்லை மாவட்டத்திலே பார்ப்பனர்களிலிருந்து ஒடுக்கப்பட்டவர்கள்வரை எல்லோரும் 'வேம்பு' என்ற பெயரை இட்டுக்கொண்டே இருக்கிறார்கள். வேம்பன் என்பது பாண்டியன் பெயர். திருநெல்வேலிக்கே வேம்பநாடு என்றுதான் பெயர். மூவேந்தர்களிலும் பழைய குடியினர் பாண்டியர்கள்தான்.

வர்ணாசிரமப் படிநிலையில் முன்னொரு காலத்தில் மேல்நிலையிலிருந்த ஒரு ஜாதி, பின்னர் கீழ்நிலைக்குத் தள்ளப்படுவதற்குச் சாத்தியமுண்டா?

தலித் மக்களில் ஒரு பிரிவினர் (சித்தர் குருசாமி போன்றவர்கள்) அப்படி கூறிக்கொள்கிறார்கள். வரலாற்றுரீதியாக இது தவறு. திடீரென்று ஆங்கிலேயர்கள் ஆட்சிக்காலத்தில் சாதிப்படி நிலையில் மாற்றம் வரமுடியாது. இன்னும் சொல்லப்போனால் ஆங்கிலேயர்கள்தான் சாதியை ஒடுக்குவதற்கு *1856 Caste Disabilities Removal Act* சட்டத்தைக் கொண்டு வந்தார்கள். அப்போதுதான் கல்வியிலும் மருத்துவமனையிலும் சாதிவேறுபாடுகள் கிடையாது என்பது நடைமுறைக்கு வந்தது. ஆங்கிலேயர்கள் காலத்தில்தான் நாங்கள் அடிமைப்பட்டோம் என்று கூறிக்கொள்வதெல்லாம் வரலாற்றுப் பிழை. யாரும் ஏற்றுக்கொள்ள மாட்டார்கள்.

இனவரைவியல் தொடர்பான விவாதங்கள் தொடர்ந்து பேசப்படுகின்றன. இனவரைவியல் எந்த அடிப்படையில் நடைபெறுகிறது?

இனவரைவியல் என்பது நிலத்தோடும் வெளியோடும் உறவுடைய விஷயங்கள்தான். இதைப்பற்றி 'இனவரைவியலும் தமிழ்நாவலும்' என்ற பெயரில் ஆ. சிவசுப்பிரமணியன் ஒரு புத்தகம் எழுதி இருக்கிறார். இனவரைவியல் என்றால் நம்முடைய தொல்காப்பியர் சொல்லுகின்ற உரிப்பொருள்கள்தாம். உரிப்பொருள் என்பது தெய்வம், உணவு, மரம், விலங்கு, பறவை, இசை முதலியவற்றைக் குறிக்கும்.

எடுத்துக்காட்டாக செங்கோடான் என்று பெயர் இருந்தால் அவர் மதுரைக்காரராக நிச்சயம் இருக்க முடியாது. கொங்கு மண்டலத்துக்காரராகத்தான் இருக்க முடியும். நீர்காத்தலிங்கம், பரமார்த்தலிங்கம் என்று பெயர் இருந்தால் அவர் நிச்சயமாக நாஞ்சில் நாட்டுக்காரராகத்தான் இருப்பார். வடிவு என்ற பெண்

இருந்தால் பூர்வீகத்திலே திருநெல்வேலிக்காரர்களாகத்தான் இருப்பார்கள்.

தெய்வம் வித்தியாசப்படும். சுடலைமாட வழிபாடு திருநெல்வேலி, கன்னியாகுமரி மாவட்டங்களிலும் கருப்பசாமி வழிபாடு மதுரை, இராமநாதபுர மாவட்டங்களிலும் இருக்கிறது. திருச்சி, அரியலூரில் காத்தவராயன் வழிபாடும், கோவை மாவட்டத்தில் அண்ணன்மார் சாமி வழிபாடும், வடக்கே தென்ஆற்காடு மாவட்டத்தில் பொன்னியம்மன் வழிபாட்டு முறையும் இருக்கின்றன. தெய்வங்கள் நிலத்துக்கு நிலம் வேறுபடு கின்றன அல்லவா?

தினை அரிசியினை நாம் பெரும்பாலும் உட்கொண்டிருக்க மாட்டோம். ஆனால் சங்கரன்கோவில் மக்கள் தினை அரிசி சாப்பிட்டிருப்பார்கள்; அந்நிலப்பகுதியில்தான் தினை விளையும்.

உணவு வித்தியாசம், நிலம் வித்தியாசம், மரம் வித்தியாசம் இருக்கின்றது. பூவரசு மரங்கள் நெல்லை மாவட்டத்தில் இருக்கிற மாதிரி வேறு எங்கும் காண முடியாது. அதேபோல போகன்வில்லா செடிகளை எல்லா இடங்களிலும் காணமுடியாது. காலத்தோடும் வெளியோடும் தொடர்புடைய மனிதர்களும் பிறப்புகளும் இனவரைவியலின் கூறுகள்.

மொழி அடிப்படையில் இனம் பிரிக்கப்பட்டுள்ளதா?

மொழி, இனத்திற்கான முதல் அடையாளம். மொழி மட்டுமே இனத்துக்குரிய அடையாளம் ஆக முடியாது. ஒரு நிலப்பரப்பு, ஒரே வகையான பொருளாதார வாழ்க்கைமுறை, ஒரே வகையான சடங்குகள், உறவு முறைகள் எல்லாம் சேர்ந்துதான் ஓர் இனத்தை அடையாளம் காட்டமுடியும்.

மதம், இனத்திற்கான அடையாளமாக இருக்கமுடியுமா?

மதம் இனத்திற்கான அடையாளமாக இருக்கவே முடியாது. ஏனென்றால் மதம் மாறும்போது அடையாளம் மாறுவதில்லை. இத்தாலியில் இருக்கிற கத்தோலிக்க கிறிஸ்தவமும் நெல்லை மாவட்டத்தில் உள்ள கிறிஸ்தவமும் ஒரே இன அடையாளமாக இருக்க முடியாது. நாம் விரும்பினால் இன்றைக்கு மாலையிலே இஸ்லாம், நாளை மறுநாள் இந்து என மாறிக்கொள்ளலாம். எனவே மதம், இனத்திற்கான அடையாளமாக இருக்கமுடியாது.

திராவிடம் என்பது இன அடையாளம் கிடையாது. அதற்கு வரலாற்று ஆதாரம் இல்லை, அறிவியல் அடிப்படை அற்றது என்று ஒரு வாதம் வைக்கப்படுகிறது. அதே நேரத்தில் ஆரியம் Vs திராவிடம் என்று

தொடர்ந்து பேசப்பட்டு வருகிறது; இதில் எது சரியானது? இதை விளக்கமுடியுமா?

திராவிடம் என்ற கருத்தாக்கம் உருவாவதற்கு அன்றைக்கு இருந்த அடிப்படையான காரணங்களில் ஒன்று காலனி ஆட்சியிலே ஏற்பட்ட சமூகமாற்றம். அதை விட தமிழ், தெலுங்கு, கன்னடம், மலையாளம் மாநிலங்களுக்கு இடையே அடிப்படையிலே கலாச்சார ஒற்றுமைக் கூறுகள் உண்டு என்பதை மறந்துவிடக்கூடாது. வட இந்தியர்கள் இந்த நாலு மாநிலத்தவர்களையும் ஒன்றாக 'மதராஸி' என்று குறிப்பிடுவது தற்செயலானதல்ல. தோற்ற அமைப்பில் இருக்கும் ஒற்றுமைதான் இவர்களை ஒரே இனமாக மற்றவர்களைப் பார்க்க வைக்கிறது. தமிழ், தெலுங்கு, கன்னடம், மலையாளம் இந்தச் சமூகத்தில் எந்த ஜாதியாக இருந்தாலும் சில அடிப்படையான கலாச்சார ஒற்றுமைகள் உள்ளன. எடுத்துக்காட்டாக தாய்மாமன் மரியாதை என்பது இன்றும் நான்கு மாநிலங்களிலும் கடுமையாய் இருக்கிறது. ஆண்கள் மீசை வைத்துக்கொள்வது இந்த நான்கு மாநிலங்களில் மட்டுமே அதிகம் காணப்படுகிறது. அதேமாதிரி இறுதி மரியாதை, சடங்கியல் தகுதிக்கும் முக்கியத்துவம் கொடுக்கப்படுகிறது.

பூர்வீகத்திலே அனைவரும் ஒரு மொழி பேசுபவர்களாக இருந்தார்கள் என்று கால்டுவெல் ஏற்கெனவே நிரூபித்திருக்கிறார். அது உண்மைதான். ஓர் இனத்துக்காரர்களாய் இருந்தோம்; ஏன் பிரிந்தோம் என்று தெரியவில்லை. வரலாற்றுத் தொடர்ச்சியும் காரணங்களும் தெரியவில்லை.

தமிழ்நாட்டில் இக்கருத்தை அரசியல்ரீதியாகவும் முன்வைத்தார்கள். அரசியல்ரீதியாகத் தோற்றுப்போய் விட்டதால் திராவிடக் கருத்தியலே தோற்றுப்போனது என்று சொல்லமுடியாது.

ஆரியர் என்பது ஓர் இனமா அல்லது கூட்டமைப்பா?

ஆரியர் என்பது இனம்தான். குறிப்பாக இந்தோ ஆரியர் என்ற இனமே இருக்கிறது. ஜெர்மனிக்கும் சமஸ்கிருதத்துக்கும் அடிப்படையிலே சில வேர்ச்சொற்களைக் கண்டுகொண்டதன் காரணமாகத்தான் மேக்ஸ்முல்லர் இந்தியாவைத் தன் பூர்வதேசம் என்று நினைக்கிறார். 'ஜா' என்ற வேர்ச்சொல் ஆங்கிலத்தில் 'ஜி' என்றும், சமஸ்கிருதத்தில் ஜாதி என்றும் இருக்கிறது. ஆரியர் உயர்வு வாதத்திற்கு அடித்தளம் இட்டவர் மேக்ஸ்முல்லர். அவர்தான் ஆரியர் இனம் ஆளப்பிறந்த இனம் என்று கூறினார். கீழைநாட்டு வேதநூல்களை இது தொடர்பாக மொழிபெயர்த்தார்.

ஆரிய இனத்திற்குச் சில அடிப்படை மரபுகள் உள்ளன. ஆரிய இனத்திற்கும் நமக்கும் வேறுபாடுகள் உள்ளன. நாம் வெப்ப மண்டலத்திலே வாழ்கிறவர்கள். தமிழர்களும் மலையாளிகளும் நீரைக் கொண்டாடுவார்கள். நீர் சார்ந்த சடங்குகள், புனிதங்கள் நமக்கு அதிகம். கங்கைச் சமவெளியில் வாழ்ந்த ஆரியர்களுக்கு நெருப்பு சார்ந்த சடங்குகள் அதிகம். அவர்கள் தந்தை வழிச்சமூகம், நாம் தாய்வழிச் சமூகம். அவர்கள் கிராமப்புற நாகரிகம், நாம் நகர நாகரிகம்.

சடங்குகள் என்பவை தமிழர்களின் வாழ்வோடு பின்னிப் பிணைந்துள்ளன. இதில் எந்த அளவு மூடநம்பிக்கை உள்ளது; எந்த அளவு அறிவியல் சார்ந்து உள்ளது?

நம்பிக்கைக்கும் மூடநம்பிக்கைக்கும் என்ன வித்தியாசம்? இது என் தெய்வம், அது வழிகாட்டுகிறது என்று நம்புவது நம்பிக்கை. அந்த நம்பிக்கைக்கு எங்கே அதிகாரம் குறுக்கே வருகிறதோ அங்கே மூடநம்பிக்கை பிறக்கிறது. 'உனக்காக நான் யாகம் பண்றேன், ஹோமம் பண்றேன்' என்று சொல்வது மூடநம்பிக்கை. அதாவது அர்ச்சகர் என்ற அதிகாரம் இங்கே குறுக்கே வருகிறது. நம்பிக்கை இயல்பானது. அதிகாலையில் வயல்வெளிக்குப் போகிற வழியில் சூரிய உதயத்தைப் பார்த்துவிட்டால், செருப்பைக் கழற்றிவிட்டுக் கும்பிடு போடுகிறோம். அதை மூடநம்பிக்கை என்று சொல்ல முடியாது. ஏனென்றால் அந்த சூரியன் இல்லையென்றால் பயிர் விளையாது. அது ஒரு நம்பிக்கை. அதுவே பெரிய கோயிலாக உருவெடுத்து, அங்கே அர்ச்சகர் வரும்போது, மூடநம்பிக்கை பிறந்து விடுகிறது.

நம்பிக்கையில் அரசு அதிகாரம் மட்டுமல்ல, ஏதோ ஓர் ஆன்மீக அதிகாரம் குறுக்கே வந்துவிட்டால் கூட, அது மூடநம்பிக்கையாகி விடும். இன்றைக்கு இருக்கிற அறிவியல் என்பது *European Science* தான். அதை *Pure Science* என்று எங்களைப் போன்றவர்களால் ஒத்துக்கொள்ள முடியாது. ஒருவகையான சுரண்டல் நோக்கத்தை உள்ளடக்கியதாகவே அவர்களது அறிவியல் உள்ளது. எனவே இது மூடநம்பிக்கைக்கு எதிரான அறிவியல் அன்று. இன்றும் பதின்மூன்று என்ற எண்ணைப் பார்த்து அவர்கள் பயப்படுகிறார்களே!

சந்தையை விரும்புகிற முதலாளிகளும் நாடு என்பது பிரிந்துபோகக் கூடாது என்று கூறுகிறார்கள். இவர்களை எதிர்க்கின்ற இந்தியாவிலுள்ள இடதுசாரிகளும் நாடு பிரிந்துபோகக் கூடாது என்கிறார்கள். இதில் எது உண்மை?

நம்முடைய இடதுசாரிகள், முதலாளிகளாக மாறிக்கொண் டிருக்கிறார்கள். ஏற்கெனவே இவர்கள் முதலாளித்துவச்

சிந்தனைக்குள் வந்துவிட்டார்கள். இவர்களுக்குக் கூடங்குளத்தில் ரஷ்யா விற்ற ரியாக்டர் மாதிரி இன்னும் 10 ரியாக்டர்களை ரஷ்யா இந்தியாவிலே விற்க வேண்டும் என்றே விருப்பம். இது ஒரு வகையான ஏகாதிபத்தியச் சிந்தனை. ஏகாதிபத்தியத்தில் இடது என்ன, வலது என்ன? இடதுசாரிகளில் ஒரு பகுதியினர் ஏகாதிபத்தியவாதிகளாக, சிந்தனை அளவிலே முதலாளித்துவவாதிகளாக உருமாறிக் கொண்டிருக்கிறார்கள் என்றுதான் அர்த்தமாகிறது.

இன்றைக்குத் தீவிர இடதுசாரிகள் கூட்டுக்குடும்பத்தை வலியுறுத்துகிறார்கள். ஏனெனில் 'கலாச்சாரம் என்பது அப்பா, அம்மாவிடம் இருந்து வந்ததில்லை. கதை சொல்லும் தாத்தா, பாட்டி இல்லாத குடும்பம், கலாச்சாரம் இழந்து போயிருக்கிறது' என்கிறார்கள். கூட்டுக்குடும்பம் நரகமாக மாறும்போது தனிக் குடும்பத்தை ஆதரிக்கிறோம். எப்படி இருந்தால் மகிழ்ச்சியோ அப்படியே வாழ்கிறோம். இப்படித்தான் வாழவேண்டும் என யாரும் நிர்ப்பந்திப்பதில்லை. மாறிவரும் பொருளாதார உறவுகளும் உற்பத்தி உறவுகளும் புறச்சூழலைத் தீர்மானம் செய்கின்றன.

இடதுசாரிகள் போராட்டச் சிந்தனைகளில் இருந்தே வெளிவந்து விட்டார்கள். அது, எது வரைக்கும் கொடூரமாக இருக்கிறது என்று பார்த்தால், இலங்கையின் இறையாண்மைக்குள் தமிழர் பிரச்சினைக்குத் தீர்வுகாண வேண்டும் என்று சொல்லுகின்ற அளவிற்கு முதலாளித்துவச் சிந்தனை உள்ளவர்களாக மாறிப் போனார்கள். இலங்கை ஒன்றாய் இருப்பது இந்தியாவிற்கு நல்லது. ஏனென்றால் இந்தியா, இலங்கையைச் சந்தையாக்கப் பார்க்கிறது; சீனாவும் சந்தையாக்கப் பார்க்கிறது. 'இலங்கை இறையாண்மைக்குள் ஒரு சிக்கல் இருக்கிறது' என்று மூன்று லட்சம் பேரைக் கொன்றபின் சி.பி.எம். கூறுகிறது. இதை எப்படி ஒத்துக்கொள்வது? இலங்கையின் இறையாண்மையைப் பாதுகாப்பதில் இவர்களுக்கு ஏன் இவ்வளவு ஆர்வம்?

இராமேஸ்வரத்திலே இந்திய இறையாண்மை, இலங்கை அரசால் சிக்கலுக்குள்ளாகிறது அல்லவா? ஒரு நாட்டின் எல்லைக்குள் வந்து அந்த நாட்டுக்காரனைச் சுட்டுக் கொல்வது இந்த நாட்டின் இறையாண்மையைப் பாதிக்கிற விசயம்தானே, அதை 600 முறை இலங்கை அரசு செய்திருக்கிறது. இவர்கள் ஒருமுறைகூடக் கண்டிக்காது இருப்பது ஏன்? இலங்கை இறையாண்மை பற்றிக் கவலைப்படுகிறவர்கள் இடதுசாரிகளே அல்ல; இடதுசாரிப் போர்வையில் மறைந்து இருக்கிற வலதுசாரிகள்; பா.ஜ.க. வின் மாற்றுவடிவம்.

சங்க இலக்கியத்தில் இயற்கையோடு வாழ்ந்து வந்தோம். மரங்களை வெட்டுவது என்பது உடன்பிறந்த சகோதரியை வெட்டுவதுபோலக்

கருதப்பட்டது. ஆனால் இப்பொழுது இயற்கைக்கு எதிரான கூடங்குளம் அணுமின் நிலையம் போன்ற திட்டங்களை ஆதரிக்கும் அளவுக்கு மக்கள் மாறிவிட்டார்கள். இது ஏன்?

காலனி ஆட்சியிலே செல்வங்களை மட்டுமல்லாது, மீட்டெடுக்க முடியாத கலாச்சார மதிப்பீடுகளையும் இழந்து நிற்கிறோம் என்பதே உண்மை. அந்த இழப்பை இப்போதாவது உணர வேண்டும். இயற்கைக்கும் நமக்குமுள்ள தொடர்பு அறுந்துகொண்டே போகிறது. குறிப்பாக ஆங்கில மருத்துவம் வந்ததினால் நிறைய தாவரங்களுக்கும் தமிழர்களுக்குமான தொடர்பு காணாமல் போய்விட்டது. சித்த மருந்துக் கடையிலே இருக்கும் வேர்களை எத்தனை பெண்கள் அடையாளம் காட்டுவார்கள்? நான் அடையாளம் காட்டும் தாவரத்தை என் மகளோ மருமகளோ காட்ட முடியாது. இயற்கைக்கும் நமக்கும் தொடர்பு அறுந்துகொண்டே வந்ததுதான் ஆங்கில மருத்துவம் வளரக் காரணம்.

நம்முடைய குழந்தை மருத்துவமுறையிலே கோரோசனை, கஸ்தூரி இவை முக்கியமானவை. கோரோசனை என்பது பசுவினுடைய அன்ட்ரினல் கிளாண்ட். கஸ்தூரி என்பது கஸ்தூரி மானுடைய அன்ட்ரினல் கிளாண்ட். இந்த கிளாண்ட்களை மருந்துகளோடு சேர்த்துக் கொடுத்தால் குழந்தைக்கு நோய் எதிர்ப்புச் சக்தி உருவாகும். இந்த மருந்துகளை இன்று நாம் இழந்து போனோம். இப்படி உயிர் உலகத்தோடும் பயிர் உலகத்தோடும் நம் தொடர்பு அறுந்துகொண்டே வந்ததுதான் காலனி ஆட்சி நமக்குச் செய்த மிகப்பெரிய கொடுமை; துரோகம். இப்போதுதான் நாம் யோசிக்கிறோம். ஆனாலும் இன்னும் நம்மிடையே பச்சை மரத்தை வெட்டும்போது யாராவது இரண்டு கிழவன் அல்லது கிழவி, 'ஏன் பச்சை மரத்தை வெட்டுறே' என்று கேட்கத்தான் செய்கிறார்கள். ஒரு திடப்பொருளாகத் தாவரங்களைப் பார்க்கிற வழக்கம் நம்மிடம் எப்பொழுதும் இருந்ததில்லை.

நம்முடைய தாவரங்களிலிருந்து மருத்துவப் பயனை மீட்டெடுப்பதற்குரிய வழி நம்மிடையே இருக்கிறது. ஐரோப்பியர்களிடையே அது இல்லை; குரோட்டன் தாவரத்தின் மருத்துவப் பயனை அவர்கள் இன்னமும் மீட்டெடுக்கவில்லை. நிச்சயமாகக் குரோட்டன் என்ற தாவரத்திற்கு, அது பிறந்த மண்ணிலே ஒரு மருத்துவப்பயன் இருந்திருக்க வேண்டும். ஐரோப்பியர்கள் நிறைய விஷயங்களைப் புதைத்துவிட்டுப் போய்விட்டார்கள். இன்றைக்கு இதை எங்கிருந்து மீட்டெடுக்க முடியுமென்றால் இலக்கியத்திலிருந்து மட்டும்தான் மீட்டெடுக்க

முடியும். இன்னும் அமெரிக்கப் பல்கலைக் கழகத்திலே வரலாற்றுப் பாடம் மரியாதை இல்லாதபாடமாகத் தான் இருக்கிறது. ஏனென்றால் அவர்களுக்கு வரலாறு கிடையாது. அவர்களுடைய பார்வையெல்லாம் எதிர்காலத்திலேதான் அதிகமாக இருக்கிறது. பிற நாடுகளை அடிமை செய்வதற்கு ஏதுவாக, படையெடுக்கப் போகிற நாட்டைப் பற்றி அறிந்து கொள்வதற்காக மொழியியல் கொண்டு வந்தார்கள். இப்படித்தான் குறுகிய காலத்தில் மொழியைக் கற்றுக்கொண்டு, தேசத்தின் கலாச்சாரத்தை அடிமைப் படுத்துவதற்கு உபயோகித்தார்கள்.

தமிழர்கள் தொன்மங்களை இழந்தமைக்குப் பெரியாரைப் பழி சுமத்துகிறார்கள், இது சரியா?

பெரியாரைக் கொண்டாடுவது அறிவுலகத்துக்கு அடையாளம் என்று ஒரு காலத்தில் சொல்லப்பட்டது. மார்க்சியவாதிகள் கூட பெரியாரைக் கொண்டாடினார்கள். ‘பகுத்தறிவின் சிகரம் பெரியார்’ என்று சொல்லி 1954இல் தொழிற்சங்கத் தலைவர் தோழர் ஏ.எஸ்.கே. ஐயங்கார் புத்தகம் எழுதினார். பெரியாரைக் கொண்டாடியது அறிவுலகத்துக்கு ஒரு அடையாளம் என்று கருதப்பட்டது போல, இந்தப் பத்து ஆண்டுகளில் பெரியாரைப் பழிப்பது என்பது அறிவுலகத்துக்கு அடையாளம் ஆகிப்போய்விட்டது. பெரியார் மீதான விமர்சனத்துக்குப் பெரியாரின் ஆளுமை இன்னமும் ஒரு நூற்றாண்டிற்குத் தாங்கும்.

பெண்ணுரிமை பற்றி வாய்கிழியப் பேசுகிற கூட்டம் கூட பெரியாருடைய தாலி நிராகரிப்புப் பற்றிப் பேசுவதில்லை. வட இந்தியப் பெண்கள் இயக்கத்தில் கூட ‘தாலியை நிராகரியுங்கள்,’ என்று யாரும் சொன்னதில்லை. பெரியார், கடவுளை மட்டும் அல்ல, தாலியையும் நிராகரியுங்கள் என்று வலியுறுத்தினார். அதைப் பற்றிப் பேசவோ சிந்திக்கவோ யாரும் தயாராக இல்லை. ஆனால் பெரியாரைப் பழிப்பது ஒரு நாகரிகம் ஆகிவிட்டது. அந்த வகையிலேதான் தொன்மங்கள் பற்றிப் பேசுகிறார்கள்; பெரியாரினால் தொன்மங்கள் காணாமல் போய்விட்டன என்று கூறுவது தவறு.

பெரியார் என்றுமே நாட்டார் கலாச்சாரத்தின் மீது போர் தொடுக்கவேயில்லை. அது அவரின் நோக்கமும் இல்லை. அவர் வைதீகத்தின் மீதும் நகரக் கலாச்சாரத்தின் மீதும்தான் போர் தொடுத்தார். பெரியார் பிள்ளையார் சிலையைத்தானே உடைத்தார். சுடலைமாடன் சிலையை உடைக்கவில்லையே. சுடலைமாடன் காத்தாவராயனை அவர் ஒன்றும் செய்யவில்லையே. பெரியார் தொன்மங்களைக் காலி

செய்துவிட்டார் என்று சொல்ல முடியாது. ஏனென்றால் தொன்மங்கள் இன்றைக்கும் உயிரோடுதான் இருக்கின்றன. பெரியாரைப் பற்றியே நிறையத் தொன்மங்கள் வந்துவிட்டன.

பெரியார் வாழ்ந்த காலத்தில் சூழல் வேறு; இன்றைக்கு இருக்கும் காலம் வேறு. பெரியாருக்குப் பிறகு உலகம் முப்பது ஆண்டுகள் சுற்றியிருக்கிறது. முப்பது ஆண்டுகளுக்குப் பிறகு, புதிய அறிவியல் கருவிகள் எவ்வளவு வந்திருக்கின்றன! இதை வைத்துக்கொண்டு பெரியாரை அளக்க முற்படுவோம். பெரியாருக்கு அப்புறம் பெண்களின் வாழ்க்கைத்தரம் உயர்ந்திருக்கிறது. பெரியாரே இருந்தால் இன்றைய பெண்கள் அடைந்திருக்கும் வளர்ச்சியைக் கண்டு மகிழ்ச்சி அடைவார். பெண்கள் இல்லையென்றால் உலகம் இல்லை என்று நம்புகிறார்கள். இன்னமும் நம்முடைய பெண் தெய்வங்களின் கையிலிருக்கிற ஆயுதத்தைத் தூக்கிப்போட யாருக்கும் தைரியம் வரவில்லை. அதுதான் போர்க்குணம்; அதுதான் பண்பாடு.

அறிவியல் வளர்ந்திருக்கிற இந்தக் காலத்தில் சிறுதெய்வ வழிபாடுகளை அல்லது நாட்டார் தெய்வங்களை எப்படி நாம் பார்க்க வேண்டும்?

பெரியார், நாட்டார் தெய்வங்களை எதிர்க்கவில்லை. காளியம்மன், மாரியம்மனை எதிர்க்கவில்லை. இந்த நாட்டார் தெய்வங்கள் ஒவ்வொரு மனிதனின் இரத்த ஓட்டத்திலும் கலந்த விஷயம். மழை வேண்டுமென்றால் மாரியம்மனுக்கு மழைக்கஞ்சி எடுக்க வேண்டும். இது நம்பிக்கை; மூடநம்பிக்கை இல்லை. நாட்டார் தெய்வங்கள் என்பவை அதிகார மையங்கள் அல்ல; காமாட்சி அம்மனைப் போல, மீனாட்சி அம்மனைப் போல அதிகார மையத்தைச் சார்ந்த தெய்வங்கள் அல்ல.

நாட்டார் தெய்வத்திலே தெய்வத்திற்கும் மனிதனுக்கும் குறுக்கே நிற்கிற அதிகாரம் எவ்வளவு நேரம்? சாமி ஆடும் நேரம் மட்டும்தான். அந்தப் பத்து நிமிடம் சாமி ஆடுவான். அந்நேரம்தான் அவனுக்கு அதிகாரம். அதற்குப் பிறகு அவனும் கடப்பாரையைத் தூக்கிக்கொண்டு மற்றவர்களோடு வேலைக்குக் கிளம்பிவிடுவான். நாட்டார் தெய்வங்கள் ஜனநாயகத் தன்மை வாய்ந்தவை. நான் என்ன சாப்பிடுகிறேனோ அதைச் சாப்பிடுவதுதானே என் தெய்வம். இதுவும் ஒரு உயர்தர சமத்துவம்தானே! நான் பன்றிக் கறி சாப்பிட்டால் என் தெய்வமும் பன்றிக்கறி சாப்பிடணும். நான் ஆட்டுக்கறி சாப்பிட்டால் என் தெய்வமும் ஆட்டுக்கறி சாப்பிடணும். நான் ரோட்டிலே சாப்பிட்டால் என் தெய்வமும் ரோட்டில் சாப்பிடணும். இந்தத் தெய்வத்தை எப்படி நீங்கள் அழிக்க முடியும்?

ஆனால் சாதி சார்ந்து நாட்டார் தெய்வங்கள் அடையாளப்படுத்தப் படுகின்றனவே?

சில பெரிய சாதிகளுக்கு மட்டும்தான் வரையறுக்கப்பட்ட தெய்வங்கள் உண்டு. மாரியம்மன் எந்த சாதியின் தெய்வம்? ஒரு காலத்தில் மாரியம்மன் உழவுத் தொழில் செய்தவனுடைய தெய்வம். இன்றைக்கு மழை வேண்டுபவர்களுக்கெல்லாம் மாரியம்மன் தெய்வம். எல்லாத் தெய்வங்களையும் அப்படிச் சேர்க்க முடியாது. சிற்சில தெய்வங்கள் வட்டாரம் சார்ந்திருக் கின்றன; சாதியைச் சார்ந்திருக்கின்றன.

நமது மரபுசார்ந்த இலக்கியங்களை மீட்டெடுப்பதன் மூலமாக நமது வாழ்க்கை முறையை நெறிப்படுத்த முடியுமா?

இலக்கியங்களை மீட்டெடுப்பது என்பது வாழ்வியலின் மதிப்பீடுகளை மீட்டெடுப்பதுதான்.

மாடுபிடித்தல் என்பது நமது தொன்மங்களில் ஒன்று. அது இன்றைக்கு அவசியம்தானா?

மாடு பிடிக்கிறதோ மாடு அடக்குறதோ கிடையாது. மாட்டை அணைத்தல் என்பதே சரியானது. திமிலை அணைத்துப் பிடித்தல், கொம்பை ஒடித்துப் பிடிக்கிறது இல்லை. அது ஒரு விளையாட்டு. அவர்கள் மாட்டை அணைத்துப் பிடிப்பதற்காகவே போகிறார்கள். தொலைக்காட்சிப் பேட்டியில் பார்க்கும்போதுகூட 'நான் இருபது வருடமா மாட்டை அணைக்கிறேன்' என்றே கூறுவார்கள். சட்டத்தைக் கொண்டுவந்து இதைத் தடுக்கிறார்கள், அதுவும் வனவிலங்குச் சட்டத்தின் கீழ்.

அடிப்படையில் மாடு வனவிலங்கே கிடையாது. வீட்டில் பிறந்து வீட்டில் வளர்ந்த காளை எப்படி வனவிலங்கு ஆகும்? கோவிலுக்கு நேர்ந்துவிட்ட மாட்டை, ஊர் கூடி வளர்த்துவிட்ட மாட்டை எப்படி வனவிலங்கு என்று சொல்வீர்கள்? அது வீட்டுக்காரர்கள் அழைத்தால் ரொம்ப சாதுவாகக் கூடவே போகும். தொலைக்காட்சியில்கூட காட்டினார்கள் அல்லவா? ஒரு பதினெட்டு வயதுப்பெண், மாட்டைக் குளிப்பாட்டி, ஜல்லிக்கட்டுக்குக் கூட்டிக்கொண்டு வருவதை! அது எப்படி வனவிலங்கு ஆகும்? அது வளர்ப்பு மிருகம் (Domestic Animal) தான்.

பிடிக்கிறவன் வெறும் கையோடுதான் அதைப் பிடிக்கிறான். ஆயுதத்தை எடுத்துக்கொண்டு போகவில்லை. எனவே அது வன்முறை ஆகாது. ஆயுதம் எடுத்தால்தானே வன்முறை.

சிலநேரம் விபத்துகள் நடந்திருக்கின்றன. அதுவும் மாடு கூட்டத்தைப் பார்த்து, தப்ப முயற்சிக்கிறபோது அது மிரண்டு

ஓடுகிறது. அப்பொழுது கொம்பைப் பயன்படுத்துகிறது. முறையான பாதுகாப்புக்கு ஏற்பாடு செய்ய வேண்டும்.

பெரியாருடைய கருத்துக்கள் தமிழ்நாட்டில் ஏற்படுத்திய விளைவுகள் என்ன?

சாதிப்பெயர் இல்லாமல் இருக்கின்ற தைரியம் இந்தியாவிலேயே தமிழர்களுக்கு மட்டும்தான் இருக்கிறது. தமிழ்நாட்டில் எந்த வீட்டிலும் யாரும் நீங்கள் எந்த ஜாதி என்று விருந்தினரை விசாரிப்பதில்லை. இஸ்ரோவின் தலைவர் மாதவன் நாயர், கம்யூனிஸ்ட் கட்சித் தலைவர் இ.எம்.எஸ். நம்பூதிரிபாட், மிஸ்ரா, குப்தா என்று சாதிப்பெயர் இல்லாமல் மற்ற மாநிலங்களில் இருப்பதில்லை. நாம்தான் மூன்று தலைமுறைகளாகச் சாதிப்பெயர் துறந்து இருக்கிறோம், இது பெரியாராலேதான் சாத்தியமாயிற்று.

பெரியார் தலித் மக்களின் உரிமைகளுக்காகப் பாடுபட்டார். இதனாலேயே பெரியாரை நிராகரிப்பது பார்ப்பனர்களுக்கு ஒரு நாகரிகமாக மாறிவிட்டது. லால்குடி தாலுகாவில் தாழ்த்தப்பட்ட கிறிஸ்தவர்கள் மாநாடு 1925இல் நடந்தது. அதை நடத்த விடாதபடி செயின்ட் ஜோசப் கல்லூரிப் பேராசிரியர்கள் முயற்சி செய்தார்கள். அப்போது திருச்சி கத்தோலிக்கர்களில் பெரும்பான்மையினராக வெள்ளாளர்களும், பார்ப்பனர்களும் இருந்தனர். வெள்ளாளர்களும் பார்ப்பனர்களும் லால்குடி தாழ்த்தப்பட்ட கிறிஸ்தவ மாநாட்டை நடக்கவிடாமல் தடுக்க முயற்சி செய்தனர். ஆனால் மாநாடு நடத்த பெரியார் தொடர்ந்து உதவி செய்தார். எதிர்ப்புகளைக் கண்டித்து, தொடர்ந்து 'குடியரசு' இதழில் எழுதினார்.

இப்படியாக, பெரியார் தொடர்ந்து தாழ்த்தப்பட்ட கிறிஸ்தவர்களுக்கு ஆதரவாக இயங்குவதைப் பொறுக்க முடியாமல் 1933இல் கத்தோலிக்க மாநாடு கூட்டி, பெரியார் இயக்கத்தைத் தடை செய்ய வேண்டும் எனத் தீர்மானம் போட்டார்கள். அது மட்டுமல்லாமல் பெரியார் கடவுள் மறுப்புக் கொள்கை உள்ளவர், கத்தோலிக்க மதக் கொள்கைக்கு எதிராகச் செயல்படுகின்றார் என்று, சுதந்திரம் அடைந்ததிலிருந்து பெரியாரைக் கத்தோலிக்கக் கல்லூரிகளில் நுழைய விடாமல் தடை செய்தார்கள். யார் பெரியாரை எதிர்க்கிறார்கள் என்பதை நாம் பார்த்தோமென்றால், பெரியாரின் வெற்றி புலப்படும்.

***கீற்று.காம்* (20.05.2012**

11

பன்முக அடையாளம்

உங்கள் குடும்பம், நீங்கள் பிறந்து வளர்ந்த சூழல் பற்றிச் சொல்லுங்கள்?

நான் இதே தெருவிலேதான் பிறந்து வளர்ந்தேன். பத்து தலைமுறைகளாக என் முன்னோர் இதே இடத்திலேதான் வாழ்ந்து வந்தார்கள். நான் என் வீட்டின் மூலப்பத்திரத்தின் அடிப்படையிலேயே 10 தலைமுறைகள் என்று சொல்கிறேன். நான் வசிக்கும் இந்தப் பகுதிதான் நகரின் மையப் பகுதி. பாளையங்கோட்டை, ஒன்பதாம் நூற்றாண்டைச் சேர்ந்த ஒரு கோட்டை நகரம். என் தாய் – தந்தை படிக்காதவர்கள். தந்தைக்குக் கையெழுத்து மட்டும் போடத் தெரியும். பிற்பட்ட வகுப்பு, அதற்கேற்ற சகல பலவீனங்களும் என் வீட்டில் இருந்தன. நான்தான் என் வீட்டின் முதல் பட்டதாரி.

உங்கள் கல்லூரிக்கால நினைவுகளைப் பகிர்ந்துகொள்ள முடியுமா?

நான் படித்த காலம் தமிழகத்தில் அரசியல் கொந்தளிப்புகள் இருந்த காலம். காங்கிரஸ் என்ற ஆலமரம் மெள்ளச் சரிந்துகொண்டிருந்த காலமாகவும் தி.மு.க என்ற திராவிட இயக்கத்தின் அமைப்பு வளர்ந்துகொண்டிருந்த காலமாகவும் இருந்தது. அப்போதிருந்த மாணவர்களில் பெரும்பகுதி தி.மு.க வினர்களாகவும் சிலர் காங்கிரஸ்காரர்களாகவும் வெகுசிலர் இந்திய கம்யூனிஸ்ட்கட்சியினராகவும் இருந்தார்கள். அன்றைய அரசியல் சூழலால் எங்களுக்குத்

தினமும் உரையாடவும் சண்டையிடவும் விவாதிக்கவுமென *ஆனந்த விகடனிலும் குமுதத்திலும் துக்ளக்கிலும்* செய்திகள் இருந்தன. நாங்கள் அனைவருமே அதில் அவரவர்க்கு என ஒரு தரப்பை எடுத்துக்கொண்டு விவாதித்தோம். அந்த விவாதங்கள் என்னைப் பொறுப்புள்ள சமூக மனிதனாக மாற்றின. நான் ஒரு பெரியாரிஸ்ட்டாக, திராவிட இயக்கத்தவனாக மாற அந்த விவாதங்களும் பயன்பட்டன.

'அழகர்கோயில் ஆய்வு' என்ற நூலை எழுத உங்களுக்குத் தூண்டுகோலாக இருந்தது எது?

என் முனைவர் பட்ட ஆய்வுக்காக நான் 'புதுமைப்பித்தன் படைப்புகளில் சமூக மாற்றமும் மதிப்பீடு மாற்றமும்' என்ற தலைப்பில் ஆய்வு செய்வதாக இருந்தேன். என்னுடைய நெறியாளர் பேராசிரியர் சண்முகம் பிள்ளை என் மீது மிகுந்த மதிப்புக்கொண்டவர். அவர், 'நீ ஏன் சமூகவியல் சார்ந்து ஏதேனும் ஆய்வுசெய்யக் கூடாது?' என்று கேட்டார். 'என்ன ஆய்வு செய்வது?' எனக் கேட்டபோது, 'கோயில்கள் சார்ந்து ஏதாவது ஆய்வுசெய். அழகர்கோயில் பற்றி ஆய்வுசெய்' என்று பட்டெனச் சொன்னார். அன்றும் நான் பெரியாரிஸ்ட்தான் என்றாலும் மறுக்காமல், 'சரி . . . நான் கோயிலுக்குப் போய் பார்த்துவிட்டுச் சொல்கிறேன்' என்றேன். மூன்று ஆண்டுகள் கடுமையாக உழைத்து அந்த ஆய்வைச் செய்தேன். ஓர் ஆண்டு கள ஆய்வும் செய்தேன். குடும்பத்தைப் பிரிந்துசென்று வெளியில் தங்கிக் கள ஆய்வு செய்தேன். கையில் பெரிதாகக் காசு இல்லை. அப்போது பேருந்துக் கட்டணம் 25 பைசா. நான் 25 ரூபாயை நாணயங்களாக மாற்றிவைத்துக்கொள்வேன். என்னிடம் தகவலாளிகளின் ஊரும் பேரும் மட்டுமே இருக்கும். பேருந்து நிலையத்துக்குப் போய் எந்த ஊருக்குப் பேருந்து கிடைக்கிறதோ, அந்த ஊருக்குச் சென்று ஏதேனும் ஒரு தகவலாளியைப் பிடித்து, தகவல் சேகரிப்பேன். நான் சந்தித்த தகவலாளிகள் ஆயிரம் பேருக்கு மேல் இருக்கும். பதிவு செய்தது ஒரு நூறு பேர்தான். வைணவ இலக்கியங்களைப் படிக்கவேண்டிய தேவை ஏற்பட்டது. வைணவத்தைப் புரிந்துகொள்ள சமஸ்கிருதமும் தேவைப்பட்டது.

எனவே மாலைக் கல்லூரியில் சமஸ்கிருத வகுப்பில் சேர்ந்தேன். அதில் டிப்ளமோ படித்தேன். மதுரைப் பல்கலைக்கழகத்தில் பேராசிரியர் சுந்தரமூர்த்தி சிறந்த ஆசிரியர். அவரிடம்தான் கற்றேன். வைணவத்தில் ஜனநாயகத்தன்மை இருப்பதைக் குறித்துப் பேசத் தொடங்கினேன். 'தென்கலை வைணவத்தில் ஒரு கலகக் குரல்' என்ற கட்டுரையை எழுதினேன். வைணவம் எனக்கான சால்வேஷன் எனப் பேசாது. அதில்

கோஷ்டி என ஒரு கோட்பாடு உண்டு. அது நமக்கான தீர்வு எனப் பேசுவது. என் குருநாதர் சி.சு.மணி 'சைவ சித்தாந்தவாதியாக இருந்தாலும், எனக்கு வைணவத்தில் ஈடுபாடு வந்தது இந்த இடத்தில்தான்' என்கிறார். வைணவம் சார்ந்து ஒரு நான்கைந்து கட்டுரைகள் எழுதியுள்ளேன். அந்தக் காலம்தான் நல்ல வாசிப்புக்கான காலம். 1976 – 79 காலகட்டம். அப்போது ஒரு ஸ்கூட்டர் வைத்திருந்தேன். நூலகத்தை முழுமையாகப் பயன்படுத்தினேன். அப்போது நாகமலை புதுக்கோட்டை நூலகத்தைவிட்டு கடைசியாக வெளியேறுகிற ஆள் நான்தான். வெறி பிடித்ததுபோல் வாசித்தேன். அதுதான் என் எல்லா ஆய்வுகளுக்கும் அடிப்படை.

அழகர்கோயில் நூலுக்குக் கிடைத்த வரவேற்பு எப்படி இருந்தது?

என் ஆய்வைப் பல்கலைக்கழகமே நூலாக வெளியிட முன்வந்தது. அவர்களுக்கு உரிமை உள்ளதால், என்னிடம் கேட்காமலேயே வெளியிட்டார்கள். முதல் பதிப்பை 35 ரூபாய்க்குப் போட்டார்கள். இரண்டாம் பதிப்பை 200 ரூபாய்க்குப் போட்டார்கள். பொதுவாக, பல்கலைக்கழக நூல் என்றால் விற்காது. ஆனால், என் புத்தகம் உடனடியாக முதல் பதிப்பு விற்றுத் தீர்ந்து, இரண்டாம் பதிப்பும் விற்றது. பல்கலைக்கழகமே வெளியிட்டதால் உலகம் முழுதும் அந்த நூல் பிரபலம் ஆயிற்று. அமெரிக்கா உட்பட உலகின் முக்கியமான நாடுகளிலுள்ள அனைத்துப் பல்கலைக்கழகங்களிலும் அந்த நூல் உள்ளது. அப்படி ஒரு நூலை அதற்குப் பிறகு என்னால் எழுத முடியவில்லை. இந்த உடல்நிலையை வைத்துக்கொண்டு இனியும் என்னால் எழுத முடியாது.

நாட்டார் வழக்காற்றியல் என்ற துறை நீங்கள் வந்தபோது எப்படி இருந்தது? அப்போது இருந்த முன்னோடிகளுடனான உங்களது அனுபவம் பற்றிச் சொல்லுங்கள்.

இந்தத் துறைக்குள் வந்தபோது பேராசிரியர் தேலூர்துவின் நட்பு எனக்குக் கிடைத்தது. அவர் எங்களை மாணவனாகவே நடத்த மாட்டார். ஒரு தோழனைப்போல நடத்துவார். மிக இயல்பாக, எங்களுடன் சிகரெட் பிடிப்பார். அவருடன் சிகரெட் பிடித்துக்கொண்டே விவாதிக்க முடியும். அவ்வளவு தோழமையோடு எங்களை நடத்தினார். கெட்ட வார்த்தைப் பழமொழிகளைப் பற்றிச் சொல்வார். அந்தப் பழமொழிகள் ஏன் உருவாகின என்று விளக்குவார். பிறகு, நாட்டார் தெய்வங்கள் பற்றியும் ஆய்வுசெய்யத் தொடங்கியபோது, கருப்பசாமி பற்றிய என் ஆய்வு அவருக்கு மிகவும் பிடித்திருந்தது. என்னை அவர் மிகவும் ஊக்கப்படுத்தினார்.

சிறுதெய்வக் கோயில்கள் மெல்ல பிராமணியத்துக்குள்ளும் ஆகம விதிகளுக்குள்ளும் உட்செரிக்கப்படும் இன்றைய சூழலை எப்படிப் பார்க்கிறீர்கள்?

பெருந்தெய்வ நெறி, சிறு தெய்வ நெறியை விழுங்கப்பார்க்கிறது என்பது உண்மைதான். ஆனால் அவற்றால் சிறு தெய்வங்களை முழுமையாக விழுங்க முடியாது. இப்போது, கோயிலில் ஆடு வெட்டுவதைத் தடுக்க முடியுமா? சிறு தெய்வங்களை, பெரு தெய்வங்கள்போல ஓரளவு தோற்றம்கொள்ள வைக்கலாமே தவிர, அவற்றை முழுமையாகப் பெருந்தெய்வங்களாக மாற்ற முடியாது. ஏனெனில் சிறு தெய்வங்கள் எளிய மக்களின் தெய்வங்கள். அவற்றுக்கான சடங்குகள் எளிய மனிதர்களின் சடங்குகள். அவற்றை முழுமையாக மாற்ற முடியாது என்பதே என் துணிபு.

ஆனால், மேல் நிலையாக்கம் என்ற ஒன்று தொடர்ந்து நடந்துகொண்டு தானே இருக்கிறது?

'இருக்கலாம். அதெல்லாம் நாட்டார் மரபை உட்செரிக்கச் செய்யும் பிராமணியத்தின் அர்த்தமற்றப் பிரயத்தனங்கள்; அது தோற்றுப்போகும். பெருந்தெய்வங்களில் பெண் தெய்வத்துக்கு ஆண் தெய்வத்துணை வைக்கப்படுகிறது. அப்படி சிறு தெய்வத்திற்கு வைப்பதில்லை அல்லவா? மாரியம்மன் கையிலிருந்து சூலாயுதத்தை எடுத்துவிட்டால், அது எப்படி அம்மனாக இருக்கும்? எனவே இது ஒரு தற்காலிக நிலை. இந்துத்துவத்தின் தற்காலிக எழுச்சி இது என்றே கருதுகிறேன். நிச்சயம் பிராமணியத்தால், நாட்டார் மரபை ஒன்றும் செய்ய முடியாது.

சிறு தெய்வங்கள் என்பவை ஒருவகையில் சாதியம் என்ற கோட்பாட்டைத் தக்கவைத்துக்கொள்வதற்கும் பேணுவதற்கும் உதவுகின்றன என்பதை, ஒரு பண்பாட்டு ஆய்வாளராக எப்படிப் பார்க்கிறீர்கள்?

தேர்தலைவிடவும் சாதியைத் தக்கவைத்துக்கொள்ளும் சமூக ஏற்பாடு இங்கு இருக்கிறதா? அதற்காக அதை நாம் வேண்டாம் எனச் சொல்ல முடியுமா? சாதி என்பது உண்மையும் இல்லை… பொய்யும் இல்லை. அதற்கு என ஒரு வரலாற்றுத் தொடர்ச்சி, ஒரு பண்பாட்டுத் தொடர்ச்சி இருக்கிறதுதானே? தெய்வம்தான் சாதியைக் காப்பாற்றுகிறது என்று இல்லை. உண்மையில் சாதிதான் தெய்வத்தைக் காப்பாற்றுகிறதே தவிர, தெய்வம் சாதியைக் காப்பாற்றவில்லை.

அப்படியென்றால் சாதி ஒழிப்பு என்கிற விஷயம் சாத்தியம் இல்லாத கருத்தியலா?"

சாதி ஒழிப்பு என்பதை, ஏதோ கொசு ஒழிப்புபோல சுலபமாகப் பேச முடியாது. சாதி என்ற அமைப்பு அவ்வளவு எளிமையானது கிடையாது. சாதியை ஒழிக்க முடியாது. ஆனால் சாதியைக் கரைக்க முடியும். சாம்பாரில் உப்பைக் கரைப்பது போல. சாதி என்பது தன்னைத்தானே மறுஉற்பத்தி செய்து கொள்ளும். சாதி தோன்றியதற்கு எண்ணற்ற தியரி சொல்ல முடியும், நீங்கள் எந்தக் காரணம் சொன்னாலும் அதில் சிறிது உண்மை இருக்கும். எனவே, இப்படித்தான் இதனால்தான் சாதி தோன்றியது என்பதை முழுமையாகக் கண்டுபிடிக்க முடியவில்லை. அப்படிக் கண்டுபிடிக்க முடியாததாலேயே அது அழிக்க முடியாததாக இருக்கிறது.

இந்தச் சாதியக் கட்டுமானத்தை எப்படித் தகர்ப்பது... எதைத் தீர்வாக நீங்கள் நினைக்கிறீர்கள்?

இதைத் தகர்க்க வேண்டுமெனில் அகமண உறவை உடைத்தாக வேண்டும். அதுதான் ஆதாரத் தீர்வு. சொத்துரிமைச் சட்டம் சீர்திருத்தப்பட வேண்டும். தந்தையின் சாதிதான் மகனுக்கு என்பது திருத்தப்பட வேண்டும். சாதிகளை *Re-shuffle* பண்ண வேண்டும்.

அப்படி ஒரே நாளில் செய்தால், பெரிய சாதியக் கலவரமாகிவிடுமே?

ஆமாம். 'சாதிகெட்ட அரசாங்கம்' என்று சொல்லுவான். விருப்பப்பட்ட சாதிப்பட்டத்தைப் பெயருக்குப் பின் போட்டுக் கொள்ள அரசு அனுமதிக்க வேண்டும். இதை ஒரு 'கல்ச்சராக' மாற்ற வேண்டும்.

இது மேலும் பிரச்சனைகளுக்கு வழிவகுக்காதா?

ஆமாம், பிரச்சனைகள் அதிகரிக்கும். என்னுடைய நம்பிக்கை இதுதான். சாதிமுறைகளை வரையறை இன்றி முற்றிலுமாகச் சீரழிக்க வேண்டும். எல்லாம் குழம்பட்டும். அப்போதுதான் தெளிவு உண்டாகும்.

இப்படியான இடத்தில்தான் பெரியாரின் தேவை இருக்கிறது. கெட்டிதட்டிப்போன சாதியைக்கூட அசைத்துப்பார்த்ததுதான் பெரியாரின் சாதனை.

நான் சிறுபிள்ளையாக இருக்கும்போது சாதி மறுப்புத் திருமணம் செய்பவர்களுக்கு, வீடு வாடகைக்குத் தர மாட்டார்கள்.

இப்போது ஓரளவு நிலைமை மாறியிருக்கிறதுதானே? இப்போதும் சென்னை மாதிரியான நகரங்களில் 'வெஜிடேரியன் ஒன்லி' என டூலெட் போர்டுகள் இருக்கின்றனதான். ஆனால், 'பிராமின்ஸ் ஒன்லி' எனப் போட முடியவில்லை அல்லவா? வெளிப்படையாகச் சாதியை விசாரிப்பது, பேசுவது ஓரளவு கட்டுப்படுத்தப்பட்டிருக்கிறதுதானே? இதுதான் பெரியாரின் பங்களிப்பு.

பெரியார் சாதியை அசைத்துப்பார்த்தார் என்று சொன்னீர்கள். ஆனால் தற்போது திராவிட இயக்கம் வீழ்ச்சியை நோக்கித்தானே சென்றுகொண்டிருக்கிறது? இப்போதும் திராவிடக் கட்சிகளின் தேவை இருக்கிறது என நினைக்கிறீர்களா?

திராவிடக் கட்சிகள் நைந்து போய்விட்டன; நீர்த்துப் போய்விட்டன. இவர்கள் அழிந்த பிறகு அங்கிருந்து இனி புதிதாக உருவாகிவருகிற ஓர் இயக்கத்தால்தான் பெரியாரின் கொள்கைகளை மேலெடுத்துப் போக முடியும். பெரியாரின் கொள்கைகளை மேலெடுத்துச் செல்வதற்கான சக்தி இவர்களுக்குக் கிடையாது. ஆனால், பெரியார் கொள்கைகள் ஒருபோதும் சாகாது. மானுட விடுதலை ஒன்றுதான் பெரியாரின் நோக்கம். அதற்கு எதிரான அத்தனை அம்சங்களையும் அவர் எதிர்த்தார். அதனால் யாரெல்லாம் மானுட விடுதலையை முன்னெடுக்கிறார்களோ, அவர்களுக்கெல்லாம் பெரியாரிடம் கற்றுக்கொள்ள விஷயங்கள் உண்டு. அவரின் பல கோட்பாடுகள் அதிரடியானவைதாம். ஆனால் அவை அந்தக் காலத்தின் தேவையால் உருவானவை. அதன் பின்னிருந்த அடிநாதம் என்பது மானுட விடுதலை.

இப்போதுள்ள திராவிட இயக்கங்களையும் திராவிடம் எனும் கருத்தியலையும் போட்டுக் குழப்பிக்கொள்ளக் கூடாது. திராவிடக் கட்சிகள் தோற்றுள்ளன என்பது உண்மையே. என்னைக் கேட்டால் காந்தி, 'காங்கிரஸைக் கலைத்துவிடலாம்' என்று சொன்னதுபோல, 'திராவிட இயக்கங்களைக் கலைத்துவிட்டுப் புது இயக்கங்கள் செய்யலாம்' என்று சொல்வேன்.

இன்று இந்துத்துவ அறிவுஜீவிகள் அம்பேத்கரைக் கொண்டாடுவதன் மூலமாக உட்செரிக்கப் பார்க்கிறார்கள். சுப்பிரமணியன் சுவாமி போன்றவர்கள் அம்பேத்கரை 'ரிஷி' என வர்ணிக்கிறார்கள். இப்படி யான சூழலில் திராவிட இயக்கத்தைக் கலைப்பது என்பது மாதிரியான உரையாடல்கள் சரியாக இருக்குமா?

இல்லை... நான் பெரியார் தேவையில்லை எனச் சொல்ல வில்லை. பெரியார் முன்னிலும் அதிகமாகத் தேவை என்கிறேன்.

எனவே பெரியாரை ஆக்கபூர்வமாகப் பயன்படுத்தும் இயக்கங்கள் வேண்டும் என்கிறேன். அருண்சோரி போன்ற பார்ப்பனிய அறிவுஜீவிகள், 'ஒர்ஷிப்பிங் ஃபால்ஸ் காட்' போன்ற நூல்களை எழுதி, அம்பேத்கர் மேல் அவதூறு செய்யப்பார்த்தார்கள். இன்று அவரைக் கொண்டாடுவதன் மூலமாக அவரை அழிக்க முடியும் என நினைக்கிறார்கள். பெரியார், அம்பேத்கர் என்ற கட்டுமானம் பிராமணியத்தின் முன்னிருக்கும் மிகப்பெரிய சவால். அம்பேத்கரை அவர்களால் உட்செரிக்க முடிந்தால்கூட, பெரியாரை ஒருபோதும் அவர்களால் ஒன்றும் செய்ய முடியாது. ஆகவேதான் அழிக்க வேண்டும் எனத் துடிக்கிறார்கள். பெரியார் – அம்பேத்கர் என்ற பைண்டிங்கில் பெரியாரை உடைப்பது என்ற வேலையையும் செய்துவருகிறார்கள். அம்பேத்கரைப் பெரியாரிடமிருந்து தனிமைப்படுத்தினால், வேலை சுலபம் ஆகும் என நினைக்கிறார்கள். அதற்கு இங்குஉள்ள சில அறிவுஜீவிகள் பலியாகிறார்கள்.

பெரியாரை விமர்சிப்பது ஒரு மோஸ்தர் என்று சில அறிவுஜீவிகள் நினைக்கிறார்கள். அவர்களால் ஒருபோதும் பெரியாரை அழிக்க முடியாது. தலித் மக்கள் பெரியாருடன்தான் இருக்கிறார்கள். தங்களது அடையாளச் சிக்கலுக்காகச் சிலர் இப்படிச் செய்கிறார்கள். ஒருகட்டத்தில் இவர்கள் சோர்ந்து போவார்கள். பெரியாரின் அரசியலில் எதிர்ப்பு இருந்ததே தவிர, வெறுப்பு இருந்ததில்லை. இவர்களிடம் வெறுப்புதான் இருக்கிறது. இந்த அரசியல் மக்களை வென்றெடுக்கப் போதாது.

ஆனால் பெரியார் வெறுப்பு அரசியல் செய்தார் என்றுதானே ஜெயமோகன் போன்றவர்கள் விமர்சனம் செய்கிறார்கள். கேரளத்தின் நாராயணகுரு போன்றவர்களைச் சொல்லும்போது அவர்கள் வெறுப்பு அரசியலை மேற்கொள்ளாமல் சாத்வீகமான முறையில் பிராமணியத்துடன் போராடித்தான் அதிகாரத்தை வென்றார்கள், திராவிட இயக்கங்கள் வெறுப்பு அரசியல் செய்துதான் முன்வந்தன என விமர்சிக்கப்படுகிறதே?

இல்லை . . . இது அபாண்டமான பொய். பெரியாரிடம் பிராமணத் துவேஷம் கிடையவே கிடையாது. எதிர்ப்பு மட்டுமே தீவிரமாக இருந்தது. அவருடைய நட்பு வட்டத்திலேயேகூட நிறைய பிராமணர்கள் இருந்தார்கள்தானே? அவர்களிடம் துவேஷமுடன் நடந்துகொள்ளவில்லையே. நாராயண குரு போன்றவர்கள் பணிசெய்த கேரளத்தில்தான் இன்று ஆர்.எஸ். எஸ். வலிமையாக இருக்கிறது. ஈழவச் சமுதாயத்தினர் முழுக்க இந்துக்களாக மாறிப்போனார்கள். ஆனால் பெரியார் வேலைசெய்த இங்கு ஆர்.எஸ்.எஸ். இன்னும் வலுவடைய

முடியவில்லைதானே? தமிழர்களை முழுமையாக இந்துக்களாக இன்னும் மாற்ற முடியவில்லையே. வெறுப்பு அரசியலால் மக்களை வென்றெடுக்க முடியாது. இன்று ஜெயமோகனும் ரவிக்குமாரும் ஸ்டாலின் ராஜாங்கமும் சில அறிவுஜீவிகளும் செய்துகொண்டிருப்பதுதான் வெறுப்பு அரசியல்.

பெண்களும் தலித்துகளும் அதிகமாக எழுத வந்திருப்பதை எப்படிப் பார்க்கிறீர்கள்?

நிச்சயமாக வரவேற்கப்படவேண்டிய விஷயம். பெண்கள் நிறையப் பேர் எழுத வந்திருப்பது, குறிப்பாகக் கவிதைத் துறையில் ஏற்பட்டுள்ள எழுச்சி குறிப்பிடத்தக்கது. தலித்துகள் எழுத வந்திருப்பதும் வரவேற்கத்தக்கதே. ஆனால் அவர்கள் பெரியார் மேல் காரணமற்ற வெறுப்புடன் நடந்துகொள்ளத் தேவையில்லை என்றே கருதுகிறேன். பெரியார் முன்வைத்தது மானுட விடுதலை; ஒட்டுமொத்த மானுட விடுதலை எனும்போது அதில் தலித் விடுதலையும் அடக்கம்தான்.

தற்போது தமிழ்த் தேசியர்களும் பெரியாரை விமர்சிக்கிறார்களே? சீமான் போன்றவர்கள் தொடக்கத்தில் தம்மைப் 'பெரியாரின் மாணவர்கள்' என்றுதான் கூறினர். இப்போது 'முப்பாட்டன் முருகன்' எனச் சொல்லிக்கொண்டு திராவிட இயக்கத்தை சீமான் விமர்சிக்கிறாரே?

சீமான் எனக்கும் மாணவர்தான் (சிரிக்கிறார்). ஆனால் அவர் தடம்புரண்டுபோனார். முப்பாட்டன் முருகன் எனச் சொன்னால், மற்ற கடவுள்கள் என்ன உறவு எனச் சொல்ல வேண்டுமே? யாரெல்லாம் நம் உறவு இல்லை எனச் சொல்லிவிட்டுத்தானே, யார் நமது உறவு என்று சொல்ல வேண்டும்? ஏன் அவர் அதைச் சொல்வது இல்லை? அவருக்கு அவையெல்லாம் தெரியாது. தத்துவார்த்தத் தெளிவற்ற வெறும் அரசியல் காரணங்கள் அவை. திராவிடம் என்ற கருத்தாக்கம் வேறு; தமிழ்த் தேசியம் வேறு. பெரியார், 'தமிழ்நாடு தமிழருக்கே' என்ற கோஷத்தை 1938ஆம் ஆண்டிலேயே முன்வைத்தார். தெ.பொ.மீ., சி.பா.ஆதித்தனார், கருமுத்து தியாகராச செட்டியார் போன்றவர்கள் கட்சிகளைக் கடந்து, திருச்சியில் நடந்த அந்தக் கூட்டத்தில் கையெழுத்திட்டார்கள். ஆகவே பெரியார் தமிழ்த் தேசியத்துக்கு எதிரானவரல்ல.

நீங்கள் தமிழ்த் தேசியம் என்ற கருத்தியலை நம்புகிறீர்களா?

ஆமாம்... நான் தமிழ்த் தேசியம் என்ற கருத்தியலை நம்புகிறேன். நானும் தமிழ்த் தேசியர்தான்.

அப்படியானால், தமிழ்த் தேசிய மதமாக எது இருக்க முடியும் . . . இங்குள்ள சைவம், வைணவம் போன்ற மார்க்கங்களெல்லாம் ஏற்கெனவே இந்துத்துவத்தால் விழுங்கப்பட்டதாக இருக்கின்றனவே?

தமிழ்த் தேசியம் இந்து மதத்துடன் போய் இணையாது. இந்து மதம் எல்லாவற்றையும் விழுங்கிவிட்டதென மேலோட்டமாக ஒரு தோற்றத்தை உருவாக்குகிறார்கள். 'நான் இந்து அல்ல' என ஒரு நூல் எழுதியுள்ளேன். தமிழ்த் தேசியத்தில் எல்லா மார்க்கங்களுக்கும் இடமுண்டு. இந்து என்ற சொல்லே ஒரு மிஸ்நாமினல். அப்படி ஒரு மதமே கிடையாது. இந்த நிலத்தின் எந்தப் பழைய நூலிலும் அந்தச் சொல் கிடையாது.

பெரியார் மத, தேசிய, மொழி அபிமானங்களென எல்லாவற்றையும் நிராகரித்தாரே . . . நீங்கள் ஒரு பெரியாரிஸ்ட். தேசியம் எனும் உரையாடலை எப்படிப் பார்க்கிறீர்கள்?

ஆமாம் . . . பெரியார் எல்லா அபிமானங்களையும் நிராகரித்தார். தமிழைக் `காட்டுமிராண்டி பாஷை' என்றார்; ஒரு கோபத்தில், ஒரு வேகத்தில் இழிசொல்லால் வைவது இல்லையா? அப்படித்தான் அவர் இவற்றையெல்லாம் நிராகரித்தார். அவர் கோபங்கள், ஆதங்கங்கள் நியாயமானவை. அவை ஆழமான மானுட நேசத்திலிருந்து வருபவை.

இன்றைய சூழலில் தமிழ்ச் சமூகம் உடை, பண்பாடு, கல்வி, மருத்துவம் போன்ற அனைத்திலும் தன் தனித்தன்மையை வேகமாக இழந்துவருகிறதே?

பண்பாடு என்பது சிறிய விஷயம் இல்லை. யாராவது சித்தப்பா பெண்ணைத் திருமணம் செய்கிறார்களா... இல்லையே? அப்படி சில அடிப்படையான விஷயங்கள் எப்போதுமே எந்தப் பண்பாட்டிலும் மாறாது. மற்றபடி சில விஷயங்கள் காலத்துக்குத் தகுந்தாற்போல் மாறத்தான் செய்யும். அதில் பெரிதாகத் தவறும் இல்லை. உடையில் தனித்தன்மை வேண்டுமா என்றால், அப்படியொன்றும் பெரிதாக வேண்டாம் என்றே சொல்வேன். பார்ப்பதற்கு நாகரிகமான, மற்றவர்கள் முகம் சுளிக்காத, நமக்கு வசதியான ஓர் உடை இருந்தால்போதும். வேட்டிதான் கட்ட வேண்டும் என அவசியம் இல்லை.

கல்வி, மருத்துவம் போன்ற துறைகளில்கூட நம் அடையாளத்தை இழக்கிறோமே . . . தமிழே எழுதப் படிக்கத் தெரியாத தலைமுறை ஒன்று உருவாகிவருகிறதே!

இது மோசமான விஷயம். தமிழ்வழிக் கல்வி தொடர்பாக ஒரு பேரியக்கம் தொடங்கவேண்டிய அவசியமான, அவசரமான

காலத்தில் நாம் இருக்கிறோம். ஆனால் அதற்குத் தகுந்த தலைவர்கள் தற்போது நம்மிடம் இல்லையென்பது வருத்தமான விஷயம்.

தமிழர்களின் தனி அடையாளம் என்று சொன்னால் எவற்றையெல்லாம் சொல்வீர்கள்?

நிறையச் சொல்லலாம். குறிப்பாகச் சடங்குகள், சம்பிரதாயங்கள், பழக்க வழக்கங்களில் சொல்லலாம். வேறு எந்தச் சமூகத்தைவிடவும் தமிழ்ச் சமூகத்தில் தாய் மாமன் என்கிற உறவு, ஒரு குடும்பத்தோடு நெருக்கமாகக் கட்டப்பட்டிருக்கிறது. அதுபோலவே இறந்தோருக்குச் செய்யப்படும் சடங்குகளில் தொட்டு வணங்கும் பழக்கம் நம்மிடையே உள்ளது. பிராமணர்கள் சவத்தைத் தொட்டு வணங்க மாட்டார்கள். பொது இடத்தில் பெண்கள் மீதான வன்முறையைத் தடுப்பதைத் தமிழ்ச் சமூகத்தின் தனி அடையாளம் என்று சொல்லலாம்.

சேர, சோழ, பாண்டியர் எனும் பேரரசு மரபுகள் உருவான காலத்தில்தான் மதங்களும் உருவானதாகச் சொல்லப்படுகிறதே?

லெனின் 'ஸ்டேட் அண்ட் ரிலிஜன்' என ஒரு தியரி சொல்வார். 'பேரரசும் பெருந்தத்துவமும்' எனக் கைலாசபதி கட்டுரை எழுதியிருக்கிறார். அதில் அவர் அப்படித்தான் சொல்கிறார். சின்னச்சின்ன இனக் குழுக்களைப் பெரிதாகத் திரட்டி, ஒரு பேரரசை உருவாக்கும்போது, பெரிய மதம் ஒன்று தேவைப்படுகிறது. அப்படித்தான் சோழர்களுக்குச் சைவம் தேவைப்பட்டது. பாண்டியர்களுக்குச் சைவமும் ஓரளவு வைணவமும் தேவைப்பட்டன. சமணத்தையும் பௌத்தத்தையும் காலி செய்துவிட்டார்கள்.

சமணமும் பௌத்தமும் தமிழ்ச் சமூகத்திலிருந்து வெளியேறிய காரணம் என்ன… அவை வன்முறையாக அப்புறப்படுத்தப்பட்டனவா?

சமணர்களைக் கழுவிலேற்றிய கதை உண்மைதான். ஆனால் வட நாட்டில் சமணத்துக்கும் பௌத்தத்துக்கும் நடந்ததைப் போன்ற பெரிய அளவிலான வன்முறைகள் தமிழகத்தில் நடக்கவில்லை. அவற்றின் அழிவுக்கு அவையும் காரணமாக இருந்தன. அளவுக்கு மீறிய துறவு நெறி ஒரு முக்கியமான காரணம். நிலப்பிரபுத்துவச் சமூகம் வலுவாகக் காலூன்றிய பிறகு, ஒரு சம்சாரியால் பின்பற்றவே இயலாத துறவு நெறி அவனுக்குத் தேவையில்லை என்று தோன்றியிருக்க வேண்டும். எனவே தன்னியல்பாக மக்கள் அந்த மதங்களை விட்டு வெளியேறியிருக்க வேண்டும். இன்னொரு

காரணம்... செல்வம்; அது திரண்டுகொண்டே இருந்தது. செல்வம் ஒரு பக்கம் திரண்டு கொண்டிருக்கையில், துறவு வாழ்வும் செல்வமும் ஒன்றோடொன்று ஒத்திசைந்து செல்ல இயலவில்லை. போலித் துறவிகள் வள்ளுவர் காலத்திலேயே இருந்திருக்கிறார்கள் என்பதற்கு, 'நெஞ்சின் துறவார் துறந்தார்போல் வஞ்சித்து வாழ்வார்' என்ற குறளே சாட்சி.

இன்று தமிழகத்தில் பல்வேறு சாதியினர் தாங்கள் ஆண்ட பரம்பரை எனச் சொல்லிக்கொள்கிறார்களே?

சுத்தப் பைத்தியக்காரத்தனம் இது. அரசன் சாதி கெட்டவன். பெரும் எண்ணிக்கையிலுள்ள சாதிகள் எப்போதும் அரசனுக்குத் துணையாக இருந்திருக்கும் என்பது உண்மை. அப்படித்துணையாக இருந்த சாதிகளிலிருந்து அரசன் பெண் கொடுத்து பெண் எடுத்திருந்திருப்பான். அதற்காக நாங்கள் அவன் வாரிசு என்று எப்படிச் சொல்ல முடியும்? ஆண்ட பரம்பரை எனச் சொல்லாத சாதிகளும் தமிழ்நாட்டில் உள்ளன. உண்மையில் அவர்களுமே கூட வரலாற்றின் ஏதோ ஒரு தருணத்தில், ஏதாவது ஒரு நிலப்பரப்பின் அதிகாரத்தைக் கையில் வைத்திருந்தவர்களாக இருப்பார்கள். எனவே, `நாங்க ஆண்ட பரம்பரை' எனச் சொல்வதில் எந்தத் தனிப்பட்ட பெருமிதமும் இல்லை.

பெரியாரின் தலைமையில் நடந்த மிகப்பெரிய போராட்டங்களையும் சமூகச் சீர்திருத்தக் கருத்தாக்கங்களையும் தாண்டி இன்று கல்விக்கூடங்களில் சாதியுணர்வுகள் கூர்மையடைந்திருக்கின்றன. இதற்கு என்ன காரணம்?

சாதி, மண உறவுகளைப் பாதுகாப்பதன் வழியாகத், தன்னைத் தக்கவைத்துக்கொள்கிறது. சமூக வாழ்வில் தோல்வி அடைந்தவர்கள், அரசியல் செல்வாக்கு இழந்தவர்கள் சாதியைக் கொண்டு தங்கள் அதிகாரத்தை மீட்க நினைக்கிறார்கள். ஒருவனை நடுராத்திரியில் காவல்துறை வந்து அடித்து இழுத்துச் செல்லுமெனில், அவனை ஜாமீனில் எடுக்க யாரும் முன்வர மாட்டார்கள்; அவனது சாதிக்காரன்தான் வருவான்.

காவல்துறைக்குள்ளும் சாதிய உணர்வுகள் புரையோடிப் போயிருக்கின்றன. ஒருவகையில் சாதிய ஒடுக்குமுறை உணர்வு இல்லாத ஒரு காவல் நிலையம் என்பது இங்கு கிடையாது; அல்லது ஒடுக்குமுறை உணர்வுள்ள காவல்துறை அதிகாரிகள் எல்லா காவல் நிலையங்களிலும் இருக்கிறார்கள். காவல்துறை ஒருதலைப் பட்சமாக செயல்படுவது வாடிக்கையாக இருக்கிறது. ஒருவகையில் பிரச்சனையைப் பெரிதாக்கிவிடுகிறவர்களே

அவர்கள்தான். இதனால் காவல் நிலையத்திற்குள்ளே செல்லும் போது இருந்ததைவிட வெளியே வரும்போது அவனது சாதிய உணர்வு ஆழமாகிறது.

கிராமத்தின் வேளாண் கட்டுமானமும் சாதியக் கட்டுமான மும் இன்னும் முழுமையாகச் சிதையவில்லை. ஒடுக்கப்பட்ட மக்கள் கல்வியறிவு பெறும்போது அவர்கள் ஒடுக்குமுறைக்கு எதிரான சிந்தனையுடனும் வாழ்முறையுடனும் வருகிறார்கள். மேல் சாதிக்காரர்களுக்கு இணையாக உண்கிறார்கள், உடுத்துகிறார்கள், பார்களில் உட்காருகிறார்கள். இதை, மேல் சாதிக்காரர்களால் தாங்கிக்கொள்ள முடிவதில்லை. இவன் ஒடுக்க முற்படுகிறான்; அவன் அடங்க மறுக்கிறான். டீக்கடையில் யாரேனும் தவறுதலாக டீயைக் கொட்டிவிட்டாலும் பிரச்சனை வந்துவிடுகிறது. இவ்விடத்தில் ஒடுக்குவதற்கும் ஒடுக்கப்படுவதற்கு எதிராகவும் இருவரும் சாதியச் சங்கங்களை நாடுகிறார்கள். இருவரிடத்திலும் ஆயுதப் புழக்கம் இருக்கிறது. தமிழ்ச் சமூகம் இன்னும் முதிர்ச்சியடையவில்லை என்பதற்கு அடையாளம் இது.

இன்று எல்லா சமூகத்தைச் சேர்ந்தவர்களும் கல்வியறிவு பெற்று, பல்வேறு அறிவுசார்ந்த பொறுப்புகளுக்கு வந்திருக்கிறார்கள்; பேராசிரியர்களாக இருக்கிறார்கள். ஆனாலும் சாதியை அவர்கள் கைவிடத்தயாராக இல்லையே . . .

முதலில் இந்தக் கல்வி, கல்வியே அல்ல. இது மருத்துவம் அல்ல, இது கலை அல்ல, இது சினிமா அல்ல, இது அரசியல் அல்ல. எல்லாவற்றிலும் நாம் மாற்றைத் தேடவேண்டிய கட்டாயத்தில் இருக்கிறோம். மாற்றைத் தேடுகிற முயற்சியை நாம் ஊக்குவிக்க வேண்டும்.

திருநெல்வேலியின் எந்த ஊரின் தெருவுக்குப் போனாலும் அவர்களின் சாதியைப் பற்றி அறிந்துகொள்ள முடிகிற வகையில் பெயர்வைத்திருப்பார்கள். ஏதாவது அடையாளங்களை நிறுவி இருப்பார்கள். இதையெல்லாம் சரி செய்யாமல் ஒன்றும் செய்ய முடியாது.

சென்னையில் பல தெருக்களுக்கு, பல பகுதிகளுக்குச் சூட்டப்பட்டிருந்த சாதிப்பெயர்கள் பெரும்பாலும் நீக்கப்பட்டுவிட்டன அல்லது மாற்றப்பட்டுவிட்டன . . . அதற்கான சட்டமும் கொண்டுவரப்பட்டது. அதைச் செயல்படுத்தலாம் அல்லவா?

அது ரொம்பக் கஷ்டம். சென்னை போன்ற நகரங்களில் இது சாத்தியப்படலாம். இங்கு அது சாத்தியமில்லை. எனது தெருவிலிருக்கும் பெயரில்கூட சாதி இருக்கிறது. அதை

நீக்க வேண்டும் என்று அரசு சொன்னால், ஊரே எதிராகக் கிளம்பிவிடும்.

இதை அரசு செய்ய வேண்டும் என்று ஏன் நாம் எதிர்பார்க்க வேண்டும்? இங்குள்ள பெரியோர்கள், சிந்தனையாளர்கள் இத்தகைய விஷயங்களைச் செய்யலாம் அல்லவா?

பழைய சமூக அமைப்பில், 'பெரிய மனுஷன்' என்ற ஒருவன் இருந்தான். இன்று எந்த ஊரிலும் பெரிய மனுஷன் என்கிற ஒருவனே கிடையாது. நமது கல்விமுறை அப்படியானவர்களை உருவாக்கவில்லையே.

விகடன் தடம்

12

மொழிக்கல்வியும் மதிப்பீடுகளும்

மொழிக்கல்விக்குரிய மொழி ஏதாவது உண்டா? இன்னவகையான மொழிதான் பயிற்றுவிக்கப்பட வேண்டும் என்று சொல்வது சரியாகுமா?

மொழிக்கல்வி, குழந்தைமொழியைச் சார்ந்திருப்பது முக்கியம். எது குழந்தைமொழி என்றால் குழந்தை புழங்குகின்ற மொழியெல்லாம் குழந்தை மொழிதான். தகுதி வழக்கு, இயல்பு வழக்கு என்கிற வேறுபாடுபாடுகளைக் குழந்தைகள் புரிந்துகொள்ளாது. அவற்றைக் குழந்தைகள் பெற்றோர்களின் கண்டிப்பின் மூலமாகக் கற்றுக் கொண்டிருக்கின்றனர். அதை எப்போது கற்றுக் கொடுக்க வேண்டுமென்றால், பதினைந்து வயதான பிறகு குழந்தை எந்த மொழியைத் தெரிந்து கொள்ள வேண்டும், எந்த மொழியைத் தெரிந்து கொண்டிருக்கிறது, இரண்டுக்கும் இடையேயான இடைவெளி என்ன, இந்த இடைவெளியை எப்படி இட்டு நிரப்புவது என்பதையெல்லாம் தெரிந்துகொண்ட பிறகு! தகுதி வழக்கு, இயல்பு வழக்கு என்பதன் வேறுபாடுகளைக் குழந்தைகள் புரிந்துகொள்வது எளிதல்ல; அதைப் படிப்படியாகத் தான் செய்யவேண்டும்.

ஆனால் மொழிக்கல்வியைத் திட்டமிடுவோர் இவற்றையெல்லாம் கவனத்தில் கொள்வதில்லை. முதலில் குழந்தைக்கு ஏற்கெனவே வாய்த்துள்ள மொழி அறிவை அவர்கள் கருத்தில்கொள்ள வேண்டும். காரணம், பள்ளிக்கு வரும்போதே குழந்தை பேசத் தெரிந்த குழந்தையாகத்தான் வருகிறது. அதனுடைய மூளைக்குள்ளே சொல் தொகுதிகள் இருக்கின்றன.

பள்ளிக்கு வருகிறபோது பிள்ளைகள் அறிந்திருக்கின்ற சொற்களின் அளவு, நகர்ப்புறத்தை விட கிராமப்புறங்களில்அதிகம். கிராமப் புறங்களிலும் கூட வசதியான வீட்டுப்பிள்ளைகளை விட வசதிக் குறைவான வீட்டுப் பிள்ளைகளின் சொல்தொகுதி இன்னும் அதிகமாக இருக்கிறது என்பது நடைமுறை உண்மை. ஆனால் இந்தச் சொல்தொகுதியெல்லாம் இப்போதுள்ள பாடத் திட்டத்திற்குள்ளே வந்துள்ளதா?

மேலும் மொழியைப் பொறுத்தமட்டிலே பள்ளிக்கு வரும் முன்பே பிள்ளைகள், கதை கேட்க ஆரம்பித்துவிடுகிறார்கள்; பாட்டுப் பாட ஆரம்பித்து விடுகிறார்கள்; இதுபோன்ற குழந்தை களுக்குச் செய்ய தெரிந்த விசயங்களை வளர்த்தெடுக்கிற முறையிலே நாம் போதித்திருக்கிறோமா? இல்லை என்றுதான் சொல்ல வேண்டும். குறிப்பாக, குழந்தைகளுக்கு மிக எளிதாகப் பிடிபடும் இசையுடன் கூடிய மொழியை நாம் பயிற்றுவிப்பதில்லை. எனக்கு 'அ' னா கற்றுக்கொடுத்த போது ராகம் போட்டுத்தான் சொல்லித் தந்தார்கள். பன்னிரண்டு உயிர் எழுத்துக்களையும் பாடலாக அவர்கள் கற்றுத் தருகிறபோது அதுவாக வரிசை மாறாது. ஒரு திரைப்படப் பாடலை கற்கிற குழந்தை கிட்டத்தட்ட அறுபது – எழுபது சொற்கள் அடங்கிய பத்து வரிகளை அப்படியே சொல்கிறது. ஆனால் அனா, ஆவன்னாவைச் சொல்லச் சொன்னால் அது குழம்புகிறது, ஏன்?

இசையோடு அந்த விஷயத்தைக் கற்பிக்க வேண்டும். நம்முடைய மொழிக்கும் இசைக்கும் உரிய முக்கியமான விசயம் என்னவென்று கேட்டால், இந்த மொழியுடைய ஒலித்திரள்கள் இசையோடு கட்டமைக்கப்பட்டவை என்பதே! மூன்று மாத்திரை அளவில் தமிழிலே ஓர் எழுத்தும் கிடையாது. இது இந்த இசைத் தமிழினுடைய அடிப்படை; 'அ' ஒரு மாத்திரை 'ஆ' வன்னா இரண்டு மாத்திரை 'ஆ...' என்று நீட்டிச் சொல்லிவிட்டால் அங்கே மொழி இசைபடு கிறது என்று சொல்கிறார்கள். தமிழ் இலக்கணிகள் 'ம்ம்ம் . . .' எனச் சொன்னால் அது இயல் தமிழ் அல்ல, இசைத் தமிழின் கூறு அதில் சேர்ந்துவிடுகிறது என்கிறார்கள்.

மனித உடம்பும் மனித நரம்பும் மனித உயிர்ப்பும் இசையோடு பின்னப்பட்டதனாலேயே இசையில்லாமல் 'அ, ஆ, இ, ஈ என்று சொல்லிக்கொடுக்கிறபோது ஒலித் திரள்களைப் புரிந்துகொள்ள முடியாத நிலைக்குக் குழந்தைகள் போகின்றனர். அது மட்டுமன்று; உடம்போடும் உயிரோடும் பாரம்பரியமாகவே பின்னப்பட்ட இசை உணர்வையும் அது இழந்து விடுகிறது. இந்த நுட்பமான வேர்களைக் குழந்தைகளின் மனத்திலிருந்து நாம் அறுத்துவிடுகிறோம்.

நாம் தொடக்கப் பள்ளியில் படித்து இத்தனை ஆண்டுகளா னாலும் அந்தப் பாடங்களை நம்மால் சொல்ல முடியும். அதேபோல எனக்கு நன்றாக நினைவிருக்கிறது. ஐந்தாம் வகுப்பிலே வியாகப்பன் என்றோர் ஆசிரியர் இருந்தார். முக்கூடற்பள்ளிலே உள்ள பாட்டைச் சொல்லித் தருவார்.

ஆற்றுவெள்ளம் நாளை வரத் தோற்றுதே குறி
மலையாள மின்னல் ஈழ மின்னல் சூழ மின்னுதே
நேற்றும் இன்றும் கொம்புசுற்றிக் காற்றடிக்குதே கேணி
நீர்ப்படு சொறித்தவளை கூப்பிடுகுதே.

இந்தப் பாட்டுக்குள்ளே என்ன இருக்கிறது? உங்கள் மண் சார்ந்த குறிப்பாக நெல்லை மண் சார்ந்த (அந்த இலக்கியம் இங்கே பிறந்தது) 'ஈக்கோ சிஸ்டம்' என்ன என்பதைக் கற்றுத் தருகிறது.

சாப்பிடுகிறபோது எப்படி நாம் நம் உயிருக்குத் தேவையான ஒன்றைச் சாப்பிடுகிறோம் என்ற தன்னுணர்வு இல்லாமலே சாப்பிடுகிறோமோ, அதுபோல இந்தப் பாட்டைக் கற்கிறபோது இந்த மண்ணினுடைய 'ஈகோ சிஸ்டம் என்ன, இந்த மண்ணின் பருவ காலம் எப்படி அமையும் என்கிற தன்மைகளையெல்லாமே நாம் அறிந்துகொள்வோம். நாளை மழை வரும் என்றால் இன்றைக்கு 'ஈக்கோ சிஸ்டம்' என்னவாக இருக்கும்? கிணற்றில் தவளை கூப்பிடும். மேலும்

சேற்று நண்டு சேற்றில் வளை ஏற்றடைக்குதே – மழை
தேடியொரு கோடி வானம் பாடி ஆடுதே

என்று வரும்.

இன்றைக்கும் அதுதான். இங்கே பாரம்பரியமான தொழில்நுட்ப அறிவு புதைந்துகிடக்கிறது. அதாவது செய்துசெய்து பழக்கப்பட்டு, மண்ணிலிருந்தும் பிற உயிர்களிலிருந்தும் தாவரங்களிலிருந்தும் நாம் பெறக் கூடியது இந்த அறிவுத் தொகுதி. இது சின்னக் குழந்தைக்கு ஏதேனும் ஒரு வகையில் தரப்படவேண்டும். பாட்டாகவோ விளையாட்டாகவோ எப்படியோ இது அவர்களைப் போய்ச் சேர வேண்டும்.

நமது மொழிக்குரிய கூட்டு அனுபவத்தின் சாரத்தைக் குழந்தைகளுக்கு வழங்கவேண்டும் என்று சொல்கிறீர்கள்; அப்படித்தானே?

ஆமாம். குழந்தைகளின் அனுபவ உலகம் இன்று சுருங்கிக் கொண்டே வருகிறது. இதனை விரிவுபடுத்த பல நிலைகளில் செயல்படவேண்டும். மொழிப்பாடம் வகுப்பறையில் மட்டும் நடைபெறவேண்டியதில்லை. என்னுடைய மாணவர் வே.சங்கர்ராம் சங்கரன்கோவிலிலே தாய்த்தமிழ்ப் பள்ளி நடத்துகிறார். அந்தப் பள்ளியிலே வகுப்பறையும் விளையாட்டுத்திடலும் மட்டும்

கல்விக்குரியனவல்ல. குழந்தைகளைக் கிராமங்களுக்கும் அழைத்துப்போகிறார்கள். ஒருமுறை பயணமாகக் குழந்தைகளை சுமார் பத்து கிலோமீட்டர்வரை வேனில் அழைத்துச் செல்கிறார்கள். ஒரு தடவை போய் வருகின்றபோது, குழந்தைகள் துளசிச்செடியைப் பார்க்கிறார்கள். குத்துச் செடியைப் பார்க்கிறார்கள்; எது புல் என்று தெரிகிறது; எது மேடு என்று தெரிகிறது; எது வரப்பு என்று தெரிகிறது.

அந்த ஒரு மணிநேர அனுபவத்திலே நிறையச் சொற்களைக் குழந்தைகள் கற்றுக்கொள்கிறார்கள். காரணம், மொழிக்கல்வி என்பது வெறும் ஒலித்திரள்களின் கல்வி அன்று. அது குழந்தை களின் அனுபவ உலகம் சார்ந்த விசயம். குழந்தைகளின் அனுபவ உலகம் விரிவுபடும்போது மொழிக்கல்வியும் விரிவடைகிறது.

குழந்தைளின் அனுபவ உலகம் பயணங்களின் போதுதான் மிகப்பெரிய அளவில் விரிவடைகிறது; என்றாலும் வேறு வகைகளிலும் இதைச் செய்யலாம். அடுத்த சமூகத்திலே. அடுத்த பொருளாதாரத் தளத்திலேயுள்ள குழந்தைகளுடன் உறவாடச் செய்வதன் மூலம் குழந்தையின் அனுபவ உலகம் ஆழமடையும். சென்னை நகரத்துக் குழந்தைகள், சங்கரன்கோவில் குழந்தைகளோடு இரண்டு ஆட்டம் கபடி ஆடினால் சில புதுச் சொற்களைக் கற்றுக்கொள்வார்கள்.

நடைமுறையில் இது சாத்தியப்படுமா என்பதையும் நாம் ஆராய வேண்டும்.

வட்டார வேறுபாடுகளோடு சேர்ந்த ஒரு மொழிக்கல்வியின் மூலமாக இதைச் செய்யலாம். குழந்தைகளுக்குப் பல்வேறுவிதமான வாழ்க்கை முறைகளை அறிமுகப்படுத்த இது உதவும். ஆனால் வழக்கிலுள்ள கல்வி இவ்வாறு இல்லை. என்னுடைய பாடப்புத்தகத்திலே ‘கிணறு’ என்று இருக்கும். வட மாவட்டக் குழந்தைகள் இந்தச் சொல்லைக் கேட்டுத் திணறியிருப்பார்கள் என்பது இப்போது எனக்குத் தெரிகிறது. ஏனென்றால் அங்கே கேணி என்ற சொல்தான் உண்டு. கிணறு என்ற சொல் கிடையாது. மதுரை தாண்டி திண்டுக்கல் பக்கம் போகும்போது கிணறு, கேணி என்ற இரு சொற்களும் இருக்கின்றன. இரண்டிற்கும் நுட்பமான வேறுபாடு உண்டு. பொருள் வேறுபாடு இல்லாமல் ஒரு சொல் தோன்றாது. இந்த வேறுபாட்டைக் குழந்தைகள் அறிவது அவசியம்.

இதை இப்படிச் செய்யலாம். பள்ளிக்கூடம் எந்த மாவட்டத்தில் உள்ளதோ அந்தப் பகுதிக்குரிய மொழியை முதலில் அறிமுகப் படுத்தலாம்; பிறகு பிற பகுதிகளுக்குரிய சொற்களைக் கற்பிக்கலாம். உதாரணமாக கோவை மாவட்டம் என்றால்,

பருத்தி, ஈரப்பதமுள்ள காற்று போன்றவற்றுடன் தொடர்புடைய சொற்களை அறிமுகப்படுத்திய பிறகுதான் அந்தக் குழந்தைக்கு மதுரைப் பக்கச் சொற்கள் பற்றிய அறிமுகம் வேண்டும்.

வழக்காறுகளான, கதைகள், பாட்டுக்கள், விடுகதைகள், பழமொழிகள் மூலம் வேறுபட்ட அனுபவங்களையும் அவற்றுக்குரிய சொற்களையும் அறிமுகப்படுத்தலாமா?

மொத்தத்தில் வட்டார வேறுபாடுகளை உள்ளடக்கிய ஒரு மொழிக்கல்வி அவசியம். ஏனென்றால் அந்த வட்டாரம் இல்லாமல் அந்த மனிதன் இல்லை. வட்டார வேறுபாடுகளை முற்றாக நிராகரிக்கும் பொதுமொழியைக் கற்கும் நிலைமை பள்ளிக் குழந்தைகளுக்கு வரக்கூடாது.

வட்டார வழக்குகளில் சாதி அதிகாரமும் சமயக்கூறுகளும் பால்நிலை வேறுபாடுகளும் மிக இயல்பாக இடம் பெற்றிருக்கின்றனவே?

நேரடியாகவோ அல்லது மறைமுகமாகவோ அதிகாரம் சார்ந்து அல்லது சுரண்டல் சார்ந்து வருகின்ற சொற்களைக் கட்டாயம் அந்நியப்படுத்த வேண்டும். ஆனால் சாதி வழக்குகளில் இவை மட்டுமே இல்லை. தொழில்சார்ந்த அறிவும் அவற்றில் பொதிந்துள்ளது. குழந்தைகள் இந்த அறிவை மிக இயல்பாகவே தமதாக்கிக் கொள்கின்றனர். ஒரு தச்சர் வீட்டுக் குழந்தை படிக்க வரும்போது அந்தக் குழந்தைக்குத் தச்சுவேலை செய்கிற கருவிகளுடைய வகைப்பாடும் அவற்றினுடைய பெயர்களும் தெரிந்திருக்கும். இது சுத்தியல், இது ஆப்பு, இது ஆப்புக்கு வைக்கிற உளி, ஆப்புளி, இது கொட்டாப்புளி, இது இழைப்பு என்று இந்த மாதிரியான கருவிகளின் அறிமுகமும் அவற்றினுடைய பெயர்களின் அறிமுகமும் அவற்றினுடைய பயன்பாடும் அக்குழந்தைக்குத் தெரிந்திருக்கும். உழவர் வீட்டுக் குழந்தைக்கு உழவு சார்ந்த சொற்களும் அந்தக் கருவிகளின் பெயர்களும் தெரிந்திருக்கும். இவ்வாறாக உழைப்பு தொடர்பான, குழந்தைகள் ஏற்கெனவே பெற்றுள்ள சொல்தொகையை நாம் கைவிட வேண்டியதில்லை.

பால் வேறுபாடுகளைப் பொறுத்தவரை இவ்வேறுபாடுகள் காட்டாத சொற்களைத் தொடர்ந்து பயன்படுத்துவது அவசியம். பெண்கள் கல்லூரி முதல்வரை ‘முதல்வர்’ என்றுதான் சொல் கிறோம். தொடக்கத்திலேயே அந்தச் சொல்லைப் பழக்கத்திற்குக் கொண்டுவந்துவிட்டோம். ஏனென்றால் முதல்வி என்று சொன்னால், அது அவ்வளவு நன்றாக இல்லை. பேராசிரியை என்று சொல்வதில் எனக்கே உடன்பாடில்லை. பேராசிரியர் என்று பால்காட்டாச் சொல்லாகத்தான் அதைப் பயன்படுத்த வேண்டும்.

மொழிக்கல்வியில் வேறு சில பிரச்சினைகளும் உள்ளன. எடுத்துக் காட்டாக, குறிப்பிட்ட சமுதாயங்களுக்குரிய மொழியைக் 'கொச்சை' என்று சொல்லிப் புறந்தள்ளிவிடுகிறோம். அச்சமுதாயங்களைச் சேர்ந்த குழந்தைகள் பள்ளிக்கூடத்தில் பேசத்தயங்குவதையும் ஆசிரியர்கள் அவர்கள் பேசும் மொழியைப் பழிப்பதையும் கல்வி ஆய்வாளர்களில் சிலர் சுட்டிக் காட்டியுள்ளனர் . . .

நம்முடைய பழைய இலக்கணங்களில் இவ்வாறு சொல்வதற்கான ஆதாரங்கள் இருப்பதாகத் தெரியவில்லை. தொல்காப்பியரை எடுத்துக்கொள்வோம். மொழிக்கு அதிகாரிகள் மக்கள் என்பதிலே ரொம்ப அழுத்தமான கருத்துடையவர் அவர். எடுத்துக்காட்டாக, பெயர்ச்சொற்களை வகைப்படுத்துகின்ற போது, ஓர் இடத்திலே சொல்கின்றார் 'கூடிவரும் வழக்கின் ஆடியற் பெயர்' என்கிறார். இது என்னவென்று கேட்டால், பிள்ளைகள் விளையாடுகின்றபோது அணிகளுக்குப் பெயர் இட்டுக்கொள்வார்கள் அல்லவா? இதையும் கணக்கிலே சேர்க்க வேண்டும் என்பது தொல்காப்பியர் கூற்று. நேரு அணி, காந்தி அணி, வள்ளுவர் அணி, எனப் பள்ளிக்கூடத்திலே பிரித்துக்காட்டுவார்கள் அது போன்றவற்றையும் கணக்கில் எடுத்துக்கொள்ள வேண்டும் என்கிறார்.

தொல்காப்பியர் தெளிவாக, முதன்மை தர வேண்டியது வழக்கு மொழிக்குத்தான், பேச்சு மொழிக்குத்தான் என்கிறார். எனவே மக்கள் மொழி என்பது அம்மக்களது சமுதாய நிலை என்னவாக இருந்தாலும் முதலானது. மேலும் பேச்சு மொழியிலிருந்துதான் எழுது மரபு கிடைத்தது. பேச்சு மொழியிலே ஓர் இலக்கணம் உண்டு. அந்த இலக்கணம்தான் எழுத்து மொழிக்குக் கொண்டு வரப்பட்டதே தவிர, எழுத்துமொழியின் இலக்கணம் பேச்சு மொழிக்குக் கொண்டு போகப்படவில்லை. எனவே பேசுகிற மனிதனே மொழிக்கு அதிகாரி. ஆசிரியர்களோ இலக்கண ஆசிரியர்களோ அல்ல. இன்னும் சொல்லப்போனால், இலக்கண மரபு என்பது உங்களுடைய உடம்பிற்குள்ளாக, உங்களுடைய மூளைக்குள்ளாக இருக்கிறது. அதுதான் கொஞ்சம் திருந்திய வடிவத்திலே எழுத்தில் இருக்கிறது.

தொடர்ந்து மாற்றங்களுக்குள்ளாகும் பேச்சு மொழிதான் ஒரு மொழியின் வளர்ச்சிக்கு, பண்புக்கு ஆதாரமென்றால் இரண்டாயிரம் ஆண்டு பாரம்பரியமிக்க தமிழ்மொழியில் ஏற்பட்டுள்ள மாற்றங்களை எவ்வாறு புரிந்துகொள்வது?

ஒரு சொல்லுக்கு ஒரு பொருள் என்பதே கிடையாது. ஒரு சொல்லுக்குக் காலம்தோறும் அனுபவம் சார்ந்து பொருள்கள் விரிவடைந்து கொண்டே வரும். இது ஒருபுறம்; மறுபுறமாகச்

சொல்லை எந்தச் சூழலில் பயன்படுத்துகிறீர்களோ, அந்தச் சூழலில் அதற்குப் பொருள் வேறுபடும். 'இந்தக் கடிதத்தை இரண்டு படிகள் எடு' என்று சொன்னால், 'இரண்டு படி அரிசி அளந்து போடு' என்று சொன்னால், 'ஒழுங்காகப் படி' என்று சொன்னால், படி என்ற ப்+அ+ட்+இ என்ற நான்கு ஒலிகளையும் சேர்த்துச் சூழலுக்குத் தகுந்தாற்போல அனுபவத்திற்குத் தகுந்தாற்போல பொருள் வேறுபாட்டை விரித்துக்கொண்டே வருகிறோம். தாய்மொழியைத் தன்னுணர்ச்சியோடு நாம் பயன்படுத்துவது இல்லை. அந்தத் தன்னுணர்ச்சியைப் பெற்றால் மொழிஅறிவு வரும். சொல்லுக்கான பொருள் மாறிக்கொண்டே வருவதற்கு ஓர் உதாரணம் சொல்லட்டுமா?

கறி என்ற சொல் இன்றைக்குப் பொதுவாக இறைச்சியைக் குறிக்கின்ற ஒரு சொல் – ஆட்டுக்கறி, மாட்டுக்கறி, கோழிக்கறி என்பதாக. ஆனால் கறி என்ற சொல்லுக்கு முதற் பொருள் மிளகு என்பதாகும். பிறகு மிளகை உரித்து வெள்ளை மிளகு செய்தபோது இதைக் கருங்கறி என்று சொன்னார்கள். அன்று உறைப்புக்காகப் பயன்படுத்தப்பட்ட பொருள் மிளகு என்பதனாலேயே கறியிட்டுச் செய்கின்ற பொருட்களெல்லாம் கறி என்று ஆகி வந்தன. பிறகு, குழம்புக்குக் கறி எனப் பெயர் வந்தது. "உங்க வீட்டுல இன்னிக்கு என்ன கறி?" என்று கேட்டால் "என்ன காயிட்டுக் குழம்பு?" என்று பொருள். பிறகு காயோடு சேர்த்துக் கறியும் இட்டுச் சமைப்பதினாலே அல்லது கறியோடு இட்டுக் காயையும் சமைப்பதினாலே அதற்குக் காய்கறி என்று பெயர் வந்தது. பிறகு துணையாக வைத்துக் கொள்ளக்கூடிய கூட்டுக்களையெல்லாம் தொடுகறி என்று முன்னடையிட்டுச் சொன்னார்கள்.

நீங்கள் மறந்துவிடக் கூடாது. இந்தக் காய்கறியிலே கீரை அடங்காது. ரசம் சேராது. எது காய்கறி என்பதற்கு ஒரு வரையறை இருக்கிறது. எங்கே காய் இருக்கிறதோ அதற்குத்தான் காய்கறி என்று பெயர். பிறகு மிளகிட்டுச் செய்யக்கூடிய அதிக உறைப்பு தேவைப்படுகிற புலால் உணவுக்குக் கறி என்ற பெயர் வருகிறது. அப்புறம் புலால் துண்டுகளுக்கே கறி என்ற பெயர் வருகிறது. காரணம் உறைப்புக்கு வேறு சொல் கிடைத்துவிட்டதுதான். உறைப்பிற்கான இன்னொரு தாவரம் பதின்மூன்றாம் நூற்றாண்டிலே வெளிநாடுகளிலிருந்து அறிமுகமாகிறது. அது மிளகு போல் இருந்ததனாலே, அதைக் காயவைத்து வற்றலாக்கித்தான் பயன்படுத்த முடியும் என்பதால், அதற்கு மிளகாய் வற்றல் என்றும் மிளகாய் என்றும் பெயரிட்டார்கள். அதை மிளகினுடைய மாற்று வடிவமாகக் கொண்டார்கள். அதற்கு மிளகாய் என்றும் மிளகாய் வற்றல்

என்றும் பிறந்த தேசத்திலே பெயர் இருக்க முடியாது. மிளகுபோல உறைப்புடையது, காயாக இருக்கிறது என்பதினாலே மிளகாய் என்று சொல்ல ஆரம்பித்தார்கள். இப்படித்தான் சொல்லும் பொருளும் அனுபவங்களும் மாறிக்கொண்டே வருகின்றன.

இந்த மாற்றங்களுள் மொழிக்கலப்பும் அடங்கும் அல்லவா?

மொழிக்கலப்புகளெல்லாம் ஒரே மாதிரியானவையல்ல. அரசதிகாரம் சார்ந்து, எழுத்திலக்கியம் சார்ந்து வந்த மொழிக்கலப்புகள் பெரும்பாலும் வடமொழி வழியாக வந்தவை. கிறிஸ்தவம் சார்ந்தும் இஸ்லாம் சார்ந்தும் வந்த மொழிக்கலப்புகள் மக்கள் தரப்பிலிருந்து வந்தவை. 'குஷ்கா' என்ற சொல்லை எடுத்துக்கொள்வோம். புலால் சேர்ந்த நெய்ச்சோற்றுக்குக் குஷ்கா என்று பெயர். இது மக்கள் வழியாகப் பரவிய சொல். இன்றைக்கு குஷ்கா என்ற சொல் எல்லாருக்கும் தெரியும். பாளையங்கோட்டையில் 'ஓசிசி' என்றால் எல்லாருக்கும் தெரியும். இதற்கு அப்பம் என்று பொருள்; இது கிறிஸ்தவம் சார்ந்து வழங்குகின்றது. அதுபோல் சொல்லுக்குக் கலாச்சார ரீதியான சில முத்திரைகளும் உண்டு. ஆண்டவர் என்பதும் கர்த்தர் என்பதும் பொதுச் சொல்தான். ஆனாலும் இச்சொற்கள் கிறிஸ்தவப் பின்னணியோடு மட்டுமே அறியப்படுகின்றன; அது வாழ்தலின் அனுபவம். ஆண்டவர் என்ற சொல்லை இஸ்லாம் பாவிக்கும். உதாரணத்துக்கு நாகூர் ஆண்டவர். கர்த்தர் என்றோ இறைவன் என்றோ இஸ்லாமியர்கள் வழக்கமாகச் சொல்லமாட்டார்கள்.

இஸ்லாம் அதிகமாகப் பயன்படுத்துகிற மரியாதைக்குரிய சொல் 'அப்பா'. 'அவர்கள்' என்பதற்குப் பதிலாக 'அப்பா' என்ற சொல்லைப் பயன்படுத்துவார்கள்; பீர் அப்பா; தக்கலை பீர் அப்பா. உமறுப் புலவரையே 'உமர் அப்பா' என்று எழுதுவார்கள். இது இந்த மொழிக்குள்ளிருந்து அவர்கள் எடுத்துக்கொண்ட சொல். அவர்களின் திருமணப் பத்திரிக்கையில் மணாளன், மணாளினி என்று இருக்கும். இதெல்லாம் இஸ்லாம், கிறிஸ்தவம் சார்ந்து வருகின்ற சொற்கள். இவை அவர்களே தங்கள் புதுசமயத்திற்காக ஆக்கிக் கொண்டவை. கோவில் என்பதற்கு மாற்றாக, தேவாலயம் என்ற சொல்லைக் கைக்கொண்டனர். அதேபோல் வழிபடும் இடத்தை இஸ்லாமியர்கள் 'மஸ்ஜித்' என்று சொல்லவில்லை. பள்ளிவாசல் என்ற சொல்லைக் கையாண்டனர். எல்லாப் பள்ளிவாசல்களிலும் குழந்தைக்கு ஐந்து கலிமாவையும் ஓதக் கற்றுக்கொடுக்கின்ற ஓர் ஆள் உட்கார்ந்து கொண்டிருப்பார். இதனால்தான் அதற்குப் 'பள்ளி' என்றே பெயர் வந்தது. கற்றுக்கொடுக்கிற இடம் பள்ளி. இது பழைய சமண

– பௌத்த மரபில் இருந்து வந்தது. இவை மக்கட் சமூகத்தின் அனுபவங்கள். இச்சொற்களிலெல்லாம் அதிகாரம் இல்லை. இவை போக அதிகாரம் சார்ந்த சொற்களும் தமிழுக்குள் வந்துள்ளன. தாசில்தார், கிஸ்தி என்பன எழுத்து மரபு சார்ந்து, அதிகாரம் சார்ந்து அரசாங்கத்தின் மூலமாக வருகின்ற சொற்கள் இதற்கு நல்ல எடுத்துக்காட்டுகள்.

எனவே தூய தமிழ் என்று எதுவும் கிடையாது.

மொழித் தூய்மை என்பது, எப்படி ஒருவனை அழுக்கான மனிதன் என்று புறந்தள்ளுகிறோமோ அப்படித்தான் தூய்மையற்ற மொழி என்று ஒரு மொழியைத் தள்ளுவதும்! மொழித் தூய்மை என்பது ஒலியிலே காட்ட வேண்டிய தூய்மையா? இலக்கண அமைப்பிலே காட்டப்பட வேண்டியதா அல்லது பிற மொழிச் சொற்களை ஏற்கிறபோது காட்ட வேண்டியதா? தூய்மைவாதம் ஓர் எல்லைக்கு மேலே பாசிசமாகத்தான் முடியும். அது இனத்தூய்மை வாதமாக இருந்தாலும் சரிதான். ஆகவே அந்தச் சொல்லை அப்படிச் சொல்லாமல் முடிந்த மட்டும், இயன்ற வரையிலும் தாய்மொழியில் சொல்வதே அறமாக இருக்கும்.

அதே சமயம் தாய்மொழியென்பது மாறாத தன்மை யுடையதல்ல என்பதையும் நாம் மறந்துவிடக் கூடாது. புதிய வரவுகளை உள்வாங்கிக் கொள்வதாலேயே மொழி வளர்கிறது. நான் ஏற்கெனவே சொன்னது போல் தொல்காப்பியரே இதை ஆதரிக்கிறார். உரிச் சொற்களை எடுத்துக்கொள்வோம். தொல்காப்பியர் சொன்ன மிகுதியையுணர்த்தும் உரிச் சொற்கள் செத்துப்போய் விட்டன. வழக்கிலே ஒரே ஒரு சொல் மட்டும் மிஞ்சி இருக்கிறதாம். சில இடங்களிலே 'இளம்பிஞ்சு' என நாம் சொல்வதைத் 'தவப்பிஞ்சு' என்று சொல்கிறார்களாம். அந்த 'தவ' மட்டும் சில இடங்களிலே இருக்கிறது. ஆனால் புதுமாதிரியான இதே போன்ற சொற்கள் வந்திருக்கின்றன. 'செம' என்று பிள்ளைகள் ஒரு வார்த்தையைச் சொல்கிறார்கள். இந்த 'செம' என்பது 'சுமை' என்பதின் மாற்று வடிவம். சுமை என்பது மிகுதியை உணர்த்துவது; அது உரிச்சொல் அல்ல. ஆனால் இங்கு அது உரிச்சொல்லாகி விட்டது. 'தூள்' என்றொரு சொல்; 'படம் தூளாக இருந்தது' என்கிறான்; நன்றாக இருந்தது என்பதல்ல, இதன் பொருள் 'ரொம்ப ரொம்ப நன்றாக இருந்தது என்பதாகும் 'தூள்' நிகழ்காலத்திலே பிறந்திருக்கிற ஓர் உரிச் சொல். இவை போன்ற சொற்களை நமது மொழிக்குரியவையாக நாம் பாவிக்க வேண்டும். 'சூப்பர்' இந்தச் சொல்லை ஆங்கிலச் சொல்லாகக் கணக்கிலெடுக்கக் கூடாது. இதை ஒலித்திரளாக முன்வைத்து இது உணர்த்தும் பொருளை எடுத்துக்கொண்டால், இது

மிகுதிப் பொருளை உணர்த்தும் ஓர் உரிச்சொல். அதைத்தான் நீங்கள் கணக்கில் எடுத்துக்கொள்ளவேண்டும். அதனால் 'மொழி மாறும் தன்மையுடையது. மாறுவதனால்தான் அது உயிரோடு இருக்கின்றது' என்பதை நாம் மொழிப்பாடத்துக்கான அடிப்படையாகக் கொள்ள வேண்டும்.

குறிப்பிட்ட வேற்று மொழிச்சொல்லைத் தமிழ்ப்படுத்துவதைப் பற்றிச் சொல்லுங்களேன். உதாரணமாக, பென்சிலைக் 'கரித்துண்டு' சாவியைத் 'திறவுகோல்' சாக்பீசை 'சுண்ணாம்புக்கட்டி' என ஏன் சொல்ல வேண்டும்?

பிறமொழிச் சொல்லுக்கான தமிழ்ச்சொல் குழந்தைக்குப் புரிகிறதா என்பதுதான் கேள்வி. 'திறவு' என்ற சொல் செயற்கையானது என்றாலும் குழந்தையால் புரிந்துகொள்ளமுடிகிறது. எப்படியென்றால் 'கதவைத் திற' என்று வினைவடிவமாக நீங்கள் சொல்கிறபோதும் 'கோயில் நடை திறந்தாச்சா? என்று கேட்கும் போதும் 'திறத்தல்' என்கிற வினைவடிவத்தைக் குழந்தைக்கு அறிமுகம் செய்கிறீர்கள். எனவே 'திறப்பதற்குரியது' என்ற அளவிலே 'திறவு' என்ற பெயர்ச்சொல்லைக் குழந்தைகள் எளிதாகப் புரிந்துகொள்கிறார்கள். மேலும், கதவைத் திறக்க உதவுகிற அந்தச் சாவியினைக் குழந்தைகள் பார்த்திருப்பார்கள், பயன்படுத்தியிருக்கிறார்கள். எனவே, திறவு என்பதில் அவர்களுக்குச் சிக்கல் இல்லை. குழந்தைகளின் அனுபவ எல்லைக்கு உள்ளாக ஆங்கிலச் சொல்லிற்கு மாற்றாக ஒரு புதுச்சொல்லைக் கற்றுக் கொடுப்பதில் சிக்கல் இல்லை.

சில சமயங்களில் புதிய அனுபவங்களை அறிமுகப்படுத்திப் புதுச் சொற்களைச் சொல்லிக் கொடுக்க வேண்டியிருக்கும். காப்பிக்குக் 'குளம்பி' என்ற ஒரு சொல்லைக் கொடுக்கும்போது என்ன செய்ய வேண்டுமென்றால், 'குதிரையின் குளம்புபோல காப்பிக்கொட்டை இருக்கிறது பார்' என்று காப்பிக்கொட்டையை எடுத்துக் குழந்தைக்குக் காட்ட வேண்டும். பொருள் பற்றிய அனுபவத்தைக் கொஞ்சம் தள்ளிவைத்துவிட்டு, வெறும் ஒலிபற்றிய, சொல்பற்றிய அனுபவங்களைக் குழந்தைகளுக்குக் கொடுக்கக் கூடாது. பொருள் பற்றிய அனுபவம் குழந்தைகளுக்கு வேண்டும்.

தற்காலத் தமிழைப் பொறுத்தவரை வரலாற்று அனுபவங்கள் முக்கியமானவையாக இருந்துள்ளன. அதாவது தற்காலத் தமிழின் தன்மையை, உட்கூறுகளை மாற்றியமைத்த நிகழ்ச்சிப் போக்குகள் யாவை?

தற்காலத் தமிழைப் பொறுத்த வரை திராவிட இயக்கத்தின் செயல்பாடுகள் முக்கியமானவை. காலங்காலமாகப் பேச்சுரிமை

மறுக்கப்பட்டவர்கள் பேச வந்தார்கள். முதல்முறையாக எழுத்தைக் கற்றுக்கொண்டவர்கள் பேச வந்தார்கள். அவர்களுக்கு ஏற்கெனவே சொல்தொகுதி ரொம்ப அதிகம். காங்கிரஸ் இயக்கத்திலிருந்து கொண்டு தற்கால அரசியல் சூழலுக்குகந்த வகையில் தமிழைக் கையாண்டவர்களில் வரதராஜுலு நாயுடு, திரு.வி.க., பெரியார் ஆகியோர் முக்கியமானவர்கள். இதில் பெரியார் பேச்சு சற்று வேறுபட்டிருக்கும். ஏனென்றால் அவர் முறையான பள்ளிக் கல்வியோ இலக்கியக் கல்வியோ பெற்றவர் அல்லர். அவருக்குக் கடைசிவரைக்கும் 'காய்ச்சல்' என்று சொல்ல வராது. 'காயலா' என்றுதான் சொல்லுவார். அவருடைய எழுத்துமொழியிலே கூட 'காயலா' என்ற சொல்தான் இருக்கும். காய்ச்சல் என்ற சொல் இருக்காது.

அவரைப் பின்பற்றி வந்தவர்களில் பலர் மேலோர் மரபிலே பேசாமல், வழக்காறுகளைப் பயன்படுத்தினார்கள். இவர்களின் வழித்தோன்றல்களாக வந்து திராவிட முன்னேற்ற கழகத்தின் முன்னணிப் பேச்சாளர்களாகக் கருதப்பட்ட பலர் கதையில்லாமல், பழமொழிகளைக் கையாளாமல் பேசமாட்டார்கள். அவர்களுடைய பேச்சுகளில் வழக்குச் சொற்கள் நிறைய இருக்கும். எனவே வழக்குமொழிக்கான மரியாதை, பேச்சு மொழிக்கான மரியாதை, பேச்சு மொழி மட்டுமே அறிந்தவர்களுக்கான சமூக அங்கீகாரம் போன்றவை இவர்களுடைய மொழி மூலமாக வந்தது. விலக்கப்பட்ட சொற்கள் என்பனவற்றை ஒரு கலக மரபோடு பெரியார் உடைத்தார். அந்தக் கலக மரபு அவருக்குப் பின்னால் வந்த எல்லோரிடமும் இல்லை; என்றாலும் கூட அதுவரையிலே மேடையில் விலக்கப்பட்ட சொற்களை இவர்களால்தான் சொல்ல முடிந்தது.

ஒருவிதத்தில் பத்தொன்பதாம் நூற்றாண்டிலேயே இந்தப் போக்கு தொடங்கிவிட்டதாகச் சொல்லலாம். உதாரணத்துக்கு 'ஒழிக' என்ற சொல்லை வள்ளலார் கவிதையிலே பயன்படுத்து கிறார். 'கருணையிலா ஆட்சி கடிந்து ஒழிக' என்கிறார். வள்ளலார் காலத்துக்குப் பின்னால் ஏற்பட்ட சமூக, அரசியல் மாற்றங்களின் விளைவாகத் தோன்றிய திராவிட இயக்கம் இத்தகைய போக்கை எதிரொலித்தது. அவ்வியக்கம் ஏற்படுத்திய வழக்குமொழிக்கான அங்கீகாரம் அது சாதித்த அதிகார மாற்றத்திற்கு அடிகோலியது.

ஆனால், இந்தப் பாரதூரமான மாற்றமானது பாடநூல்களில் எதிரொலித்ததாகத் தெரியவில்லை.

இல்லை. காரணம், பாடநூல்கள் எல்லாம் வெள்ளைக்காரன் ஆட்சியிலேயே நிலைபெற்றுவிட்டன. ஒருவித உறைநிலைக்கு

வந்துவிட்டன. அதற்குப் பிறகு பாடத்திட்டத்திலே வந்த மொழிமாற்றம் மிகக் குறைவு. சொல்லப்போனால் திராவிட இயக்கத்தைச் சேர்ந்தவர்கள் 'களையெடுப்பு' என்பதைப் பற்றியே அதிகம் சிந்தித்தார்கள். பயிர்வளர்ப்பைப் பற்றிப் பேசவில்லை. களையெடுப்பு என்பது பயிர் வளர்ப்பின் ஓர் அம்சம்தானே தவிர, பயிர் வளர்ப்பதன் மற்ற அம்சங்களைப் பற்றி அவர்கள் யோசிக்கவில்லை. ஏனென்றால் அவர்களின் நோக்கம் அரசியல் அதிகாரம்.

இன்றைய சூழலுக்குரிய மொழிக்கல்வி எப்படி இருக்க வேண்டும். என்று நினைக்கிறீர்கள்.

சமூகச் சூழலோடு இணைந்த மொழிக்கல்வி நமக்குத் தேவை. சூழல் என்பதைக் கருப்பொருள், உரிப்பொருளுடன் இணைத்துப் பார்க்க வேண்டும். சூழல் என்றாலே நாம் ஏற்றத்தாழ்வான சாதிய, வர்க்க சூழலைத்தான் நினைவுகொள்கிறோம். ஆனால் கரு உரிப்பொருள் சார்ந்த அனுபவங்கள் குறிப்பிட்ட சூழலுக் கான தன்மையை வழங்குகின்றனவே தவிர அதில் சாதி இல்லை. சங்கரன்கோயில் சார்ந்த எல்லாரும் தினைப்பயிரைப் பார்த்திருப்பார்கள். அது எப்படியிருக்கும் என்று திருநெல்வேலி ஆளுக்குத் தெரியாமல் இருக்கலாம். போத்திராஜா என்றால் இங்கு இருப்போர்க்குத் தெரியாது. ஆனால் இதைக் கேட்டவுடனே திருவண்ணாமலை மாவட்டக் குழந்தைகளுக்கு அந்தப் பெரிய வயிறும் அந்த உருவமும் நினைவுக்கு வருகிறதில்லையா? இங்கே சுடலைமாடன் என்றால்தான் தெரியும்.

நிலவியல் அமைப்பும், உயிரும் பயிரும் இவற்றோடு தொடர்புடைய பண்பாடும்தான் சூழலை உருவாக்குகின்றன. இவற்றுடன் இணைக்கப்பட்ட மொழிக்கல்வி நமக்குத் தேவை. வட்டார ரீதியாக இதை உருவாக்கலாம்; அல்லது வட்டார வழக்குகளின் தன்மையுடன் கூடிய பொதுமொழியைக் கொண்டு இதைச் செய்யலாம்.

'பிள்ளைத்தமிழ்' நூலில் இடம்பெற்றது
சந்திப்பு: **வ.கீதா, கோ.பழனி**

www.ingramcontent.com/pod-product-compliance
Lightning Source LLC
LaVergne TN
LVHW100328181026
850499LV00039B/1015